ஜான்சி ராணி

ஆசிரியர் - டாக்டர் பவன் சிங் ராணா

டைமண்ட் புக்ஸ்

www.diamondbook.in

ஜான்சி ராணி

© பதிப்பகத்தார்.

டைமண்ட் பாக்கெட் புக்ஸ் (பி) லிமிடெட்.

X-30, ஒக்லா தொழில்துறை பகுதி, கட்டம்-II

புது தில்லி-110020

தொலைபேசி: 011-40712100, 41611861

தொலைநகல்: 011-41611866

மின்னஞ்சல்: sales@dpb.in

இணையதளம்: www.diamondbook.in

பதிப்பு: 2023

ஜான்சி ராணி

ஆசிரியர் : டாக்டர் பவன் சிங் ராணா

மொழிபெயர்ப்பு, லேசர் டைப்செட், வடிவமைப்பு,

எடிட்டிங் - **குணசீலிபிஸ்வநாத் குழு**

நம்முடைய அதிர்ஷ்ட ராணியாய் வலம் வந்த லட்சுமிபாய், ஒரு சாதாரண பிராமணக் குடும்பத்தில் பிறந்தவர் தான். ஆனால் பின்னாளில் நானிலம் வியந்து பார்க்கும் மகாராணி ஆனாள். அவளது தைரியம் இராணுவத்துடன் போரிடும் போது தான் தெரிந்தது. இந்தியாவின் முதல் சுதந்திரப் போராட்டத்தின் போது அவளுடைய தனிப்பட்ட புரிதல் மற்றும் போரிடும் யுக்தி யாவும் புதிதானவையாகும்.

அச்சமயம் இந்திய சுதந்திரப் போராட்டத்தில் உள் துரோகிகள்; இல்லையெனில் பின்வாங்க தேவையில்லை. தேவையற்ற சூழ்ச்சிகளால் ஆங்கிலேயர்களிடம் விட்டு விட்டு அந்த நேரத்தில் இந்தியாவை விட்டு தானே வெளியேறினார். மகாராணியின் வீரம் பற்றி எடுத்துக்கூறும் அருமையான இந்த புத்தகம் மிகத் தெளிவாகவும், தேதி வாரியாகவும் அமைந்துள்ளது.

முன்னுரை

மகாராணி லக்ஷ்மிபாய் ஒரு துணிச்சலான பெண். ஒரு பெரிய ஆளுமை மற்றும் இந்திய வரலாற்றின் எழுச்சியூட்டும் மிகப்பெரிய அத்தியாயம் ஆவாள். இன்றும் கூட அவள் பெயரை கேட்டால் அனைவரின் இதயத்திலும் ஒரு புதிய வைராக்கியத்தை தூண்டுகிறது. அநீதிக்கும் கொடுமைகளுக்கும் எதிராகப் போராடுபவர்கள். அவள் வாழ்க்கை உயர்வு மற்றும் வீழ்ச்சியின் விசித்திரமான கலவையாக இருந்தது. ஏழு வயது மடோனா, மோரோபந்த் தாம்பேவின் மகள். அவள் மிகவும் சாதாரணமான சாமானியன் மகள் தான். அவள் சூழ்நிலைகளின் வினோதத்தால், நடுத்தர வயது ராஜா கங்காதர் ராவின் ராணி ஆனாள். மகாராணி லட்சுமிபாய் இளவயதிலேயே விதவையானாள் பத்தொன்பது வயதில் தொடங்கிய அவளது வாழ்க்கை போராட்டங்கள் நிறைந்தது. ஆங்கிலேயரிடம் தன் மாநிலம் இணைக்கப்பட்ட நேரத்தில் பேரரசாகிய, "என் ஜான்சியை நான் விட்டு கொடுக்க மாட்டேன்" என்று ஆவேசமாக கூறினாள். அவளுடைய வார்த்தைகள் அப்படியா என்று சாதாரணமாக கேட்கக்கூடிய வார்த்தை அல்ல.

சூழ்நிலைகளில் நடந்த கோபத்தின் வெடிப்பு, அவள் வாளை எடுக்க வேண்டிய கட்டாயம் ஏற்பட்டது. இந்த வார்த்தைக்கு நான்கு ஆண்டுகளுக்குள் ஜான்சிக்கு ஆதரவாக வெளியேறினார். இங்கிருந்து அவள் ஒரு துணிச்சலான பெண்ணாக நம் முன் தோன்றுகிறாள். மேலும் அவரது வாழ்க்கையின் காவியத்தில் மூன்று காண்டங்கள் உள்ளன. முதலில் ஜான்சி, பின்னர் கல்பி மற்றும் இறுதியாக குவாலியரில் ஆங்கிலேயர்களுக்கு எதிராக போர் புரிந்தாள்.

அனைத்து சக்திவாய்ந்த ஆங்கிலேயர்களுக்கு எதிராக நடந்த போரில், அவளது ஆயுதமாகிய ஒவ்வொரு சண்டை சாதனங்களும் வியக்கதக்கவையாகும். சுமார் நூற்றி இருபது ஐந்து ஆண்டுகளுக்கு முன்பு, நடந்த இந்நிகழ்வு ஒரு புரட்சிகர நடவடிக்கை ஆகும். அவளிடம் எல்லாப் பண்புகளும் இருந்தன மிகவும் தைரியமான பெண் மற்றும் ஒரு திறமையான தளபதி. இது அவளுடைய எதிரிகளான ஆங்கிலேயர்களாலும் ஒப்புக்கொள்ளப்பட்டது. ஆனால் போராட்டத்தில் அவளது கூட்டாளிகள் உதவியாக இல்லை. ஆகவே அவள் தோல்வியுறும் நிலையே வந்தது. அவள் தோல்விக்குப் பிறகு ஜான்சி, கல்பியை அடைந்தாள், அங்கிருந்து பேஷ்வா ராவ் சாஹேப், துணிச்சலான தாந்தியா தோப்பே மற்றும் பண்டா நவாப் அவரது கூட்டாளிகள் ஆனார்கள். மேலும், போராட்டத்தில் மகாராணி

லட்சுமிபாய் சிறந்தவர். அவளுடைய கூட்டாளிகள் அனைவரையும் விட திறமையான தளபதி. அவளுடைய கூட்டாளிகளுக்கும் இது தெரியும். ஆனாலும் பேஷ்வா ராவ் சாஹேப்பும் அதை அறிந்திருந்தார் ஆண் ஆதிக்கம் தான் மேலோங்க வேண்டும் என்ற அவரது மனநிலையிலிருந்து விடுபடவில்லை. ஆகவே மகாராணியிடம் போரை வழிநடத்தும் பணி ஒப்படைக்கப்படவில்லை. ஆனால் மகாராணி தனது போற்றத்தக்க செயல்கள் மூலம் நிரூபித்தார். ஒரு பெண் பலவீனமானவள் அல்ல, அது ஆண் ஆதிக்கம் மட்டுமே அவளை பலவீனமாக இருக்கச் செய்யும் சமூகம் அதே பலவீனமான பெண்ணும் நேரம் வரும் போது, துணிச்சலான மகாராணியாகிறாள். லட்சுமிபாயின் இந்த குறிப்பிடத்தக்க குணங்களை ஆராய்ந்த சில எழுத்தாளர்கள் பெரிய தேசபக்த பெண்ணான பிரான்சின் "ஜோன் ஆ.்.ப் ஆர்க்" உடன் அவளை ஒப்பிட்டுள்ளனர்.

மகாராணியின் அதிகபட்ச வீரத்தை சுருக்கமாக முன்வைக்க முயற்சித்துள்ளேன். இந்நூலில் லட்சுமிபாயின் வாழ்க்கை வரலாறு பற்றி படிப்பதன் மூலம் வாசகர்கள் பயனடைவார்கள் என நம்புகிறேன். இதுவே இந்நூலின் நோக்கமாகும்.

மகாராணியின் வாழ்க்கையைப் பற்றிய இந்த புத்தகத்தை எழுதுவதற்கு தத்தாத்ரேய பல்வந்தின் புத்தகங்கள் எனக்கு உதவியாக இருந்தது. பரஸ்னீஸ், ஸ்ரீ கிருஷ்ணா ரமாகாந்த் கோகலே, ஸ்ரீ சாந்தி நாராயண், ஸ்ரீ விநாயக் தாமோதர் சாவர்க்கரின் 1857 சண்டை சுதந்திரத்திற்காகவும், மகாராஷ்டிராவில் உள்ள மற்ற வரலாற்று புத்தகங்கள், புந்தேல்கண்ட் மற்றும் பண்டாவிற்கும், மேலும் இந்த புத்தகங்களின் அனைத்து ஆசிரியர்களுக்கும் எனது பணிவான நன்றியை தெரிவித்துக் கொள்கிறேன்.

டாக்டர் பவன் சிங் ராணா

பொருளடக்கம்

1. ஆரம்ப கால வாழ்க்கை

பல நூற்றாண்டுகளின் அடிமைத்தனத்தின் விளைவாக, பெண்கள் அபாலா என்று அழைக்கப்படத் தொடங்கினர் (பலவீனமானவள்). அவளுடைய உரிமையெல்லாம் வீட்டின் நான்கு சுவர்களுக்குள் மட்டும் தான் என இருந்தது. குடும்பத்தில் கூட ஒரு பெண்ணின் பிறப்பு என்பது கெட்ட சகுனமாகக் கருதப்படுகிறது; கொடூரமான மக்கள் அவளை உடனே கொன்றனர். பெண்கள் உலகத்தை முற்றிலும் மறந்து தான் வாழ வேண்டும். திருமணத்திற்கு பிறகு தான் வெளியில் சென்றனர். இந்த அப்பாவி பெண்கள் கணவனை இழந்தால், சதி செய்ய கட்டாயப்படுத்தப்பட்டனர். (கணவனுடன் உயிருடன் எரியும்) அதேசமயம் இடைக்கால வரலாறு துணிச்சலான மனிதர்களின் துணிச்சலான செயல்பாடுகளால் நிரம்பியுள்ளது. பெண்களின் துணிச்சலை புறக்கணித்தனர். கணவனின் இருப்பு வரைக்கும் தான் அவளது வாழ்க்கை என்றானது. ஜன்ஹர் விரதங்கள் (சுய தீக்குளிப்புக்கான நெருப்பு) வரலாற்றில் தாராளமாகப் பாராட்டப்படுகிறது. மேவார் அல்லது ராஜ்புதானாவின் பிற மாநிலங்களில் நிறைவேற்றப்படுகிறது என்று தெரிகிறது. அந்த காலகட்டத்தில் பெண் மிகவும் பலவீனமாக இருந்தாள். அவளால் எதுவும் செய்ய முடியவில்லை. எதிரிக்கு எதிராக ஆயுதம் எடுப்பதைக் கூட நினைக்கலாம். ஏனென்றால் அவள் தன்னைத் தானே நெருப்பில் எரித்துக் கொள்வதை விட அருமையாகக் கருதினாள் என்றிருப்பவளால் எதிரியை எதிர்கொள்ள முடியாதா? அவளால் முடியும். ஆனால் மற்றவர்களால் அனுமதிக்கப்படுவதில்லை. மகாராணி என்பதையே மகிழ்ச்சியான ஆச்சரியம் என்று தான் சொல்வார்கள் என்று நினைக்கிறேன்.

லட்சுமிபாய் இந்த அடிமை மனப்பான்மையை இந்திய பெண்களிடம் வெளிக்காட்டினார். இந்த அற்புதமான சாதனையை அவர் ஒரு நேரத்தில் நிகழ்த்தினார். பெரும்பாலான இந்திய மன்னர்கள் தங்கள் பொலிவை இழந்திருந்த போது ஒளிரும் சூரியனாக மகாராணி லட்சுமிபாய் மிளிர்ந்தாள். பல நூற்றாண்டுகளாக நிற்கும் வண்ணம் இந்திய ஆன்மாவில் அதை ஆழமாக வேரூன்றச் செய்தாள். இந்தியப் பெண் பலவீனமானவள் அல்ல என்பதை நிருபித்துக் காட்டினாள். மனதளவில் பலவீனமானவள் தான் ஆனால், சந்தர்ப்பம் தேவைப்பட்டால், அவளால் வலிமையான பெண்ணாகவும் மிகவும் தைரியமான பெண்ணாகவும் செயல்பட முடியும் என்பதைச் சுட்டிக் காட்டினாள். உறங்கிக் கொண்டிருந்த இந்தியப் பெண்ணை உறக்கத்தில் இருந்து எழுப்பினாள். நீண்ட கால அடிமைத்தனம் முற்றிலும் மாறும் படி வரலாற்றில் அழகான அத்தியாயம் எழுதினாள். சந்தேகமில்லாமல், மகாராணி லட்சுமிபாய் பெண் குலத்தின் பெருமை மட்டுமல்ல ஒவ்வொருவரும் நினைவுகூரப்பட வேண்டிய மற்றும் வணங்கப்பட வேண்டிய வரலாற்று ஆளுமையாவாள்.

பரம்பரை

கிருஷ்ணா நதி சதாரா (மகாராஷ்டிரா) வழியாக பாய்கிறது. அங்கு கிருஷ்ணா நதிக்கரையில் உள்ளவை என்ற கிராமம் உள்ளது. அங்கு மராட்டியத்தை நிறுவிய சத்ரபதி சிவாஜியின் வாரிசுகளின் பேரரசு, திறமையற்றதாக இருந்தது. பிறகு பேரரசு பேஷ்வாக்களளால் கைப்பற்றப்பட்டது. பேஷ்வா ஆட்சியின் போது பிராமணர் ஒருவர் கிருஷ்ணா ராவ் தம்பே சில உயர் அரசு பதவிகளில் பணியாற்றினார். அவருக்கு பல்வந்த் என்ற மகன் இருந்தான் மிகவும் தைரியமானவன். பேஷ்வாக்கள் அவனுக்கு இராணுவத்தில் உயர் மற்றும் மரியாதைக்குரிய வீரமான பதவிகளைக் கொடுத்தனர். அதனால், தந்தை மற்றும் மகன் இருவரும் உயர் பதவிகளைப் பெற்றனர். பேஷ்வாக்களால் அன்பாகப் பார்க்கப்பட்டனர். வெளிப்படையாக அவர்கள் இருவரும் தங்கள் கடமைகளை திறமையாக நிறைவேற்றினர், இல்லையெனில் அதை அவர்களால் தொடர முடியாது. பல்வந்துக்கு இரண்டு மகன்கள் இருந்தனர். அவர்கள் மோரோபந்த் மற்றும் சதாசிவா ஆவர். அவர்கள் இரண்டு தலைமுறைகளாக பேஷ்வாக்களின் தயவை அனுபவித்து வருகின்றனர். இந்த பாரம்பரியம் மூன்றாம் தலைமுறையிலும் தொடர்ந்தது. சிமாஜி அபா சாஹேப், இரண்டாம் பேஷ்வா பாஜி ராவின் சகோதரர் மற்றும் மோரோபந்த் மிகவும் நெருங்கிய நண்பர்களாக இருந்தனர். 1818 இல் பேஷ்வா பாஜி ராவ் எட்டு லட்சம் ரூபாயை பெற்றுக்கொண்டு தனது பதவியை ராஜினாமா செய்தார் ஆங்கிலேயர்களிடமிருந்து ஆண்டு ஒய்வூதியம், பின்னர் சிமாஜி அபா சாஹேப் பேஷ்வா பதவி வழங்கப்பட்டது, ஆனால் அவர் மறுத்துவிட்டார், ஏனெனில் அவர் இல்லாத நிலையில் பேஷ்வா பதவி அர்த்தமற்றதாக கருதப்பட்டது. ஆகவே அதன் பிறகு அவர் பெனாரஸ் சென்று அங்கு வாழ்ந்தார். மோரோபண்ட் தம்பேவும் பெனாரஸுக்கு சென்றார். அபா சாஹேப், சிமாஜியின் செயலாளராகவும் செயல்பட்டார். அதற்காக அவருக்கு மாதம் ஐம்பது ரூபாய் சம்பளம் வழங்கப்பட்டது.

மகாராணி லட்சுமிபாயின் பெற்றோர்

மோரோபண்ட் தம்பே நற்கதி பெற்றவர் லக்ஷ்மிபாயின் தந்தை மற்றும் அவரது மனைவியின் பெயர் பாகீரதிபாய், அவர் மிகவும் அழகானவர். நல்ல இயல்புடைய மற்றும் நடைமுறைப் பெண், முற்றிலும் அர்ப்பணிப்புடன் கணவனும் மனைவியும் ஒருவரையொருவர் மிகவும் நேசித்தார்கள். ஸ்ரீ தத்தாத்ரேயா பல்வந்த் தனது ஜான்சி கி ராணி புத்தகத்தில் **லட்சுமிபாய் அவர்களின் காதலைப் பற்றி எழுதுகிறார்:**

"கணவனும் மனைவியும் எப்போதும் ஆழமான மற்றும் நிலையான அன்பைக் கொண்டிருந்தனர்.

தங்களுக்குள் அன்பை விட புனிதமானது எதுவுமில்லை என்று வாழ்ந்தனர். உலகில், நேர்மையான அன்பால் மிகவும் கடினமான வேலை கூட மிகவும் எளிதாக முடியும். ஒருவருக்கொருவர் அன்பில் உறுதியாக இருக்கும் இரண்டு நபர்களால் சில இரு இதயங்கள் இணைந்தால் அவர்களால் முடியாத காரியமே இல்லை என்று கவிஞர் சரியாகச் சொல்லியிருக்கிறார். அதாவது மலைகளையும் உடைக்க வேண்டும் என்கிறார். கணவன் மனைவி இடையே ஒருவருக்கொருவர் உண்மையான அன்பு இருந்தால் அவர்கள்

வாழ்க்கைப் பயணத்தை சிறந்த முறையில் பயணிக்க முடியும். அத்தகைய உண்மையான அன்பு தான் மோரோபண்ட் மற்றும் அவரது மனைவியிடம் இருந்தது.

பிறப்பு மற்றும் குழந்தைப் பருவம்

மோரோபந்தின் மனைவி பாகீரதிபாய் ஒரு பெண் குழந்தையைப் பெற்றெடுத்தார். நவம்பர் 16, 1835 இந்த பெண் தான் பின்னர் பிரபலமானார். அவர் தான் ஜான்சிராணி லட்சுமிபாய் ஆவார். மோரோபந்த் மற்றும் அவரது மனைவி பாகீரதிபாயும் இந்தப் பெண் குழந்தை பிறந்ததில் மிகவும் மகிழ்ச்சியடைந்தனர். அவர்களுக்கு உறவினர்கள் மற்றும் நண்பர்கள் வாழ்த்து தெரிவித்தனர். ஒரு பெண்மணி ரத்தினத்தால் குழந்தையை ஆசிர்வதித்தாள். மேலும் நீண்ட ஆயுளோடும், மிகவும் உயர்ந்தவளாகவும் ஆக வேண்டும் என்று கூறி வாழ்த்தினாள். துணிச்சலான மற்றும் நன்கு அறியப்பட்ட இது இயற்கையாகவே ஆசீர்வாதத்தை அளித்தது. ஒரு காலத்தில் அதுவே உண்மையாக மாறியது என்று கூறப்படுகிறது. ஜோதிடர்கள் அவள் பிறக்கும்போது பெண் குழந்தை பிறக்கும் என்று கணித்துள்ளனர் கம்பீரமான ஆடம்பரத்தை அனுபவிக்கவும் மற்றும் நிகரற்ற வீரத்தை உடையவராகவும் இருங்கள். அமைதியான, கனிவான மற்றும் வஞ்சகமற்ற முகத்தைப் பார்க்கும்போது அவள் ஒரு சரித்திர பெண்ணாவாள் என்பது தெரிகிறது. அவளது சுதந்திர நேசத்தின் மூலம் வரலாற்றில் பொன்னான அத்தியாயம் எழுதினாள். பெற்றோர் சிறுமிக்கு மனுபாய் என்று பெயரிட்டனர். அவளை அன்புடன் வளர்க்க ஆரம்பித்தனர்.

மோரோபந்த் தங்குமிடம் தேடி பாஜி ராவிடம் செல்கிறார்

குழந்தை மனுபாய் நிலவின் சுழற்சியைப் போல மெதுவாக வளர்ந்தாள். இதற்கிடையில் மோரோபந்த் கடுமையான பின்னடைவை சந்தித்தார். சிமாஜி அபா சாஹேப், அவரது மிகவும் கருணையுள்ள பயனாளி அவரைக் கடந்து சென்றார். தொலைவில். ஒரு நேர்மையானவரின் மரணத்தில் மோரோபந்த் தங்குமிடமில்லாமல் ஆனார் மற்றும் அவர் அன்பான மூத்தவர் ஆவார். வாழ்வாதாரத்திற்கான எந்த ஆதாரமும் எஞ்சியிருக்கவில்லை. அவருக்கு முன்னால் ஒரு பெரிய பிரச்சனை எழுந்தது. அவர் இப்பொழுது என்ன செய்வது என்று புரியாமல் தவித்தார். முன்னாள் பேஷ்வா பாஜி ராவ் நெருக்கடியான இந்த நேரத்தில் அவரது குடும்ப பாரம்பரியம் தொண்டு காரணமாக அடைக்கலம் கொடுத்தார். அவர் தலைமை வகித்தாலும் வட இந்தியாவில் ஒரு புலம்பெயர்ந்த வாழ்க்கை போன்றது தான். அவர் வெளியேறிய பிறகு மகாராஷ்டிரா. இந்த அழகான சைகையால் மோரோபண்ட் திகைத்துப் போனார் பாஜி ராவ் மற்றும் அவரது தங்குமிடத்தில் வாழத் தொடங்கினார். அவர் தனது குடும்பப் பொறுப்புகளுக்காக அவ்வுதவியை நாடினார்.

தாயின் இழப்பு

சிறுமி மனுபாய் தனது பெற்றோருடன் பெனாரஸை விட்டு வெளியேறினார். பாஜி ராவ் தங்குமிடத்தின் கீழ் வந்தது. இங்கே குழந்தை பருவம், ஆனால் அவள் ஒரு கொடிய சோகத்தை எதிர்கொள்ள வேண்டியிருந்தது. அவளுக்கு நான்கு வயதுதான். அவரது தாயார் பாகீரதிபாய் இறந்து விட்டார். இது தந்தைக்கும், பெரும் அடியாக இருந்தது. குழந்தை மனுபாய்க்கு மரணத்தைப் பற்றி எதுவும் புரியவில்லை. அவளுடைய குழந்தை இதயம் தாக்கப்பட்டிருக்க வேண்டும் அம்மா இல்லாததால் கஷ்டம். மேலும் அவளது தந்தைக்கு வாழ்க்கை துணையிடமிருந்து பிரியும் ஒரு பயங்கரமான துரதிர்ஷ்டம் இருந்தது. அவள் தன் உணர்வுகளைக் கட்டுப்படுத்திக்கொண்டார். முழு உறுதியுடன் தனது கடமைகளை நிறைவேற்றுவதில் மும்முரமாக ஈடுபட்டுள்ளார். அவர் தன் மகளை அம்மா இல்லாததால் கஷ்டப்படாமல் பார்த்துக் கொண்டார். அவரே அவளைக் கவனிக்க ஆரம்பித்தார். இதனால் சிறுமி, மனுபாய் தன் தந்தையின் பாதுகாப்பில் வளர ஆரம்பித்தாள். மோரோபந்த் அவளை எங்கு சென்றாலும் உடன் அழைத்துச் சென்றார். மனுபாய் எப்பொழுதும் அவருடன் இருந்தார். குழந்தை மனுபாய் மிகவும் அழகாகவும் குறும்புத்தனமாகவும் இருந்தாள். வழக்கமாக அவளுடன் அப்பா பாஜி ராவிடம் சென்றார் பேஷ்வா பாஜி ராவும் அவளை மிகவும் நேசித்தான். அவளை, அதாவது மனுபாயை சாபிலி என்ற பெயரில் அழைத்தான்.

நானா சாகேப் உடன்

பேஷ்வா பாஜி ராவுக்கு மகன் இல்லை. எனவே ஜூன் 7 ஆம் தேதி, 1827 - இரண்டரை வயது குழந்தையைத் தத்தெடுத்தார். இந்தக் குழந்தை பின்னாளில் நானா சாஹேப் பேஷ்வா என்ற ஒப்பற்றதலைவராக அங்கீகரிக்கப்பட்டார் இந்தியாவின் முதல் சுதந்திரப் போராட்டத்தின் தளபதி. வேணுகிராமம் என்பது மாதேரன் மலைத்தொடர்களின் பள்ளத்தாக்குகளில் உள்ள ஒரு கிராமம் ஆகும். மகாராஷ்டிராவில் ஒரு உயர் குடும்ப பிராமணர், மாதவ் ராவ் இந்த கிராமத்தில் நாராயண் பட் என்பவர் வசித்து வந்தார். நானா சாஹேப் அங்கு தான் பிறந்தார். 1824 இன் இறுதியில் அவரது மனைவி கங்காபாய் பாஜி ராவ் தத்தெடுத்தார் நானா சாஹேப்புடன் மற்றொரு மகன் ராவ் சாஹேப்பும் ஆவர். மேலும், குழந்தை மனுபாய்க்கு நானாவில் நல்ல தோழிகள் கிடைத்தார்கள். சாஹேப் மற்றும் ராவ் சாஹேப் மூன்று குழந்தைகளும் வித்தியாசமான விளையாட்டுகள் விளையாடினர்.

அன்றைய நடைமுறைப்படி, நல்ல கற்பித்தல் மனுபாய்க்கு வீட்டில் ஏற்பாடு செய்யப்பட்டது. குழந்தை மனுபாய் ஒரு உற்சாகமான குழந்தையாக இருந்தது; அவள் பெற்றோருக்கு ஒரே குழந்தை, இப்போது தாயில்லாதவர். அதனால் அவள் நானா சாஹேப்பைப் பார்த்தாள். அவள் தந்தையிடம் அதையே கோரினாள். அப்பா மோரோபந்த் அவளது ஆசைகளை நசுக்க விரும்பவில்லை. நானா சாஹேப்பிடம் குதிரை சவாரி சென்றார், பின்னர் மனுபாயும் குதிரையில் சென்றார் அவருடன் சவாரி செய்யுங்கள். எல்லாவற்றிற்கும் மேலாக, நானா சாஹேப் பேஷ்வாவின்

முன்னாள் மகன். மனுபாய் எந்த விஷயத்தையும் உணரவில்லை. அவளுக்குத் தெரிந்ததெல்லாம் அவள் விரும்பியதை அடைய வேண்டும் என்பது தான். ஒருமுறை நானா சாஹேப் யானையை ரசித்துக்கொண்டிருந்ததாக கூறப்படுகிறது. அதாவது சவாரியில் அவன் யானையின் மீது அமர்ந்திருப்பதைப் பார்த்த மனுபாய் யானை மீது உட்கார வேண்டும் என வலியுறுத்தினாள். அவளைப் பார்த்து பேஷ்வா பாஜி ராவ் வலியுறுத்தல் படி நானா சாஹேப்பிடம் உட்கார செய்யும்படி கூறினார். அவருடன் யானை மீது மனுபாய். ஆனால் நானா சாஹேப்பும், ஒரு குழந்தையாகிய மனுபாயின் உயர்ந்த நிலையை உறுதிப்படுத்த விரும்பினார். மேலும் தந்தையின் குறிப்பை புறக்கணித்துவிட்டு சென்றாள். அவள் தொடர்ந்து தன் தந்தையை யானை சவாரிக்காக துன்புறுத்திக் கொண்டிருந்தாள். ஆகவே, வெறுப்படைந்த, மோரோபண்ட் ஓடிவிட்டார். மீண்டும் "ஓ, ஏன் தேவையில்லாமல் வற்புறுத்துகிறீர்கள்? உங்கள் வேலையைப் பாருங்கள் என்று கத்திக் கூறினாள்.

உடனே பதிலளித்தாள், "ஆம், ஆம் என் விதி சொல்கிறது நான் ஒன்றல்ல பத்து யானைகளில் சவாரி செய்வேன் என்றாள். ஆனால் அது தான் உண்மை என்று அந்த நேரத்தில் யாருக்குத் தெரியும்? என்பது அந்த வார்த்தைகளில் மறைந்திருந்தது.

மனுபாயின் உடற்கல்வி மற்றும் போர் வழிமுறைகள் போன்றவற்றை நானா சாஹேப் உடன் தொடர்ந்தார். அவள் ஒரு பிராமணரின் மகள் எனினும் அவள் போர்க்கலையில் சிறப்பு ஆர்வம் காட்டினாள். டெளடி விநாயக் தாமோதர் சாவர்க்கர் அவரது 1857 கா சுதந்திர சமர் புத்தகம் இந்த சூழலில் எழுதுவது:

"கண்கள் ஒளிராத அதிர்ஷ்டசாலி யாராவது உண்டா மேலும் அவர் நானா சாஹேபைக் கண்டதும் அளவற்ற மகிழ்ச்சியில் திளைத்தாள். மற்றும் சாபிலி அசில்டாவின் இயக்கத்தில் பயிற்சி செய்தல் (ஒரு ஆயுதம்) ஆகியவை அவளுக்கு பிடித்தமான ஒன்றாகும் சில சமயம் குதிரையில் நானா காத்திருந்தார். சில சமயங்களில் லக்ஷ்மியும் சவாரி செய்து விட்டு அங்கு வந்தாள். குதிரையில், வாள் முதுகில் கட்டி, அவளை சவாரி செய்ய ஏற்பாடு செய்தார். அப்போது லேசான கூந்தல் காற்றினால் அலைக்கழிக்கப்பட்டது. நானா சாஹேப் முயன்றபோது அவரது வேகமான குதிரையை கட்டுப்படுத்த முடியவில்லை.

அவளுக்கு பதினெட்டு வயதுதான். எனினும் லட்சுமி காட்டு குதிரையை கட்டுக்குள் கொண்டு வந்தாள். ஆனால், அவளுக்கு வெறும் ஏழு வயது" தான். மனுபாய்க்கு அதிக வாய்ப்புகள் கிடைத்தன என்றுதான் சொல்ல வேண்டும்.

அவள் குழந்தை பருவத்தில் ஆண்கள் வேலை செய்யும் நிறுவனத்தில் அமர்ந்திருந்தாள். அவளுடைய கல்வியும், ஆண்களைப் போலவே இருந்தது. இதன் விளைவாக தான் அவள் வளர்ந்தாள். ஆண்களுக்குரிய அதிக குணங்கள் தான் லட்சுமிபாயிடம் இருந்தது. இந்நிலையில் துணிச்சலான மகாராணி லக்ஷ்மிபாயை சவால் செய்து அதை எதிர்கொள்ளும்படி உருவாக்கினவர்கள் ஆங்கிலேயர்கள் தான்.

திருமணம்

இன்று இது கேலிக்குரியதாகத் தோன்றலாம், ஆனால் உண்மை அதுதான் மனுபாய்க்கு ஏழு வயதிலேயே திருமணம் நடந்தது. இந்த திருமணத்திற்கு வழிவகுக்கும் நிகழ்வுகளின் சுழற்சி குறைவாக இல்லை. அது மிகவும் சுவாரஸ்யமானது. அந்தக் காலத்தில் குழந்தைத் திருமணம் மிக அதிகம். பொதுவான மனுபாய் அப்பாவை பொறுத்த வரை அப்பாவிப் பெண்ணாகவே இருந்தார். அன்றைய சமூக நடைமுறையின்படி, அவள் திருமணம் பற்றி பல விஷயங்கள் இணைந்தன. இது சமூகத்தின் ஒரு பாரம்பரியமாக இருந்தது. அது பத்தொன்பதாம் நூற்றாண்டின் முதல் பாதியாகும். மோரோபந்த் ஒரு மராட்டிய பிராமணர். அந்த நிகழ்வுகளின் திருப்பம் பாஜியின் பாதுகாப்பில் வாழ வற்புறுத்தினார்கள். பிரம்மவர்தாவில் ராவ் குடும்பத்திற்கு ஏற்ற மணமகன் இல்லை என்பது நன்றாக தெரிந்தது. அதனால், அவர் கவலைப்பட்டது இயற்கையானது தான். இக்காலத்தில்தான் ராஜபுரோகித் (தலைவர் ஜான்சி மாநிலத்தின் பாதிரியார், பண்டிட் தாத்யா தீட்சித், பார்க்க வந்தார் பேஷ்வா பாஜி ராவ். பண்டிட் தாத்யா தீட்சித் மிகவும் அனுபவம் வாய்ந்த சிறந்த ஜோதிடர் ஆவார். மோரோபந்த் அவரைக் கண்டு மிகவும் மகிழ்ச்சியடைந்தார். மேலும் பண்டிதரை தீட்சிதர் சந்தித்தார். அவனிடம் தன் பிரச்சனையைக் கூறி, "மகாராஜ்! அவள் என் ஒரே மகள். அவளுடைய தாய் இறந்துவிட்டாள். இப்போது நான் தான் அவளுக்கு அப்பா அம்மா எல்லாம் நீங்கள் தயவுசெய்து நினைவில் கொள்ளுங்கள் என்றார். பண்டிட் தாத்யா தீட்சித் அவள் ஜாதகத்தைப் பார்த்தார்.

தீவிரமாக பார்த்த பிறகு கிரகங்களின் நிலையைக் கருத்தில் கொண்டு, அதாவது, இந்த பெண்ணின் ஜாதகத்தில் ராஜயோகம் உள்ளது (நிர்வாகம் சாத்தியம், விதி). சாதாரண குடும்பத்தில் திருமணம் செய்து கொள்ள மாட்டாள் என்றார். நீங்கள் கவலைப்படவேண்டாம். காலத்தின் விளையாட்டைப் பாருங்கள். ஒரு நாள் ஒரு ராஜா அவரே உங்களிடம் வருவார். அவளுக்காக நீங்கள் எதுவும் செய்ய தேவையில்லை.

நீங்கள் அவளுடைய தந்தை முயற்சி செய்வது உங்கள் கடமை. நானும் கூட முயற்சி செய்யலாம். நமது முயற்சிகள் செய்வதற்கு மட்டுமே இருக்கும். ஆனால் கடவுளுடைய விருப்பம் யாருக்கும் தெரியாது எனக் கூறினார்.

ஆந்த ஜோதிடரின் அழகான வார்த்தையைக் கேட்டு மோரோபந்த் மிகவும் மகிழ்ச்சியடைந்தார். அதைத் தொடர்ந்து ஜோதிடர் திரும்பிச் சென்றார். அப்போது நடுத்தர வயதான கங்காதர் ராவ் மீண்டும் திருமணம் செய்து கொள்ள விரும்பினார்.

அவர் தனது கவுன்சிலர்கள் முன்பு இந்த விருப்பத்தை தெரிவித்தார். எப்பொழுது பண்டிட் தாத்யா தீட்சித், மனுபாய் பற்றி கூறினாரோ அதிலிருந்து கங்காதர் ராவ் அவளை திருமணம் செய்ய விரும்பினார். ராஜாவும் அரச ஜோதிடர் சொன்னபோது, தனது வயதை மறந்துவிட்டார்.

அழகு மற்றும் ஜாதகம் மற்றும் பிற விஷயங்களைப் பற்றி மனுபாய் தந்தையும் நினைத்தார். ஒருவேளை ஒரு பெண்ணிற்கு இந்த பணவசதி வாய்ப்புகள் மூலம் அவரது குடும்பம் மேலும் வளரக்கூடும் என விரும்பினார். எனவே மனுபாயின் திருமணம் நிச்சயிக்கப்பட்டது.

திருமணம் நிச்சயிக்கப்பட்ட சில நாட்களுக்குப் பிறகு, ஏழு ஆண்டுகள் - வயதான மனுபாய் நடுத்தர வயது கங்காதர் என்பவரை திருமணம் செய்து கொண்டாள். 1842ல் திருமண விழா மிகுந்த ஆடம்பரத்துடனும், நிகழ்ச்சியுடனும் நடத்தப்பட்டது. மனுபாய்க்கு அது பொம்மைகளின் விளையாட்டை போல் தான் இருந்தது. குழந்தை மனுபாயின் மனநிலையை, பின்வருவனவற்றில் இருந்து அறியலாம். மணமகனும், மணமகளும் நெருப்பைச் சுற்றி வர வேண்டும் என்று கூறி புரோகித் மணமகளின் துப்பட்டாவில் மணமகனோடு முடிச்சு போட்டார் இது குறித்து மனுபாய் புரோஹித்திடம் கூறினார். "புரோஹித்ஜி மகாராஜ்" தயவு செய்து முடிச்சை இறுக்கமாகப் போடுங்கள் என்று விளையாட்டாகக் கூறினாள்.

இந்த வார்த்தையைக் கேட்டதும் அங்கிருந்தவர்கள் அனைவரும் உரக்கச் சிரித்தனர். ஆனால் யாருக்கும் தெரியாது எதிர்காலத்தில் அவை எப்படி இருக்கும். ஓ! யாராவது இருந்தால் இந்த வார்த்தைகளின் அர்த்தம் தெரியும்! ஒருவருக்கு தெரிந்தாலும் சரி, எதுவும் செய்ய முடியவில்லை. வார்த்தைகளில் உள்ளார்ந்த பொருள் பதினோரு ஆண்டுகளுக்குப் பிறகு அதன் பொருள் மிகக் கொடூரமான நிலையில் வெளிவந்தது. மனுபாய் (இப்போது லட்சுமிபாய்) இளமை வயதை அடியெடுத்து வைக்கும் சமயம் கணவர் இறந்து விட்டார். முட்டாள்தனத்தின் காரணமாக வாழ்நாள் முழுவதும் கொடூரமான விதவை கோலம் கொள்ளும் படி செய்தது. மனுபாய்க்கு திருமணம் நடந்த பிறகு அவள் ராணியாகிவிட்டாள் மனுபாய் ஜான்சியின் லட்சுமிபாய். கங்காதர் ராவின் மகாராணி ஆனாள். லட்சுமிபாய் தந்தை மோரோபந்த் மிகவும் மகிழ்ச்சியாக இருந்தார் தனது கடமையை திருப்திகரமாக நிறைவேற்றிய மனநிலையில் இருந்தார். பாஜி ராவின் சாதாரண சம்பளம் வாங்கும் வேலைக்காரனாக இருந்தவர். இப்போது

ஜான்சியின் அரச குடும்பத்துடன்! இருப்போமென்று கனவிலும் நினைத்திருக்க மாட்டார். இந்த உறவின் மூலம் லட்சுமிபாய்க்கு ஏதேனும் நன்மை உண்டா? ஆனால் அவளது தந்தைக்கு அவள் நிச்சயமாக லக்ஷ்மி என்று நிரூபித்தாள் (செல்வத்தின் தெய்வம்). மோரோபந்த் மற்றும் அவரது உறவினர்கள் அதனை மகிழ்ச்சியாக பெற்றுக்கொண்டனர்.

இந்த திருமணத்திற்கு பிறகு பல பரிசுகளோடு, மகாராணியாக நியமிக்கப்பட்டாள். ஜான்சி அரசவையில் உயர் பதவியில் மாதச்சம்பளம் ரூபாய் முந்நூறு. முன்னூறு ரூபாய் பெரியது. நூற்று ஐம்பது ஆண்டுகளுக்கு முந்தைய தொகை. அவள் உயர்ந்தவளாக இருந்தாள் ஜான்சி அரச சபையில் கவுன்சிலர். அவளது உறவினர்களும் இருந்தனர். ஜான்சி மாநிலத்தில் உயர் மற்றும் முக்கிய பதவிகளில் நியமிக்கப்பட்டார்கள்.

மனுபாயின் தாயார் அவள் திருமணத்திற்கு மூன்று நான்கு வருடங்களுக்கு முன் இறந்துவிட்டார். மோரோபந்த் இரண்டாவது முறையாக திருமணம் செய்து கொள்ளவில்லை. அவரது மாற்றாந்தாய் என்ற தவறான சிகிச்சையில் இருந்து அவரது மகளை காப்பாற்றி. திருமணம் செய்த பிறகு அவர் முற்றிலும் தனிமையாக இருந்தார். அவர் இப்போது ஏழையாக இல்லை. அவர் யோசித்தார். இப்போது திருமணம் செய்ய விரும்பி, விரைவில் அவர் இரண்டாவது திருமணம் செய்து கொண்டார். சிமன்பாய் நிச்சயமாக, அவர் தனது இரண்டாவது மனைவியாக இருப்பதைப் பார்த்தார் ஒரு வளர்ந்த வேலைக்காரி, மற்றும் மனுபாய் போன்ற ஒரு குழந்தை போல் இல்லை அவரது நிகழ்காலம் வாசுதேவ் சிவராஜ் கான்வில்கர் என்ற குல்சராய் நகரின் உன்னத பிராமணரின் மகள் ஆவாள்.

மோரோபந்த் அவரது மகளின் திருமணத்திற்கு பிறகு தனது புதிய பதவியையும், புதிய குடும்பத்தையும் அனுபவிக்கத் தொடங்கினார்.

★★★★★

2. ஜான்சி மற்றும் ராஜா கங்காதர் ராவ்

புந்தேல்கண்டின் மத்திய இந்தியாவின் வரலாறு மிகவும் முக்கியமானது. புந்தேல்கண்ட் பகுதியில் பல மாநிலங்கள் இருந்தன. ஆங்கிலேயர் காலத்தில் ஜான்சி உட்பட எந்த பகுதியானாலும் இந்த பகுதி ஏன் அவ்வாறு அழைக்கப்படுகிறது என்பதை மறுக்கமுடியாத வகையில் சொல்ல வேண்டும். புந்தேல்கண்ட்டில், நன்கு அறியப்பட்ட ஒரு கதை உள்ளது. இதுபோல் பண்டைய காலத்தில் காசி க்ஷத்திரியர்களின் மாநிலமாக இருந்தது. பஞ்சம் என்ற ஒரு க்ஷத்திரிய மன்னன் இருந்தான். அவரது சகோதரர்கள் அவருக்கு எதிராக சதி செய்து, அவரை நாடற்றவராக ஆக்கினர். சோகமான பஞ்சம் விந்தியாச்சலத்திற்கு நகர்ந்தார். அவரது கொந்தளிப்பான இதயம் இங்கு வரலாறு காணாத அமைதியை அனுபவித்தார். பிரார்த்தனை செய்ய ஆரம்பித்தார் விந்தியாச்சல்-வாசினி அம்மன் துர்கா கோவிலில் பக்தியுடன் வேண்டினார். தான் இழந்த நிலையை மீண்டும் பெறுவதற்காக, தன்னால் முடிந்த எல்லாவற்றையும் செய்தார். நீண்ட நாட்களாகியும் அம்மன் துர்க்கையின் தரிசனமும் (காட்சி) கிடைக்கவில்லை. எனவே, அவர் சிலை முன்பு தனது தலையை தானே வெட்டிக்கொண்டார். சுய தியாகத்தின் மூலம் அம்மன் துர்கா மகிழ்ந்தாள். இந்த தியாகத்துடன் அவள் அவரை மீண்டும் உயிர்ப்பித்து அவரிடம் கேட்டாள். பஞ்சம் இதற்காகவே காத்திருந்தார். அவர் கேட்டார், "அம்மா, நான் என் இழந்த நிலையை மீட்டெடுக்க வேண்டும் என்றார்.

"சரி! அப்படியே கிடைக்கும்" என்று கூறி பகவதி தேவி மறைந்தாள். சில நாட்களுக்குப் பிறகு பஞ்சம் இழந்த நிலையைத் திரும்பப் பெற்றார் என்று கூறப்படுகிறது. அவர் தலையை வெட்டிய போது, அவருடைய இரத்தத்தின் சில துளிகள் விழுந்து கிடந்தன. ஆதலால், பகவதி அவரிடம் உரைத்தாள் "பிந்துல்" என பஞ்சமத்தின் வழித்தோன்றல்கள், ஒரு காலத்தில் பிந்துல் என்ற சொல்லுக்குப் பிறகு பண்டேலாஸ் என்று அறியப்படும் என்று கூறினாள். அந்த பகுதி தான் இன்று புந்தேல்கண்ட் என்று அழைக்கப்பட்டது.

ஜான்சி மாநிலத்தின் சுருக்கமான வரலாறு

ஜான்சியின் அரசராக இருந்தவர் ராஜா கங்காதர் ராவ். அவரது மாநிலம் அதன் தலைநகரான ஜான்சியின் பெயரால் ஜான்சி என்று அறியப்பட்டது. கங்காதர் ராவ் ஒரு பிராமணர். அவர் மத்திய இந்தியாவை எப்படி அடைந்தார். அவருக்கு இந்த நிலை எப்படி வந்தது? அது பொருத்தமாக இருக்கும். ஜான்சி மாநிலத்தின் வரலாற்றை சுருக்கமாகப் பார்க்க வேண்டும். இந்த கேள்விகளுக்கு நிச்சயமாக பதிலளிக்க வேண்டும். பின்னர் கதாநாயகி மூலம் ஆங்கிலேயர்களுக்கு இடையே நடந்த போரில் விளக்கினார்.

ஜான்சியின் பண்டைய வரலாற்றைப் பற்றி அறிஞர்களுக்கு எதுவும் தெரியாது. அதில் சில விளக்கங்கள் கி.பி 1500 இல் தொடங்கப்பட்டன. இப்பகுதி மன்னர் (நரேஷ்) ஒர்ச்சா, வீர் சிங் தேவ். கீழ் இருந்து அவர் காலத்தில் ஜான்சி ஒரு கிராமமாக இருந்தது. அவர் இங்கு ஒரு கோட்டையை எழுப்பினார். அவை தற்போது பாழுடைந்த வடிவத்தில்

புராணக்கதைகளுக்கு சாட்சியாக உள்ளது என்பது அதன் பழமையான பெருமையாகும். 1602 இல், ராஜா வீர் சிங், ஒரு குறிப்பில் இருந்து அக்பரின் மகன், இளவரசர் சலீம் (பின்னர் இவர் மூலம் பிரபலமானார் பேரரசர் ஜஹாங்கிரின் பெயர்) அக்பரின் போரில் கொல்லப்பட்டார் பிரபல கவுன்சிலர் அபுல் பசல். அக்பர், ஒரு நிபுணராக இருந்தார் ராஜதந்திரம் மூலம் புந்தேல்கண்ட் மீது தாக்குதல் நடத்தி, இளவரசர் சலீமை அனுப்பினார். போருக்கான தளபதியாக பார்த்தவுடன் வீர் சிங் தேவ் - ன் பெரிய முகலாயர் படையை அவனால் எதிர்கொள்ள முடியாது என்று நினைத்தார். எதிரியை நேரடியாக எதிர்கொள்ளாமல் இருப்பது புத்திசாலித்தனம் என்று நினைத்தார். அவர் மலைகளில் தஞ்சம் புகுந்தார். இதன் விளைவாக, மொகலாயர் புந்தேல்கண்ட் பகுதியை ஆக்கிரமித்தனர். காலம் மாறியது அக்பர் இறந்த பிறகு சலீம் பேரரசர் ஆனார். ஜஹாங்கிர் அவரது பெயருடன் வீர் சிங் தேவுக்கு மன்னிப்பு வழங்கவில்லை, 1605 இல் அவர் திரும்பினார்.

1627 இல் ஷாஜகான் இந்தியாவின் பேரரசர் ஆனார். விர் சிங் தேவ் அவருடன் நட்புறவைப் பேண முடியவில்லை. எனவே 1642 இல் வீர் சிங்கின் அரசைப் பறித்து மொகலாய பேரரசுடன் இணைத்தார் அடுத்த 65 ஆண்டுகள் மொகலாயர்கள் அதை ஆண்டனர். தோராயமாக, 1707 இல் அப்போதைய மொகலாய பேரரசர் காலமானார். ஜான்சி ஜாகிராக (செல்வம்) சத்ரசாலுக்கு அவர் தன்னை நிரூபித்தார் ஒரு நல்ல நிர்வாகி. அவரது குடிமக்கள் அவரைப் போற்றத் தொடங்கினர். அவரது நல்ல செயல்கள் மூலம் சிறிது நேரத்தில் மொத்தத்தையும் கொண்டு வந்தார். அவரது ஆட்சியின் கீழ் புந்தேல்கண்ட் இருப்பது நவாப் முகமது கான் அலகாபாத்தின் பங்காஸ் மற்றும் மால்வாவின் சுபேதார் ஆகியோரால் அவருக்கு கிடைத்த புகழை ஜீரணிக்க முடியவில்லை. அவர்கள் உடனே சமாதானமாக பேசினர். சண்டையில் சத்ரசல், ஆனால் அவர்கள் ஒரு பரிதாபமான உருவத்தை வெட்ட வேண்டியிருந்தது.

சத்ரசாலுக்கு போரில் உதவுகிறார்கள்

மேலே குறிப்பிட்ட இரண்டு எதிரிகளும் அடிபணிய விரும்பினர். எனவே, மால்வாவின் சுபேதார் அனுப்பப்பட்டது. அதை சத்ரசல் ஒப்புக்கொள்ள வேண்டும் என்று அவருக்கு ஒரு செய்தி வந்தது. அவருக்கு வரி செலுத்த வேண்டும் அல்லது கடுமையான விளைவுகளை சந்திக்க நேரிடும் என்றும் இருந்தது. வெளிப்படையாக அது ஒரு செய்தி அல்ல, அது ஒரு வெளிப்படையான அச்சுறுத்தலாக இருந்தது. எப்படி உயர்வாக முடியும் சுயமரியாதை மற்றும் துணிச்சலான சத்ரசல் அதை ஏற்றுக்கொள்கிறாரா? பதில் மால்வாவின் சுபேதாருக்கு கடிதம் எழுதினார் :

"என்னுடைய இந்த நாடு ஒரு மாநிலம் அல்ல தெற்கின் அரசர்களே, நீங்கள் என்னை தோற்கடித்து என் செல்வத்தை கொள்ளையயடிக்கலாம் ஆனால் சந்தாபாத் நகரம் யாருடையது என்பதும் எனது மாநிலம் அல்ல என்பதையும் நீங்கள் அறியவில்லை. பெரிய அரண்மனைகளை உங்கள் கட்டுப்பாட்டில் வைத்திருந்தீர்கள். நானும் ஒரு வியாபாரி அல்ல உங்கள் அச்சுறுத்தல்களுக்கு யார் பயப்படுவார்கள். என்

நாடு கோயிலும் அல்ல ஆனாலும் நீங்கள் உங்கள் காலணிகளுடன், பூசாரிகளுடன் நடக்கிறீர்கள்.

நான் மகாராஜாவின் மகன் சம்பத் ராய். உங்களுடன் ஒரு போருக்கு நான் தயாராக இருக்கிறேன். உங்கள் விருப்பத்தின் நேரத்தை தெரிவியுங்கள். நீங்கள் என்னுடன் சண்டையிட முடிவு செய்தால், நீங்கள் செய்ய வேண்டியது என்னவெனில், வரி வசூலிப்பதை மறந்து விடுங்கள் என்பதாகும். இக்கடிதத்தை மகா கவிஞர் பூஷன் தனது கடிதத்தில் விவரித்துள்ளார்.

வீரம் நிறைந்த கவிதை, இந்த முறையில்:
(மேலே உள்ள கவிதையின் உள்ளடக்கம் உண்மையில் இருந்தது என்பது பற்றி கடிதத்தில் எழுதப்பட்டுள்ளது. ஆனால் அது இனம், தாளம், கவித்துவம் கொண்டது மற்றும் துணிச்சலான தொனி மற்றும் டென்னர்)

மால்வாவின் சுபேதார் கோபத்தில் கொதித்தெழுந்தார். இந்த பதில். அவர் அதை தனது வெளிப்படையான அவமானமாக கருதினார். அவர் முடிவு செய்தார் சத்ரசாலுக்கு பாடம் கற்பிக்கவும் தனியாக அவனால் எந்தத் தீங்கும் செய்ய முடியாது. எனவே அவர் அலகாபாத் நவாப்பின் உதவியை நாடினார் மொகலாயப் பேரரசரை அவருக்கு உதவுமாறு வற்புறுத்தினார். அவர் மேலும், முன்னோக்கி நகர்ந்தார்.

சத்ரசாலை தனது சொந்த இராணுவம் மற்றும் பெரிய படைகளுடன் தாக்குவது கடினமான பணி என்பதை சத்ரசல் உணர்ந்தார். எதிரிகளின் பரந்த படைகளை எதிர்கொள்ளுங்கள் என்று கூறி அவர் உதவி கோரினார். மேலும், சாஹூ எழுதிய கடிதத்தில், தனது பேஷ்வா பாஜி ராவ் I மூலம் இந்த கடிதத்தில், "நான் சனாதன தர்மத்தைக் காக்க இந்தப் போரை ஏற்றுக்கொண்டேன் (நித்திய மதம்). பசுக்கள் மற்றும் பிராமணர்கள் ஒரு பக்கம் பேரரசரின் முழு வலிமையும், மறுபுறம் நான் தனியாக இருக்கிறேன். நான் மதத்தின் ஆதரவோடு தான் நிற்கிறேன். ஆனால் இந்த நேரத்தில் நீங்கள் என்னை பாதுகாக்கவில்லை, அது கடினமாகிவிடும் நீங்களும் சனாதன தர்மத்தைக் காக்க வேண்டும்" என்ற வடிவில் இந்த கடிதத்தை சத்ரசல் எழுதியதாக கூறப்படுகிறது.

நூறு ஜோடி. பின்வரும் ஜோடி குறிப்பாக குறிப்பிடத்தக்கது: (இன்றைய எனது நிலை யானையின் நிலையைப் போன்றது அவரை இழுத்துச் செல்லும் முதலையால் தும்பிக்கை பிடிபட்டது ஆழமான நீரில் புந்தேல்கண்ட் இழந்து வருகிறது, இறக்கிறது. சேமி, சேமி அதன் மரியாதை " பாஜி " என்ற வார்த்தையில் சிலேடை வாசிக்கப்படுகிறது. அது ஒரு செஸ் போர்டில் சிப்பாய் போர், மற்றும் சவால் என உரையாற்றப்படுகிறது பேஷ்வாவின் பெயர் " பாஜி " ராவுக்கு).

இன்று பண்டேலா சத்ரசல் மிகப்பெரியதை இழக்கப் போகிறது. அதாவது அவரது வாழ்க்கை போர் ஆகும். எனவே, ஓ பாஜி ராவ்! என்னை அவமானப்படுத்தாமல் காப்பாற்று.

பேஷ்வா பாஜி ராவ் உதவி செய்வதை தனது புனிதமான கடமையாக கருதினார். இந்த நெருக்கடியான நேரத்தில் சத்ரசல் பதில் எழுதினார், "நாங்கள் செய்வோம். அது மதத்தை காக்க உதவும். நீங்களே

ஒரு தைரியமான நபர் தான். மேலும் டெல்லி சாம்ராஜ்யத்தையே அழிக்கும் திறன் கொண்டவர்கள்.

இது பாஜி ராவ் தனது பதிலில் பின்வரும் ஜோடியை எழுதினார். சட்டபட்டா என்றால் அது கூறியது (வழங்குபவர்கள் கூரைகள்), நீங்கள் சத்ரசல் (கூரைகளை அழிப்பவர்) என்றால் அவை கேடயம், டெல்லியின் மீட்பர்கள் ஆவர். பின்னர் நீங்கள் டெல்லியை அழிப்பவர் ஆவர் என்பதாகும்.

சாஹூவின் அனுமதியுடன், பேஷ்வா பாஜி ராவ் தனது கனத்துடன் பண்டேல்கண்ட் நோக்கி பயணத்தைத் தொடங்கினார் இராணுவம், சுமார் 20-21 நாட்களில் புந்தேல்கண்டை அடைந்தது. சத்ரசலும் மராட்டியப் படையும் அறுபது பேருடன் போரிட்டனர். மொகலாயர்களின் ஆயிரம் வலுவான இராணுவம், எதிரிகளால் முறியடிக்க முடியும் என்பது அவரது வழியில் இல்லை.

சத்ரசல் என்பது முழுமையான சுய அழிவைக் குறிக்கிறது. எனவே அது போர் நிறுத்தம் செய்வது சிறந்த தேர்வாக கருதப்படுகிறது. இதனால் சத்ரசல் வெற்றி பெற்றார் எதிரியை தூசி கடிக்க கட்டாயப்படுத்துவதில். எதிரிகள் அவருடன் சேர்ந்து ஒப்பந்தம் செய்து கையெழுத்திட்டனர். இந்த ஒப்பந்தத்திற்குப் பிறகு சத்ரசல் பேஷ்வா பாஜி ராவை சந்தித்தார். அன்றைய காலத்தில் பண்டேல்கண்டின் தலைநகரம் பன்னா சத்ரசல் பேஷ்வா பாஜி ராவை அனைத்து மரியாதைகளுடன் கௌரவித்தார் கருணை, மற்றும் அவர் சரியான நேரத்தில் செய்த உதவிக்கு நன்றி தெரிவித்தார். இதற்குப் பிறகு பேஷ்வா மகாராஷ்டிராவுக்குத் திரும்பினார்.

புந்தேல்கண்டுடன் மராட்டியர்களின் புதிய உறவுகளைத் தொடங்குங்கள்.

பேஷ்வா பாஜி ராவ் சத்ராசலுக்கு உதவி செய்திருந்தாலும் எதிர்பார்ப்புகள் இருந்தாலும், சத்ரசல் மிகவும் நெகிழ்ந்து போய் வியந்தார். பேஷ்வா பாஜி ராவ் புந்தேல்கண்டில் ஒரு மாநிலத்தைப் பெறுகிறார். அப்போது சத்ரசல் முதுமையை நோக்கி முன்னேறிக் கொண்டிருந்தார். அவர் பாஜி ராவை தனது மகனைப் போல நடத்தத் தொடங்கினார். எனவே அவர் தனது மாநிலத்தைப் பிரித்தார்.

அவர் இறக்கும் போது மூன்று பாகங்களில் அவருக்கு இரண்டு பாகங்களைக் கொடுத்தார் மகன்கள் மற்றும் மூன்றாவது பாஜி ராவ் I. இது மத்திய இந்தியாவில் மராட்டிய பிராமணர்களின் அரச வம்சமாக அமைந்தது. மாநிலத்தின் இந்தப் பங்கின் அப்போதைய ஆண்டு வருமானம் பேஷ்வா பாஜி ராவுக்கு ஒரு கோடி ரூபாய் கிடைத்தது. இந்த புந்தேல்கண்ட் மாநிலம் அவரது கட்டுப்பாட்டில் உள்ளது மகாராஷ்டிரா மையப்பகுதி என்று மராட்டிய சக்தி கூறியது. அவர் அதை மூன்று பகுதிகளாகப் பிரித்தார்.

சாகர், குல்சராய் மற்றும் ஜலான் ஜாகிர்கள்

குல்சராய் மற்றும் ஜலான் பகுதி ஆகும். அப்போது நாற்பது லட்ச ரூபாய் வருமானம் கோவிந்த் பந்த் பண்டேலுக்கு வழங்கப்பட்டது, அவர் மராட்டியராக இருந்தாலும் சுபேதாராக நியமிக்கப்பட்டால், பண்டேல் என்று அழைக்கப்பட்டார் (கவர்னர்) புந்தேல்கண்ட் ஆகும். பின்பு கோவிந்த் பந்த் பண்டேல் போரில் இறந்தார் மூன்றாவது பானிபட் போரில் நஜிப் கான் ரூஹேலி. பின்னர் மகன்கள் கல்பியில் தங்களுக்கென ஒரு அரசை

நிறுவினர். அவர்களின் சந்ததியினர் நீண்ட காலம் அதை ஆட்சி செய்தனர். பின்னர் இந்த மாநிலம் பிரிட்டிஷ் அரசாங்கத்துடன் இணைக்கப்பட்டது மற்றும் கோவிந்த் பந்த் பண்டேலின் வழித்தோன்றல்கள் ஜாகிராக மூன்று லட்சம் ரூபாய் பெற்றனர். அவரது சந்ததியினர் குல்சராய் (ஜான்சி) இல் வாழ்கின்றனர்.

பேஷ்வா பாஜி ராவ் ஒரு முஸ்லீம் நடனக் கலைஞரைத் தனது காவலராக வைத்திருந்தார். அவர் பெயர் மஸ்தானி அவர் பிறகு சர்ச்சைக்குரிய விஷயமாக மாறினார் மஸ்தானியுடன் அவரது காதல் விவகாரங்கள். பாஜி ராவ் அவளை தன்னுடையவளாக கருதினார். அதாவது அவரது ராணி (ராணி) மராட்டியத் தலைவர்கள் அவளுக்கு உரிய தகுதியைக் கொடுத்தாலும் அவர்களின் பார்வையில் அவள் ஒரு காவலராக மட்டுமே இருந்தாள். இந்த காதல் கதை மராட்டிய வரலாற்றின் ஒரு தனி அத்தியாயம். மேலும் பேஷ்வா பாஜி ராவிற்கும் மஸ்தானிக்கும் மகன் பிறந்தான். அவரது பெயர் ஷம்ஷர் பகதூர் ஆவார். அவருக்கு கல்வியும் பயில்விக்கப்பட்டது

பேஷ்வாவின் மற்ற மகன்களின் அதே வழியில் பேஷ்வாவின் மற்ற மகன்களைப் போலவே அவரது நீதிமன்றக் கூட்டங்களில் அதே அந்தஸ்தையும் மரியாதையையும் அனுபவித்தார். பேஷ்வா தான் பெற்ற இந்த மாநிலத்தின் ஒரு பகுதியை கொடுத்தார். கல்பி மற்றும் பண்டாவை உள்ளடக்கிய சத்ரசலிலிருந்து ஷம்ஷேர் வரை பகதூர்க்கு கொடுத்தார். அப்போது இந்தப் பகுதியில் இருந்து ஆண்டு வருமானம் நாற்பது லட்சம் ரூபாய் இருந்தது. அப்பகுதி தொடர்ந்து அவரது கட்டுப்பாட்டில் இருந்தது. 1816 வரை ஷம்ஷேர் பகதூர் சந்ததியினர் அப்பகுதியை வைத்திருந்தனர். பின்னர் 1817 இல் ஆங்கிலேயர்கள் இப்பகுதியை தங்கள் ஆட்சியுடன் இணைத்து அதை சரி செய்தனர். மாநில உரிமையாளருக்கு ஆண்டு ஓய்வூதியம் நான்கு லட்சம் ரூபாய். ஷம்ஷேர் பகதூரின் வழித்தோன்றல்கள் இந்தூர் முதலிய இடங்களில் வாழ்கின்றனர் இன்னும் மத்திய பிரதேசம்.

ஜான்சியின் ஜாகிர்

மேலே குறிப்பிட்ட பகுதிகளுக்குப் பிறகு வருமானம் எண்பது இலட்சம் ரூபாய் கிடைத்தது. மீதிப் பகுதி ஜான்சிக்கு சொந்தமானது இருபது லட்சம் ரூபாய் ஆண்டு வருமானம் கிடைத்தது. அதுமட்டும் அல்லாமல் நியமிக்கப்பட்ட பேஷ்வாக்களின் பதிவுகளிலிருந்தும் தெளிவாகிறது. ஜான்சியின் முதல் கவர்னர், ஒருவேளை, கங்காதர் பந்த் இருந்திருக்கலாம் முதல் கவர்னர். ஒருமுறை அவருடைய பிரதிநிதி மல்ஹர் கிருஷ்ணா மாநிலத்தில் வரி வசூலிக்கச் சென்றார். பின்னர் பண்டேலாக்கள் ஓர்ச்சாவின் இரு மகன்களுடன் சேர்ந்து அவனை ஏமாற்றி கொன்றான். இதனால் ஆத்திரமடைந்த பேஷ்வா அணிவகுத்துச் சென்று ஓர்ச்சாவைத் தாக்கினார். ஆட்சியாளர் சிறைபிடிக்கப்பட்டார், அரச அரண்மனைகள் இடிக்கப்பட்டன தரையில் மூலதனம் மூலம் அதாவது கழுதைகளின் உதவியால் உழவு செய்யப்பட்டது.

பின்னர் ஜான்சியின் சுபேதாராக கோவிந்த் ராவ் பந்த் நியமிக்கப்பட்டார். இது 1742 இல் நரோ சங்கர் மோதிவாலே இதற்கு நியமிக்கப்பட்டார். சுமார் பதினான்கு ஆண்டுகள் இந்தப் பதவியில்

பணியாற்றினார். பின்னர், வருமானத்தில் ஒரு குறிப்பிட்ட பகுதியை அவருக்கு அனுப்புவதை நிறுத்தினார். அப்பகுதிகள் கல்பி மற்றும் பண்டாவின் ஜாகிர்கள் ஆகியவையாகும். அதனால் அவர் 1757 இல் திரும்ப அழைக்கப்பட்டார். அவர் எப்படியோ ஈர்க்கப்பட்டார் பேஷ்வாக்களால் அவருக்கு உயர் பதவி வழங்கப்பட்டது. அவர் எப்போதும் மகிழ்ச்சியாக இருந்தார். அச்சமயம் மோதிவாலேக்கு பட்டம் வழங்கப்பட்டது. அவரது காலத்தில் கோசைன்கள் 1756 இல் கிளர்ச்சி செய்தனர். ஜான்சியை கைப்பற்றினார் முன்பு ஜான்சியின் எஜமானராக இருந்தவர்கள். இதனால் சங்கர் மோதிவாலே திரும்ப அழைக்கப்பட்டார்.

பேஷ்வா ரகுநாத் ஹரி நெவல்கர் என்ற துணிச்சலான மனிதனை அனுப்பினார். கிளர்ச்சியை நசுக்க ஜான்சியின் சுபேதாராக கோசைன்கள். இந்த கிளர்ச்சியை நெவால்கர் நசுக்கினார். ஆகவே, மகிழ்ச்சியாக இருந்தனர். இந்த வெற்றிக்கு பேஷ்வா, அவரது மூதாதையர் பாரம்பரியத்திற்கு ஏற்ப, ஆண்டுக்கு பத்தாயிரம் ரூபாய்க்கு ஜாகிர் கொடுத்தார். ஜான்சியின் சுபேதாரி (கவர்னர் பதவி) தவிர இந்த கோசைன்கள் கணிதம் இருந்தது (மத இடங்கள்) அனந்த், அமத், அக்யாத் மற்றும் புந்தேல்கண்டில் நாகா. இந்த கணிதம் அவர்களுக்கு உதவியது. ரகுநாத் ஹரி இந்த ஏற்பாட்டிற்கு முற்றுப்புள்ளி வைத்தார்.

ஜான்சி மாநிலத்தில் கங்காதர் ராவின் முன்னோர்கள் தான் கணிதங்களை ஒன்றிணைத்தனர். இந்த ரகுநாத் ஹரி நெவல்கர் என்பவர்தான் மூதாதையர். ஜான்சியின் முதல் கவர்னராக இருந்தவர் கங்காதர் ராவ் அவர்களது மூதாதையர்கள் முதன்முதலில் மகாராஷ்டிரா ரத்னகிரி மாவட்டத்தில் உள்ள பவாஸ் கிராமத்தில் வாழ்ந்தனர். அவர்களில் சிலர் கந்தேஷ் நகருக்கு குடிபெயர்ந்தனர் பேஷ்வா ஆட்சி தொடங்கி முக்கிய பதவிகளில் பணியாற்றினர். பேஷ்வா மற்றும் ஹோல்கர் படைகள்.

ரகுநாத் ஹரி நெவால்கரின் இரண்டு இளைய சகோதரர்கள் - லட்சுமண ராவ் மற்றும் ஷிவ் ராவ் பாவ் - அவர்களும் அவருக்கு உதவினார்கள் புந்தேல்கண்டில் மராட்டியர்களின் நிலையை வலுப்படுத்துதல். ரகுநாத் ஹரி நெவல்கர் வயதானபோது, அவர் ஒப்படைத்தார் சுபேதாரி ஷிவ் ராவ் பாவ் பின்பு வாரணாசிக்கு மாற்றினார். அவர் 1796 இல் அங்கு இறந்தார்.

சிவ் ராவ் பாவ் மற்றும் ஆங்கிலேயர்களுடன் ஒப்பந்தம்

ஷிவ் ராவ் பாவ் கவர்னராக பொறுப்பேற்ற போது ஜான்சி, இரண்டாம் பாஜி ராவ் அப்போது பேஷ்வாவாக இருந்தவர் ஒரு திறமையற்ற ஆட்சியாளராக இருந்ததால், மாநிலங்களில் கோளாறு பரவுகிறது. அவரது ஆட்சியின் போது அங்கு மராட்டியத் தலைவர்கள் கலகம் செய்தனர். சுதந்திரமான ஒரு சந்தர்ப்பம் கிடைத்ததைக் கண்டு ஆங்கிலேயர்கள் அதில் தலையிட்டனர். அதன் விளைவாக பேஷ்வா அவரது பதவி வரை கொடுக்க வேண்டியிருந்தது. இது முன்னரே கூறப்பட்டது. இப்போது சிவ ராவ் பாவுக்கு இயல்பாகவே சந்தேகம் வந்தது. எனவே அவர் பேஷ்வாக்களுடனான தனது தொடர்புகளை முறித்துக் கொண்டு மற்ற அனைவரையும் அழைத்து வந்தார் அவருக்கு ஆதரவாக ஆட்சியாளர்கள் இருந்தனர். இது அவரது அதிகாரத்தை போதுமான அளவு அதிகரித்தது. கூடுதலாக, ஒரு

திறமையான இராஜதந்திரியாக காலத்தின் மனநிலையை உணர்ந்து, அவர் பிப்ரவரி 6 ஆம் தேதி ஆங்கிலேயர்களுடன் ஒரு ஒப்பந்தத்தில் கையெழுத்திட்டார். 1804 ஒப்பந்தம் தெளிவாகக் கூறுகிறது, "சிவ் ராவ் பாவ் மற்றும் ஆங்கிலேயர் அரசாங்கம் பரஸ்பர நண்பர்கள் என்று கூறுகிறது. அவர்கள் ஒவ்வொருவருக்கும் எந்த வகையான சிரமத்தின் கீழும்" உதவ வேண்டும் என்பதாகும்.

இந்த ஒப்பந்தத்திற்குப் பிறகு, புந்தேல்கண்டின் மற்ற ஆட்சியாளர்களும் கையெழுத்திட்டனர். ஆங்கிலேயர்களுடன் கொண்ட நட்புறவு ஒப்பந்தங்கள் இந்த பகுதியில் ஆங்கிலேயர் ஆட்சியை வலுப்படுத்துவதற்கு இந்த பகுதியில் ஆங்கிலேயர் ஆட்சியை வலுப்படுத்துவதற்கு உதவியது.

தாய்க்கும் மகனுக்கும் இடையே பகை

சிவராவ் பாவுக்கு கிருஷ்ணா ராவ், ரகுநாத் என மூன்று மகன்கள் இருந்தனர் ராவ், மற்றும் கங்காதர் ராவ். மூத்த மகன் கிருஷ்ணாராவ் இறந்து விட்டார் பாவ் வாழ்ந்த காலத்தில், அது அவரை வேதனைப்படுத்தியது அளவிட முடியாத அளவுக்கு, அவர் மாநிலத்தில் ஆர்வத்தை இழந்தார். அதனால் அவர் பிரம்மவர்த்தத்திற்கு கிளம்பினார். பிறகு மைனர் கிருஷ்ணா ராவின் மகன் ராம் சந்திரா ஜான்சியின் ஆட்சியாளராக நியமிக்கப்பட்டார் மற்றும் அவரது தாயார் சுகுபாய் நிர்வாகத்தை இயக்கினார். அவரது சார்பாக ஜான்சியின் முன்னாள் அமைச்சர் கோபால் ராவ் அவருக்கு உதவினார்.

இந்த வேலையில் மெதுவாக மெதுவாக ராம் சந்திர ராவ் வளர்ந்தார். பின்பு நிர்வாகத்தை தன் கையில் எடுத்துக் கொள்ள வேண்டும் என முயற்சி செய்தார். சுகுபாய் நிர்வாகத்தின் கொள்ளையை இத்தனை காலம் அனுபவித்து மகிழ்ந்தார். அவள் தன் மகனின் இந்த பாத்திரத்தை ரசிக்கவில்லை. பழமொழி, "ஒரு மகன் ஒரு கெட்ட மகனாக இருக்கலாம். ஆனால் ஒரு தாய் ஒருபோதும் மோசமான தாயாக இருக்க முடியாது. ஆனாலும் இந்த பழமொழி தொடர்பாக முற்றிலும் பொய்யானது சுகுபாய். அவள் ஒவ்வொரு செயலிலும் தடைகளை ஏற்படுத்த ஆரம்பித்தாள். அவளுடைய மகன் ராம் சந்திரராவ் எதிர்ப்பு தெரிவித்தார். சுகுபாய் விரைவில் நிர்வாக அதிகாரம். தன் மகனுக்கு ஒப்படைக்க வேண்டும் என்று கூறினார். அதனால் அவள் மிகவும் கொடூரமாக நடந்தாள். ராம் சந்திர ராவை அவரது வழியில் இருந்து நீக்க முடிவு செய்தாள். அதன் விளைவாக, தன் மகனைக் கொல்லும் முயற்சியில் ஈடுபட ஆரம்பித்தாள். ராம் சந்திர ராவ் தொட்டியில் நீந்துவதில் மிகவும் விருப்பமாக இருந்தார். லட்சுமிபாய் தொட்டியில் மணிக்கணக்கில் நீச்சல் அடித்தார். சுகுபாய் தலைகீழ் நிலையில் ஈட்டிகளை நட்டார். ராம் சந்திர ராவ் ஒரு ரகசிய வழியில் இரவில் அங்கிருந்த தொட்டியில் அதில் குதித்த கணத்தில் இறந்தார் என செய்தி பரவியது.

ராம் சந்திர ராவின் மிகவும் நெருங்கிய மற்றும் உண்மையுள்ள ஊழியர், லாலு கோடல்கர் ஆவார். சுகுபாயின் இந்த கொடூரமான திட்டத்தை அறிந்தார். அவன் தன் எஜமானிடம் எல்லாவற்றையும் சொன்னான். அதன் விளைவாக ராம் சந்திர ராவ் காப்பாற்றப்பட்டார், ஆனால் லாலு கோடல்கர் தம்மை இழக்க நேரிட்டது சுகுபாயின் பழிவாங்கலுக்கான வாழ்க்கை. எல்லாம் தெரிந்தாலும், ராம் சந்திர ராவ் அம்மாவுக்கு பயந்து அமைதி காக்க வேண்டியதாயிற்று. சுகுபாயின் இந்த தீய செயலை மறைக்க முடியவில்லை. அவை மிக நீளமானது. சில நாட்களில் அதை அறிய அனைத்து அமைச்சர்களும், பிரஜைகளும் வந்தனர். மாநிலமே சுகுபாய் மீது ஆழ்ந்த கோபம் கொண்டது. பின்பு அவள் குடிமக்களால் ஒரு கைதியாக அழைத்துச் செல்லப்பட்டாள். பின்னர் திரும்பி வரவில்லை. அவள் சிறையில் இறந்தாள்.

இந்த நேரத்தில் ஆங்கிலேயர்கள் பேஷ்வா பாஜியை அகற்றினர் ராவ் II அவரது பதவியில் இருந்து, 1817 ஜூன் 13 அன்று ஆங்கிலேயர்கள் பேஷ்வாவின் அனைத்து உரிமைகளையும் தங்கள் கைகளில் எடுத்துக் கொண்டனர். அதாவது பந்தேல்கண்ட் பற்றிய உரிமைகள் ஆகும்.

ராம் சந்திர ராவுடன் ஆங்கிலேயர்களின் புதிய ஒப்பந்தம் (பந்தேல்கண்ட்டுடன்) மூலம் உரிமைகளைப் பெற்றுள்ளனர். இந்த நேரத்தில் ஜான்சியை ராம் சந்திர ராவ் ஆட்சி செய்தார். உடன் அரசு நிர்வாகப் பணிகளை மேற்கொண்டார். அதற்கு அமைச்சர் கோபால் ராவ் உதவி செய்தார். ஆங்கிலேயர்கள் புதிதாக உடன்படிக்கையில் கையெழுத்திட்டனர். இந்த ஒப்பந்தத்தின்படி ஆங்கிலேயர்கள், அங்கீகாரம் சிவராவ் பாவ் தனது பேரனுக்கு ஆற்றிய சேவைகள் ராம் சந்திர ராவ் ஜான்சி மாநிலத்தை தனது முன்னோக்கி அனுப்ப வேண்டும் பாரம்பரியம் மற்றும் பரம்பரை இந்த முக்கியமான வரலாற்று ஒப்பந்தம் நவம்பர் 17, 1817 அன்று சிப்ரியில் கொண்டாடப்பட்டது. ராம் சந்திரராவ் சார்பில் அமைச்சர் கோபால் ராவ் கையெழுத்திட்டார். மற்றும் பிரிட்டிஷ்காரர்கள் சார்பாக ஜான் பீன் சாப் ராம் சந்திர ராவ் அவர்களுடன் நட்புறவு கொண்டிருந்தார்.

இதற்குப் பிறகு ஆங்கிலேயர்கள் 1825 இல் ஒரு மராட்டிய வீரன், பெயர் நானா பந்த், ஆங்கிலேயர்களுக்கு எதிராக கிளர்ச்சி செய்து பல பகுதிகளைக் கைப்பற்றினார். ஆங்கிலேயர்கள் நானாவை தோற்கடித்தனர் ராம் சந்திர ராவ் உதவியுடன் பந்த் மூலம் அவரது வெளிப்படுத்துதல் செய்தனர். இந்த உதவிக்காக ராம் சந்திர ராவ் அவர்களுக்கு நன்றி தெரிவித்தார். அப்போதைய கவர்னர் ஜெனரல் லார்ட் வில்லியம் பென்டிங்க் எழுதினார். அதாவது ஜான்சியின் இராணுவம் சரியான நேரத்தில் எங்கள் உதவிக்கு வரவில்லை. ஆகவே, எங்கள் கல்பியில் வெற்றி சாத்தியமற்றது என்றானது என எழுதினார்.

எனவே 1832 இல் வில்லியம் பென்டிங் ஒரு நீதிமன்ற விழாவை ஏற்பாடு செய்தார் ஜான்சியில் ராம் சந்திர ராவின் நினைவாக, அவர் வழங்கினார் மகாராஜாதிராஜ்" என்ற மரியாதைக்குரிய பட்டங்கள் மற்றும் "தித்வி பாட்ஷா ஜான்-ஜேனி இங்கிலீஷ்டன்" என்பதை வழங்கினார். ஆனால் துரதிருஷ்டவசமாக அவர்களுக்கான ஆடம்பரமான இன்பங்களை அனுபவிக்க முடியவில்லை. அவரும் 1835 இல் இறந்தார்.

கங்காதர் ராவ் மாநிலத்தைப் பெறுகிறார்

ராம் சந்திர ராவுக்கு சொந்தக் குழந்தை இல்லை. அவர் கிருஷ்ணராவ் என்ற இளைஞரை தத்தெடுத்தார். தத்தெடுப்பு அதன்படி கிருஷ்ணா ராவ் கருதப்படவில்லை சாஸ்திரங்கள் (கிளாசிக்கல் ஞானம்). எனவே, ரகுநாத் ராவ் மற்றும் ராம் சந்திர ராவின் மூத்த மாமாவாக அங்கீகரிக்கப்பட்டார் ராஜ்யத்தின் வாரிசு ஆவார். இவர் அப்போதைய அரசியல் முகவராக இருந்த பாக்வீ சிம்மாசனத்தில் அமர்த்தப்பட்டார். ரகுநாத் ராவ் ஒரு திறமையற்றவராக மாறிவிட்டார். கொடுங்கோல் மற்றும் சுய இன்பம் கொண்ட அரசன். ஆகவே, அவரது குடிமக்கள் பாதிக்கப்பட்டனர் அவரது ஆட்சியின் கீழ், மாநிலங்களின் வருமானமும் கீழே போய்விட்டது. இதன் விளைவாக, 1837 இல் ஆங்கிலேயர்கள் அவரை அகற்றினர். மேலும் ஜான்சியின் நிர்வாகத்தை தற்காலிகமாக தங்கள் கைகளில் எடுத்துக் கொண்டார்.

இதற்குப் பிறகு உடனடியாக இரண்டாவது வருடத்தில் ரகுநாத் ராவ் இறந்தார். ஆனால், ரகுநாத்ராவுடைய மரணம் குறித்து மீண்டும் ஒரு கேள்வி எழுந்தது. ஜான்சியில் யாரை அமர வைப்பது? எனும் கேள்வியும் எழுந்தது. ஏனெனில் ரகுநாத் ராவுக்கு முறையான மகன் இல்லை. வாரிசுக்கு நான்கு பெயர்கள் பரிசீலனைக்கு வந்தன. ரகுநாத் ராவின் இளைய சகோதரர் கங்காதர் ராவ். கிருஷ்ணா ராவ், ராம் சந்திர ராவின் வளர்ப்பு மகன், பணிப்பெண் வேலைக்காரன் கஜ்ராவின் (ரகுநாத் ராவின் காவலாளி) மகன் அலி பகதூர், மற்றும் ரகுநாத் ராவின் மகாராணி. ஒரு கமிஷன் இருந்தது இந்த பெயர்கள் அனைத்தையும் கருத்தில் கொள்ள உருவாக்கப்பட்டது. கமிஷனுக்கு குவாலியர் மாநிலத்தில் வசிக்கும் ஸ்பியர்ஸ் தலைமை தாங்கினார். பிறகு அனைத்து பெயர்கள் மற்றும் அவர்களின் கோரிக்கைகளை கருத்தில் கொண்டு, கமிஷன் கங்காதர் ராவ் பதவிக்கு மிகவும் பொருத்தமானவர் என்றனர். அனைத்து கோணங்களும் அவரது பெயர் பரிந்துரையில் ஏற்கப்பட்டது. பிரிட்டிஷ் அரசாங்கமும் ஏற்றதால் கங்காதர் ராவ் அப்பதவியில் அமர்ந்தார். ஜான்சியின் ஆட்சியாளர், ஆனால் அவருக்கு முழு உரிமைகள் கிடைக்கவில்லை. அப்போது ரகுநாத் ராவின் தவறான நிர்வாகத்தால், ஜான்சி கடன்பட்டார் பல லட்சம் ரூபாய் வரை கடன் இருந்தது. எனவே, ஆங்கிலேயர்கள் கடன்

பெறும் வரையிலான உரிமைகளுக்கு அரசாங்கம் கட்டுப்பாடுகளை விதித்திருந்தது. எனவே அவை முழுமையாக கலைக்கப்பட்டது.

மாநிலத்தின் முழு உரிமைகளைப் பெறுதல்

ராஜா கங்காதர ராவ் ஒரு திறமையான நிர்வாகி. ஆகவே, ஜான்சியின் நிதி நிலை மெல்ல மெல்ல முன்னேறத் தொடங்கியது மெதுவாக தனது முயற்சியால் அவருடன் திருமணமான சில வருடங்களிலே லட்சுமிபாய் மாநிலத்தின் அனைத்து கடன்களும் மீட்கப்பட்டது. இதனால் லட்சுமிபாய் தன் கணவனுக்கு செல்வத்தின் தெய்வம் என்பதையே நிருபித்துக் காட்டினார். அனைத்து கடன்களும் அடைக்கப்பட்டு, திரும்பப் பெறுவதற்கான நேரம் வந்தது மாநிலத்திற்கான முழு உரிமைகளும் கிடைத்தது. புந்தேல்கண்டின் அரசியல் முகவர் கர்னல் ஸ்லீமன் இது குறித்த தகவலை ஆங்கிலேய அரசாங்கத்திற்கு அனுப்பினார். புனர்வாழ்வளிக்க அரசாங்கம் ஏற்றுக்கொண்டது. ஜான்சி அரசு என்ற நிபந்தனையுடன் மாநிலத்தின் முழு உரிமைகள் சில பிரிட்டிஷ் துருப்புகளுக்காக செலவு செய்து பராமரிக்க வேண்டும் என்ற நிலையில் இருந்தது. ஜான்சி பிரிட்டிஷ் நலன்களைக் கவனித்துக் கொள்ள வேண்டும். கங்காதர் ராவ் கட்டாயத்தின் பேரில் இந்த நிபந்தனையை ஏற்க வேண்டியதாயிற்று. ரூ. 2,27,458 - ஐ இத்துடன் சேர்த்து வைத்துக் கொண்டார்.

இரண்டு படைப்பிரிவுகள் மற்றும் இரண்டு பீரங்கி அலகுகள் அவரது கட்டுப்பாட்டில் இருந்தன.

இப்பிரச்சனைகள் எல்லாவற்றையும் ஏற்று கங்காதர் ராவ் முழு மாநில உரிமைகளைப் பெற்றதைக் கொண்டாடினார். இந்த சந்தர்ப்பத்தில் அரசியல் முகவர் உபரி நிலுவையை அவரிடம் ஒப்படைத்தார் ஜான்சி கருவூலத்தில் முப்பது லட்சம் ரூபாய் மற்றும் அதிக மதிப்புமிக்க பரிசுகள் பலவற்றையும் கொடுத்தார்.

மரியாதைக்குரிய குடிமக்கள், அரசவையினர், ஜாகிர்தார்கள் முதலியனவும் மஹாராஜ் ராவ் கங்காதர்க்கு விலையுயர்ந்த பரிசுகளை வழங்கினர்

ராஜா கங்காதர் ராவ் மாநில நிர்வாகம்

கங்காதர ராவ் நல்ல ஒழுங்கை நிலைநாட்ட பல விஷயங்களை ஜான்சியில் செய்தார். முதலில் அவர் திறமையான சிலரை நியமித்தார். அனுபவம் வாய்ந்த அமைச்சர்கள் அவருக்கு மாநில நிர்வாகத்திற்கு ஆலோசனை வழங்க வேண்டும். அவர் ராகவ் ராம் சந்திர சாந்தை மிகவும் புத்திசாலியாக ஆக்கினார்

திறமையான நபர், அவரது பிரதமராக. அவரது ஆலோசனையின் பேரில் நரசிம்ம ராவை தனது நீதிமன்றத்தில் சட்ட ஆலோசகராக

நியமித்தார். நானா மொபட்கர் தலைமை நீதிபதியாக நியமிக்கப்பட்டார். ரகுநாதனின் காலத்தில் மாநிலம் ராவ் ஆட்சியில் பெரும் இழப்பை சந்திக்க வேண்டியிருந்தது. எனவே, கங்காதர ராவ் பல திருத்தங்களை படிப்படியாக செய்தார்.

அந்த பகுதிகளில் ராணுவ நிலைகள் நிறுவப்பட்டன. பண்டேலாக்கள் பயங்கரத்தை பரப்பினர். அது சிறிது காலத்திலேயே ஜான்சி வளர தொடங்கியது. பின்பு மகாராஜா கங்காதர் ராவ் ஆனார். யானைகள் மற்றும் குதிரைகள் மிகவும் பிடிக்கும். அவரிடம் பல குதிரைகள் இருந்தன யானைகள், அவற்றில் ஒரு யானை இருந்தது அதற்கு பெயரிடப்பட்டது. அவருக்கு மிகவும் பிடித்தமான சித்தவாகஸ் அதை அவர் பயன்படுத்தினார் அது அவரது தனிப்பட்ட சவாரிக்காக வைத்திருந்தார். அதன் ஆபரணங்கள் அனைத்தும், அதன் கை மற்றும் அம்பாரி தங்கத்தால் செய்யப்பட்டன.

ஜாகிர்தார்களின் இராணுவம் அதன் கீழ் ஐயாயிரம் பேர் இருந்தனர். மகாராஜ் கங்காதர் ராவின் இயல்பு அவர் மிகவும் இனிமையாகவும் கண்ணியமாகவும் இருந்தார். ஆனால் நிர்வாகத்தில் அவர் மிகவும் கண்டிப்பானவர். இது அவரது ஆட்சியின் பொதுவான ஒழுங்குமுறையாகும். ஒரு நபர் தனக்கு ஒதுக்கப்பட்ட வேலையை நிச்சயமாக நன்றாக முடிப்பார். தாமதம் ஏற்பட்டால், சம்பந்தப்பட்ட நபர் மகாராஜா முன்பு ஆஜராக வேண்டும். அச்செயல் அப்போதைய ஆங்கிலேயர்களை வெகுவாகக் கவர்ந்தன இந்த கம்பீரமான குணங்களுக்காக அவர் மதிக்கப்பட்டார். ஒரு ஆசையை நிறைவேற்றுதல் சூழ்நிலைகள் ஒரு சாதாரண பிராமணனைத் தூண்டின.

ஜான்சியின் மகாராணி. இந்த ராணி லட்சுமிபாய் திருமணத்திற்கு முன்பும், குழந்தையாக இருந்தபோதும் மனுபாய் நானா சாஹேப் யானை மீது உட்கார வேண்டும் என்று வலியுறுத்தினார் அவளை யானை மீது ஏற்றவில்லை. அந்த நேரத்தில் அவள் அதற்கு அவள் துரதிர்ஷ்டம் என்று தந்தையை குற்றம் சாட்டினாள். அவள் சொன்னாள், "ஆம், ஆம் அதன் இங்கே எழுதப்பட்டது, என் விதியில் ஒன்றல்ல, காலை 1 மணிக்கு பத்து மணிக்கு யானைகள் மீது சவாரி செய்ய வேண்டும்." இது ஒரு விசித்திரமான தற்செயல் நிகழ்வாக விவரிக்கப்படும் இன்று அதே மனுபாய் தான் 22க்கு சொந்தக்காரராக இருப்பது அதிர்ஷ்டம்.

தன் கணவர் ராஜா கங்காதர் ராவுடன் மகாராணி

லக்ஷ்மிபாய் ஒரு அழகான யானையை தனது தனிப்பட்ட விருப்பத்திற்காக அதாவது சவாரிக்காக தேர்ந்தெடுத்தார். கங்காதர் ராவ் அவளின் ஒவ்வொரு விருப்பத்தையும் நிறைவேற்ற எப்போதும் தயாராகவே இருந்தார். அவருக்கு வெள்ளி மற்றும் தங்க நூலால் செய்யப்பட்ட ஊஞ்சல் தயார் செய்யப்பட்டது இந்த யானைக்கு அதன் தந்தங்கள் தங்கத்தால்

மூடப்பட்டிருந்தன பல தங்கம் மற்றும் வெள்ளி ஆபரணங்களால் அலங்கரிக்கப்பட்டிருந்தது. மகாராணி லக்ஷ்மிபாய் அதன் மீது அமர்ந்து உலா வந்தார். அவளுடைய குடிமக்கள் அவளை ஆவலுடன் பார்த்தார்கள் மற்றும் அவளின் கம்பீரமான அழகான ஒரு பார்வையை அனுபவித்து மகிழ்ந்தனர். மகாராணி லக்ஷ்மிபாய்க்கு குதிரை சவாரி செய்வதிலும் விருப்பம் இருந்தது. அவளுடைய இந்த ஆசை கணவன் வீட்டிலும் நிறைவேறியது. மகாராஜா அவள் சவாரி செய்வதற்கு கங்காதர் பல குதிரைகளை வாங்கினார். அது மட்டுமல்ல அவர் அவளுக்காக ஒரு விலையுயர்ந்த மற்றும் பெரிய பல்லக்கு ஒன்றையும் வாங்கினார். அவை கஹார்களால் (வேலைக்காரர்கள்) கொண்டு செல்லப்பட்டது. அழகான மற்றும் இந்த கஹர்களுக்கு சிறப்பு ஆடைகள் தயாரிக்கப்பட்டன.

அரசு நிர்வாகம் முறையாக ஒழுங்கமைக்கப்பட்டவுடன், மகாராஜா கங்காதர் ராவ் யாத்திரை செல்ல நினைத்தார். இது தொடர்பாக கவர்னர் ஜெனரலுக்கு அவர் தெரிவித்தார். ஆங்கிலேயர் அவரது பயணத்திற்கு அதாவது அரசு போதிய ஏற்பாடுகளை செய்தது. அவர் தனது மனைவியுடன் இந்த யாத்திரையை மகத்தன்று தொடங்கினார் சுக்ல சப்தமி, சம்வத் 1907 அன்று தொடங்கினார். இந்த மதப் பயணத்தில் அவர் பிரயாக் வழியாக சென்று இறுதியாக வாரணாசியை அடைந்தார். இந்த நகரம் லட்சுமிபாய் பிறந்த இடம். அவள் மிகவும் பரவசமாக உணர்ந்தாள் இங்கு வந்ததில் மகிழ்ச்சி. அனைத்து மத ஸ்தலங்களிலும் ராஜா மற்றும் ராணி பிரார்த்தனை செய்தார்கள். தொண்டுகளும் செய்தனர் மற்ற மத சடங்குகளை செய்தார். பின்னர் அவர்கள் ஜான்சி திரும்பினர். அவர்களுக்காக ஜான்சியில் மகிழ்ச்சி விழா ஏற்பாடு செய்யப்பட்டிருந்தது. யாத்திரையிலிருந்து திரும்புதல். சுயமரியாதையை பறைசாற்றுகின்றன.

மகாராஜா கங்காதர் ராவின் தனித்துவம் ஆகும். இந்த பயணம் அனைத்து இடங்களிலும் போதுமான ஏற்பாடுகள் பிரிட்டிஷ் அரசாங்கம் மற்றும் அதன் அனைத்து அதிகாரிகளால் வழி செய்யப்பட்டது. மகாராஜா கங்காதர் ராவ் வாரணாசி அடைந்ததும் ஒரு அதிகாரி அவரை அடையாளம் காணவில்லை. எனவே, அவர் மரியாதை காட்ட குறிப்பிட்ட கவனம் செலுத்தவில்லை. அதனால் மகாராஜா கோபமடைந்தார். அப்போது சம்பந்தப்பட்ட அதிகாரி அதனை உணர்ந்து, மன்னிக்கும்படி மகாராஜாவிடம் கெஞ்சினான். மகாராஜா அவரை மன்னித்தார். இதேபோல் மற்றொரு இடத்தில் ஒரு பெங்காலி ஜென்டில்மேன், ராஜேந்திர பாபுவும் மரியாதை செய்யவில்லை. இது குறித்து ராஜா கங்காதர் ராவ் அவர் மீது மிகவும் கோபமடைந்து அவரை கடுமையாகத் தாக்கினார். ராஜேந்திர பாபு உயர் தொடர்பு கொண்டவர். இந்த நடத்தைக்கு எதிராக அவர் உயர் பிரிட்டிஷ் அதிகாரிகளிடம் புகார் செய்தார் கங்காதர் ராவ், ஆனால் பலனில்லை. அவரிடம், "கங்காதர் ராவ் பெரிய ராஜா அவரை மதிக்க வேண்டியது

ஒவ்வொருவரின் கடமை ஒழுங்காக. நீங்கள் அவரை சரியாக மதிக்க விரும்பவில்லை என்றால், அது நடக்கும் நீங்கள் வீட்டில் உட்கார்ந்திருப்பது நன்றாக இருந்தது." இது தொடர்பான மற்றொரு சம்பவம் அவரது சுயமரியாதை தனித்துவம் குறிப்பிடத் தக்கது. இது அவர் பிரிட்டிஷ் இராணுவத்தை பராமரிக்க ஒப்புக்கொண்டபோது கூறினார் நிபந்தனைகளில் ஒன்றை ஒப்புக் கொள்ளுமாறு ஆங்கிலேயர்களை கட்டாயப்படுத்தினார் தசரா நாளில் பிரிட்டிஷ் ராணுவம் அவருக்கு சல்யூட் அடிக்கும் என்று ஒவ்வொரு வருடமும். ஒருமுறை தசரா ஞாயிற்றுக்கிழமை நடந்தது. எனவே ஒரு பிரிட்டிஷ் இராணுவ அதிகாரி அவருக்கு ஒரு செய்தியை அனுப்பினார் ஹோலி யாத்திரை என்பதால் பிரிட்டிஷ் ராணுவம் சல்யூட் அடிக்கவில்லை லட்சுமிபாய் மற்றும் கங்காதர் ராவ் ஆகியோரின் நாள். இந்தத் தகவல் கிடைத்ததும் மகாராஜா கங்காதர் ராவ் மிகவும் கோபமாக இருந்தார். அவர் உடனடியாக ஆங்கிலேயர்களை அடைந்தார் இராணுவ கன்டோன்மென்ட், தனது ஆயுதப் படைகளுடன் சேர்ந்து கேட்டது இந்த தவறான நடத்தைக்கு பிரிட்டிஷ் அதிகாரியின் விளக்கம். கட்டாயம் தான் என, அவர் மகாராஜாவிடம் மன்னிப்புக் கோரினார் வணக்கம் அணிவகுப்பில் பங்கேற்கவும் என வேண்டினார்.

சுருக்கமான தாய்மை

மகாராணி லக்ஷ்மிபாய் அகஹானில் ஒரு மகனைப் பெற்றெடுத்தார் சுக்ல ஏகாதசி, சம்வத் 1908 (கி.பி. 1851). மகாராஜா மற்றும் மகாராணி பெற்றெடுத்ததில் அளவற்ற மகிழ்ச்சியைப் பெற்றார் ஒரு மகனின் வருகை மாநிலம் முழுவதும் விழா கொண்டாடப்பட்டது. அந்நாளன்று முழு ஜான்சியும் மகிழ்ச்சியின் பெருங்கடலாக மாற்றப்பட்டது. மகாராஜா தனது கருவூலத்தின் சரங்களை ஏழைகளுக்காகத் திறந்தார். ஆதரவற்றோர், பிச்சைக்காரர்கள், பிராமணர்கள் போன்றவர்கள். மகாராஜா அவரைக் கண்டுபிடித்தார் வாழ்க்கை மதிப்புக்குரியது. பெற்றெடுத்த மகாராணியின் மகிழ்ச்சியின் முழுமையை உணர்ந்து கொள்வதில் எல்லையே இல்லாமல் அவளது தாய்மை மனம் துள்ளிக்குதித்தது. ஆனால் விதி வேறுவிதமாக திரும்பியது. மகிழ்ச்சியோ குறுகிய காலமாக மாறியது. மூன்றே மாதங்களில் மகன் இவ்வுலகை விட்டுச் சென்றான்.

கங்காதர் ராவுக்கு உடல்நலக்குறைவு

மகனின் இழப்பு ராஜா கங்காதருக்கு பெரும் அடியாக இருந்தது. இதன் விளைவாக, அவர் தனது உடல்நிலையை இழக்கத் தொடங்கினார் இறுதியில் அவர் கடுமையாக நோய்வாய்ப்பட்டார். அவரது உடல்நிலையில் முன்னேற்றம் ஏற்படவில்லை பல்வேறு வகையான சிகிச்சைகள் இருந்தபோதிலும் உணரக்கூடிய வடிவத்தில். அக்டோபர் 1853 இல் அவர் தனது குல்தேவியை (குடும்ப தெய்வம்) வழிபட்டார். நவராத்திரி நாட்களில் இது அவர் மீது சில உழைப்பை உள்ளடக்கிய பகுதி. இதனால் அவரது

உடல்நிலை மேலும் மோசமடைந்தது. அதன் மேல் தசமி (தசரா) நாளில், அவருக்கு கடுமையான வயிற்றுப்போக்கு ஏற்பட்டது.

ஜான்சியின் அனைத்து பிரபலமான மருத்துவர்களும் அவருக்கு சிகிச்சை அளித்தனர், ஆனால் அதன் முடிவு பூஜ்யமாக இருந்தது. ஜான்சியின் துணை அரசியல் குடியிருப்பாளரும் கூட அவரது சிகிச்சைக்கு சில ஏற்பாடுகளை செய்து, தகவல் கொடுத்தார் அவரது உடல்நிலை குறித்து பிரிட்டிஷ் அரசும் உதவியது. நேரடியான அல்லது அரிதான மனித முயற்சிகள் தோல்வியடையும் போது, மனிதன் கண்ணுக்குத் தெரியாத கடவுளிடம் அடைக்கலம் தேடுகிறான். எனவே வழிபாடு, யாகங்கள், பாராயணம், ஐபங்கள் மற்றும் பிற மத நிகழ்ச்சிகள் போன்றவையும் செய்யப்பட்டன. மகாராஜ் கங்காதர் ராவ் நல்ல ஆரோக்கியத்தோடு நல்லவராக இருக்க வேண்டும் என்று வாழ்த்தினார். நவம்பர் மூன்றாவது வாரத்தில் அவரது உடல்நிலை சரியாக வேண்டும் என்ற நோக்கோடு ஒரு மகனை தத்தெடுக்க விரும்பினர்.

மகனைத் தத்தெடுப்பது

இறுதியில் பிரதமர் நரசிம்மராவ் மற்றும் மாநிலம் தொடர்பான அவரது கருத்துக்களை அறிய மோரோபந்த் விரும்பினார் (கங்காதர் ராவ்) கூறினார், "இன்னும் நான் இருப்பேன் என்று நம்புகிறேன். என் கடமை மற்றும் தர்மத்தின்படி நான் ஒரு மகனைத் தத்தெடுக்க விரும்புகிறேன். எங்கள் குடும்பத்தில் வாசுதேவ் நெவால்கருக்கு ஆனந்த் என்ற மகன் உள்ளார் நான் அவரை தத்தெடுக்க வேண்டும் என்றார்.

அப்போது ஆனந்த் ராவ் ஐந்து வயது குழந்தை ராணியும் அதாவது இதற்கு லட்சுமிபாயும் சம்மதித்தார். எனவே தத்தெடுப்பதற்கான ஒரு நாள் தேர்ந்தெடுக்கப்பட்டது. அன்று பண்டிட் விநாயக் ராவ் சம்பிரதாயங்களை செய்தார். அரச குடும்பத்தில் முழு மத பழக்கவழக்கங்களுடன் தத்தெடுப்பு நடத்தப்பட்டது நீதிமன்றம் மூலம் செய்யப்பட்டது. இதற்குப் பிறகு வளர்ப்பு மகனின் பெயர் மாற்றப்பட்டது ஆனந்த் ராவ் முதல் தாமோதர் கங்காதர் ராவ் வரை மகாராஜ் அவரை அரச மரபுப்படி வரவேற்றார் தத்தெடுக்கும் சடங்கு சம்பிரதாயங்களின் கொண்டாட்டத்தின் போது அனைத்து அமைச்சர்கள், கவுன்சிலர்கள், பல மரியாதைக்குரிய நபர்கள் மாநிலம், புந்தேல்கண்ட் மேஜரின் துணை அரசியல் குடியிருப்பாளர் எல்லிஸ் மற்றும் உள்ளூர் பிரிட்டிஷ் ராணுவ அதிகாரி கேப்டன் மார்ட்டின் உடனிருந்தனர்.

தத்தெடுக்கப்பட்ட மகன் பற்றிய அறிவிப்பு அரசுக்கு

மகாராஜா மேற்கண்ட மகனைத் தத்தெடுத்தபோது, அவரே பிரிட்டிஷ் அரசாங்கத்திற்கு ஒரு தகவல் கடிதத்தை ஆணையிட்டார். அனைத்து மேற்கூறிய நபர்கள் அப்போது உடனிருந்தனர். அந்தக் கடிதம் பின்வருமாறு எழுதப்பட்டிருந்தது.

"எனது சேவைகள் முழு ஐரோப்பாவிற்கும் தெரியும் முன்னோர்கள் ஆங்கிலேய அரசாங்கத்திற்கு முன்னரே வழங்கியுள்ளனர். புந்தேல்கண்டில் பிரிட்டிஷ் ஆட்சியை நிறுவுதல். அனைத்தும் நான் எப்படி அனைத்து உத்தரவுகளையும் கடைப்பிடிக்கிறேன் என்பது அரசியல் வாசிகளுக்கு தெரியும் என்னால் முடிந்த அளவுக்கு செய்யும் நான் இப்போது பயப்படுகிறேன். காலை 1 மணி முதல் தீராத நோயால் பாதிக்கப்பட்டு, அந்த நேரம் எனது பரம்பரை அழியும் வாய்ப்புள்ளது போல வந்துள்ளது. எப்போதும் பிரிட்டிஷ் அரசாங்கத்தின் நேர்மையான வேலைக்காரனாக இருந்தேன். எனவே, இதை அரசின் கவனத்திற்கு கொண்டுவர விரும்புகிறேன் என் முன்னோர்களுடன் கையெழுத்திடப்பட்ட அந்த ஒப்பந்தத்திற்கு ஏற்ப இந்த ஒப்பந்தத்தின் மூலம் நான் ஐந்து வயது குழந்தையை தத்தெடுத்துள்ளேன் என்றார். அவரது வாழ்க்கையின் அனைத்து நம்பிக்கைகளும் இழந்துவிட்டன என்பது போலிருந்தது. தாமோதர் கங்காதர் ராவ் என்று பெயரிட்டுள்ளனர். இந்த குழந்தை எங்கள் குடும்பத்தைச் சேர்ந்தது, உறவில் அவர் என்னுடையவர் பேரன். இறைவனின் கருணையுடனும் அன்பான கருணையுடனும் இதை நம்புகிறேன் அரசாங்கத்தின் வேலைகளை பார்க்க நான் விரைவில் குணமடைவேன். எதிர்காலத்தில் சொந்த குழந்தை அதை பார்த்து கொள்ளும். அது நடந்தால், முழு விஷயமும் முடியும் என்பதைக் கருத்தில் கொள்ள வேண்டும். ஆனால் நான் காப்பாற்றப்படவில்லை என்றால் அதை அரசு கவனிக்கும் என்று எதிர்பார்க்கிறேன். அதே சாதகமான கருத்தில் கொண்ட மிகச் சிறிய குழந்தை சிறந்த உறவுகளின் பார்வையில் அது என்னைப் பார்க்கிறது. அவ்வாறு இல்லையெனில், என் மனைவி உயிருடன் இருக்கிறாள், அவள் இந்த மாநிலத்தின் உரிமையாளராக கருதப்பட வேண்டும் மற்றும் இந்த குழந்தையின் தாய். முழுமையின் நிர்வாகம் அவள் எதிலும் துன்பப்படாமல் இருக்க அரசு அவளிடம் ஒப்படைக்க வேண்டும் என்றார்.

நள்ளிரவு 1 மணிக்குப் பிறகு போய்விட்டது" கட்டளையிட்ட பிறகு, மகாராஜா இந்தக் கடிதத்தை மேஜரிடம் கொடுத்தார் எல்லிஸ், மீண்டும் மீண்டும் வலியுறுத்தி அவர் அவருக்கு நினைவூட்டினார். ஒப்பந்தத்தின் இரண்டாவது ஷரத்து, அது தெளிவாகக் குறிப்பிடப்பட்டுள்ளது ஜான்சி மாநிலம் அதன் ஆட்சியில் தொடர்ந்து இருக்கும் பரம்பரை மற்றும் அதன் பாரம்பரியம் ஆகும். அவர் கடிதம் ஒப்படைக்கும் போது மகாராஜாவின் குரல் உணர்ச்சியால் ஸ்தம்பித்தது. அன்று இந்த மேஜர் மிகுந்த பணிவுடன் பதிலளித்தார், "மகாராஜா, பிறகு உங்கள் அறிவிப்புக் கடிதத்தை அரசுக்கு அனுப்புகிறேன் நிச்சயமாக என்னால் முடிந்ததைச் செய்ய முயற்சிக்கிறேன்" என்றும் கூறினார்.

ராஜா கங்காதர் ராவ் மரணம்

மகாராஜா கங்காதர் ராவ் கடிதம் கொடுத்தபோது மேஜர் எல்லிஸுக்கு தத்தெடுப்பு பற்றிய அறிவிப்பு, பேசுவதில் சோர்வு காரணமாக மயக்கம். மேஜர் எல்லிஸ் மற்றும் கேப்டன் மார்ட்டின் அவருக்கு மருந்து கொடுத்தனர். பின்னர் அவர்களின் குடியிருப்புகளுக்கு திரும்பினர். மகாராணி லட்சுமிபாய் அவர் படுக்கை அருகில் அமர்ந்திருந்தார். திரைக்குப் பின்னால்

அவள் கணவரிடம் வந்தாள் பிரிட்டிஷ் அதிகாரிகள் வெளியேறினர். அவளது நிலை என்ன என்பதை கற்பனை செய்து கூட பார்க்கமுடியவில்லை. அந்த நேரத்தில் அவள் மனம் உடைந்துபோய் இருந்திருக்கலாம். மேஜர் எல்லிஸ் மூலம் அந்த நேரத்தில் புந்தேல்கண்டின் அரசியல் குடியிருப்பாளருக்கு செய்திகள் அனுப்பப்பட்டது.

ராஜா கங்காதர் ராவ் பற்றிய அனைத்து விவரங்களும். கொடுத்த மகாராஜாவுக்கு மருந்து கொடுக்கப்பட்டது அவருக்கு உடனடியாக ஒரு நிவாரணம். சிறிது நேரம் தூங்கச் சென்றார். மாலை 4.00 மணியளவில் அவர் கண்களைத் திறந்தபோது, பெரும் கூட்டம் அரச மாளிகையின் முன் திரண்டிருந்தனர். அன்று இது நடந்தது நவம்பர் 20, 1853 அனைவரும் அவரைப் பற்றி அறிய விரும்பினர் மேஜர் எல்லிஸ் அவரைக் காப்பாற்றுவதற்காக முடிந்தவரை போராடினார். உடனே மகாராஜாவிடம் ஆங்கில மருத்துவர் ஆலனை அழைத்து வந்தார். ஆனால் அங்கு மகாராஜா அலோபதி மருந்து சாப்பிட மறுத்துவிட்டார். உயர்ந்த இந்துக்கள் அந்தக் காலத்தில் இருந்த குடும்பங்கள் அலோபதி மருந்துகளை உட்கொள்வதில்லை.

நவம்பர் 21, 1853 அன்று, மகாராஜாவின் துடிப்பு பிறகு அவரது நாடிக் துடிப்பு குறைவானது. அவரது உடல் குளிர்ந்தது, இறுதியாக அவர் பூவுலக வாழ்க்கையைக் கடந்து சென்றார். இது ஒட்டுமொத்த மாநிலத்தையும் சோகத்தில் ஆழ்த்தியது. மகாராஜா அரச முறைப்படி தகனம் செய்யப்பட்டார். மேஜர் எல்லிஸ், கேப்டன் மார்ட்டின் மற்றும் பிற பிரிட்டிஷ் அதிகாரிகள் இறுதி ஊர்வலத்தில் கலந்து கொண்டனர். எல்லிஸ் ஆகியோர் தகனத்திலிருந்து திரும்பிய பிறகு லட்சுமிபாயிடம் வந்து அவளுக்கு ஆறுதல் கூறினர்.

மகாராஜா கங்காதர் ராவ் தனது சொர்க்க வாசஸ்தலத்திற்கு புறப்பட்டார். சமூகத்தைச் சேர்ந்த நபர்கள் லக்ஷ்மிபாய்க்கு ஆறுதல் கூறி தங்கள் சம்பிரதாயங்களை முடித்தனர். ஆனாலும் ஆழமான வேதனை யாருக்குத் தெரியும். பதினெட்டு வயதை முடித்தவுடன் விதவையான பெண்ணின் இதயம் படும் துன்பத்தை அளவிட முடியுமா?
அவள் வயது 19 ஆண்டுகள் அடியெடுத்து வைத்தவுடனேயே விதவையானாள். அவள் ஒரு பிராமணரின் மகள் தற்செயலாக நடந்த ஆண்களின் ஏகபோகத்தின் காரணமாக அவள் நடுத்தர வயது ராஜாவுக்கு ராணியாகிவிட்டாள். தன் குழந்தைப் பருவத்திலிருந்து பெண்ணாக மாறிய பிறகும் ராணிக்கு என்ன கிடைத்தது? திருமணமான பதினோரு வருடங்களில் விதவைக் கோலம் பூண்டாள்.

3. ஜான்சி மீது துரதிர்ஷ்டத்தின் கருமேகங்கள்

முதல் அடி

ராஜா கங்காதர ராவ் இறந்தவுடன் துரதிஷ்டம் கருமேகங்களாக ஜான்சியை சூழ்ந்தன. சபிக்கப்பட்டவர்களின் ஆரம்பத்துடன் ஒரு விதவையின் வாழ்க்கை. அவ்வாழ்க்கையில் எல்லாவிதமான மகிழ்ச்சியும் அமைதியும் சென்று விட்டது. மகாராணி லட்சுமிபாய் கிரகணம் அடைந்தார். எல்லிஸும் மார்ட்டினும் ஆறுதல் சொல்ல வந்திருந்தாலும் இன்னும் விரைவில் அவள் பிரித்தானியர்களை புதியதாக பார்க்கப் போகிறாள் என்பது தெரியும். அவளை விட்டு வெளியேறிய பிறகு, எல்லிஸ் முதலில் கோட்டையை அடைந்தார். அவர் கருவூலத்தை ஆய்வு செய்தபோது, 2,45,768 ரூபாய் ஒதுக்கப்பட்டது பிரிட்டிஷ் ராணுவம் பாதுகாப்பாக இருந்தது. எனவே, அதை பூட்டி சீல் வைத்தார் மாநில பொருளாளர் பண்டிட் ஜ்வாலாநாத் முன்னிலையில் அவர் மற்ற அறைகளுக்குச் சென்று, உடைகள் மற்றும் ஆபரணங்களின் பட்டியலை உருவாக்கினார். மற்றும் அவற்றை சீல் வைத்து, ஒன்பதாவது பட்டாலியனின் காவலராக அங்கு நிறுத்தப்பட்டார் குவாலியர் மாநிலத்தின் கன்டிஜென்ட் ராணுவம் இதை செய்தது. மக்கள் ஆங்கிலேயர்களின் இந்த அடாவடித்தனத்தை அவர்கள் செய்துகொண்டிருந்தபடியே விளக்கினார்கள்.

ராணியின் மரணத்தின் காரணமாக பாதுகாப்பு கருதி

அரசியல் முகவரின் இராஜதந்திரம் எல்லிஸ், துணை அரசியல் முகவர் மால்கமுக்கு கடிதம் அனுப்பியிருந்தார். அரசியல் முகவர், கங்காதரர் பற்றிய அறிவிப்பு: நவம்பர் 21 அன்று ராவ் இறந்தார். இந்த அறிவிப்பை பெற்றவுடன், மால்காம் நவம்பர் 25 அன்று வெளிநாட்டிற்கு ஒரு கடிதம் எழுதினார் இந்திய அரசின் செயலாளர். அதன் சுருக்கமான சாறு பின்வருமாறு:

"ஐயா,

1. மாண்புமிகு கவர்னர் ஜெனரலுக்குத் தெரிவிக்க வருந்துகிறேன், நவம்பர் 21 அன்று ராஜா கங்காதர் ராவ் ஜான்சியில் காலமானார்.

2. இறப்பதற்கு ஒரு நாள் முன்பு அவர் ஒரு மகனைத் தத்தெடுத்தார் அவருக்கு, அவரது பேரன், ஆனால் உண்மையில் அவர் ஐந்தில் இருந்து ரகுநாத் ராவின் தலைமுறை, அதனால் அவர் அவருடைய மருமகன்.

3. எழுதப்பட்ட மூன்று கடிதங்களை உங்கள் பார்வைக்காக இணைக்கிறேன் மேஜர் எல்லிஸ் மகாராஜாவுடனான சந்திப்புகள் குறித்தும், மற்றும் ஒரு மகனைத் தத்தெடுப்பதைத் தெரிவிக்கும் கடிதமும் தான் மகாராஜா.

4. ஜான்சி மக்கள் ஒரு கோரிக்கை என்று நினைத்தார்கள் ராணியின் உரிமைகள் அவள் வாழும் காலமெல்லாம் நிறைவேற்றப்படும். ஆனால் மஹாராஜா, நெருங்கிய உறவைக் காணாததால் அதை ஏற்றுக்கொண்டார் இறப்பதற்கு ஒரு நாள் முன்பு ஒரு மகன். இது ஜான்சி மக்களுக்கு ஆச்சரியமாக இருந்தது.

5. ஜான்சியின் அரச குடும்பத்தின் வம்சாவளியை மேம்படுத்துதல் இந்திய அரசுக்கு அனுப்பி வைக்கப்படுகிறது. அது தெளிவுபடுத்தும் மகராஜின் வளர்ப்பு மகன் வரிசையைச் சேர்ந்தவர் என்றும் அவரது மூதாதையர் ரகுநாத் ராவின் வம்சாவளியுமாவார் என்றனர்.

6. எல்லிஸுக்கு கடந்த 2ம் தேதி நோட்டீஸ் அனுப்பினேன் அரசாங்கத்திடம் கொடுக்கப்பட்டுள்ளது. எல்லிஸ் அதற்கேற்ப செயல்படுகிறார் அரசின் இறுதி முடிவு என்ன என்பது தெரியவில்லை, தத்தெடுப்பதில் கவனம் செலுத்தப்படாது இருந்த மறைந்த மகாராஜாவின் முறை என்னவென்று,

7. அறிய சில சான்றுகள் கீழே கொடுக்கப்பட்டுள்ளன ஜான்சிக்கும் ஆங்கிலேயருக்கும் இடையிலான பரஸ்பர உறவுகள் நிர்வாகம், எவ்வாறு என்பதை தெளிவுபடுத்தும் ஒரு மகனைத் தத்தெடுக்கும் உரிமை மகாராஜாவுக்கு இருந்தது. பாவ் உடன் ஒப்பந்தம் செய்துகொண்டோம்.

8. பேஷ்வாக்களின் சுபேதாராக, உரிமைகளைப் பெறும்போது புந்தேல்கண்ட். 1819 இல் பேஷ்வா எங்களுக்கு உரிமைகளை வழங்கினார். புந்தேல்கண்ட் பிறகு ராமருக்கு ஜான்சி மாநிலத்தைக் கொடுத்தோம் பாரம்பரிய முறையில் சந்திரா ராவ் 1832 இல் அவர் சுபேதார் பதவியில் இருந்து ராஜா பதவிக்கு உயர்த்தப்பட்டார்.

9. 1835 இல் ராம் சந்திர ராவ் இறந்தவுடன், I – வது பாவ்வின் இரண்டு மகன்கள், ரகுநாத் ராவ் மற்றும் கங்காதர் ராவ் உயிருடன் இருந்தனர். எனவே, அந்த வரிசையில் அவர்களுக்கு அரசு வழங்கப்பட்டது. இந்த பரம்பரை கங்காதர் ராவ் இறந்தவுடன் முடிவுக்கு வந்தது.

10. 1835 இல், ராம் சந்திர ராவின் வளர்ப்பு மகன்கள் மற்றும் அவரது ராணி மாநிலத்தின் வாரிசுகளாக அங்கீகரிக்கப்படவில்லை. இதிலிருந்து ராஜா அல்லது ராணி இருக்க வேண்டும் என்பது தெளிவாகிறது ஒரு மகனைத் தத்தெடுக்கும் முன் அரசிடம் அனுமதி பெற வேண்டும்.

11. கங்காதர் ராவ் கைகொடுக்க விருப்பம் தெரிவித்துள்ளார் திறமையான பெண்ணான அவரது மனைவிக்கு நிர்வாகம் மேல் தான். அப்போதும் அரசு எடுப்பதில் தாமதம் செய்யக்கூடாது. மறைந்த ராஜாவின் தனிப்பட்ட சொத்தை எடுத்துக்கொள்வதில் மகிழ்ச்சி ஆனால், சில மாத ஓய்வூதியம், அளிக்கலாம்

12. ராணிக்கு எவ்வளவு ஓய்வூதியம் வழங்க வேண்டும்? நான் இதை பற்றி எதுவும் கூற முடியாது. இதுதான் ஒரே அரச குடும்பம் புந்தேல்கண்டில் மராத்தியர்கள் வெளியேறினர். இப்போது அதை சார்ந்தவர்கள் பதவி நீக்கம் செய்யப்பட்ட அனைத்து மராட்டிய ஆட்சியாளர்களும் அவளுக்கு கீழ் தங்குமிடம் தேடுவார்கள். எனவே, அவளுக்கு ஓய்வூதியமாக குறைந்தபட்சம் 5,000 ரூபாய் வழங்க வேண்டும்.

13. ஜான்சி நெடுங்காலமாக எங்கள் கீழ் இருக்கிறது. மேஜர் ரோஸ் ஏற்கனவே அதை நிர்வகித்தார். நாங்கள் எந்த சிரமத்தையும் சந்திக்க மாட்டோம் அண்டை அரசை நிர்வகிக்கும் விதத்தில் சிந்தியா அரசாங்கம் உள்ளது.

14. அரசாங்கம் அதை என் கீழ் வைத்திருக்க விரும்பினால், நான்தயார். மேஜர் எல்லிஸின் திறமையை நான் சந்தேகிக்கிறேன். எனவே, ஜபல்பூரின்

காமேஸ்வரின் கீழ் சமமாக வைக்க வேண்டும் புந்தேல்கண்டின் வேறு சில மாவட்டங்களுடன்.

இதைத் தரும்போது மால்கம் உண்மைகளைத் திரித்துள்ளார் என்ற தகவல் வெளிப்படையானது ஜான்சியின் நிர்வாகத்தில் பிஸியானார் இந்த தகவலை அனுப்பிய பிறகு.

டல்ஹவுசியின் கோபிளிங் கொள்கை

ஆங்கிலேயர்கள் இந்தியாவிற்கு வணிகர்களாக வந்தனர் ஆனால் அந்த குறுகிய காலத்தில் அவர்கள் அதனுடைய நடுவர்களாக ஆனார்கள். 1848 இல்டல்ஹவுசி பிரபு இந்தியாவின் கவர்னர் ஜெனரலாக வந்தார். அவர் ஆட்சியாளர் இல்லாத எந்த மாநிலத்தையும் கைப்பற்றுவதை நியாயப்படுத்தினார் வாரிசாக விட்டு விடுங்கள். இந்த சூழலில் அவர் "அவற்றைக் கைப்பற்றுவதன் மூலம் எங்கள் ஆட்சியை நீட்டிக்க முயற்சிக்க வேண்டும் ஏற்கனவே மாநிலங்களுக்கு இடையில் அமைந்துள்ள சிறிய மாநிலங்கள் எங்கள் கட்டுப்பாட்டில் உள்ளது. அதை எதிர்க்க யாருக்கும் உரிமை இல்லை. இவை சிறிய மாநிலங்கள் நமக்கு சிக்கலைத் தவிர வேறு எதையும் தரவில்லை. அவற்றை இணைப்பதன் மூலம் எங்கள் மாநிலங்களுக்கும் அவர்களின் துயரங்களுக்கும் முடிவு கட்டுவோம் பொருளாதார ரீதியாக நாமே பயனடைகிறோம். இது எனது உறுதியான மற்றும் நன்கு கருதப்பட்ட கருத்து ஆகும். மேலும், இது ஆங்கிலேயர்களின் அவசியமான கடமையாகும் இந்த கொள்கையை அரசு பின்பற்ற வேண்டும். நாம் விடக்கூடாது மாநிலங்களை கைப்பற்றுவதற்கான வாய்ப்புகள் கடந்து செல்கின்றன. அத்தகைய வாய்ப்புகள் உருவாக்கப்படுகின்றன. நாம் எப்போதாவது தவறைச் செய்ய வேண்டும் பின்வரும் இரண்டு வகைகளை எடுத்துக்கொள்வதற்கான வாய்ப்புகளை அனுமதிக்கிறது வாரிசு இல்லாத மாநிலங்களால் மாநிலங்கள் செல்கின்றன, அல்லது எடுத்த பிறகு வாரிசு நியமிக்கப்பட்ட மாநிலம் அரசாங்கத்திடம் இருந்து அனுமதி பெற்றது.

பிரிட்டிஷ் அரசு இந்தக் கொள்கையை பின்பற்றி வந்தது. மேலும், அவர் எப்படியாவது ஜான்சியை கைப்பற்ற நினைத்தார். மேலே உள்ள தகவல்கள் மால்காம் மூலம் இந்திய அரசுக்கு அனுப்பப்பட்டது எனவே, அரசு கங்காதர் ராவ் இறந்த பிறகு அவர்களின் எச்சரிக்கைக்கு வேண்டுமென்றே பதிலளிக்கவில்லை.

கவர்னர் ஜெனரலுக்கு மகாராணியின் விண்ணப்பம் பற்றிய

மேலிடத்தகவலை ஆளுநருக்கு அனுப்பிய போது ஜெனரல், அவர் அந்த மாகாணத்திற்கு சுற்றுப்பயணம் மேற்கொண்டிருந்தார். அடுத்த நான்கைந்து முறையும் மகாராணியிடம் பதில் வரவில்லை மாதக்கணக்கில் அவள் கவலைப்படுவது இயற்கையானது என்றானது. இந்த விஷயத்தை அவளது தந்தையுடனும் மீண்டும் மீண்டும் கேட்டாள். மோரோபந்த் அவளுக்கு உறுதியளித்தார். இறுதியாக, அவளுடன் கலந்தாலோசித்த பிறகு அமைச்சர்கள், மகாராணி கவர்னர் ஜெனரலுக்கு கடிதம் எழுதினாள். மேஜர் எல்லிஸ் மூலம் எழுதினாள். கடிதத்தின் சுருக்கமான மொழிபெயர்ப்பு பின்வருமாறு:

"ஜான்சியின் பதிவுகளில் இருந்து தெரிகிறது மாமனார் சிவ் ராவ் பாவ் பிரிட்டிஷ் அரசுக்கு உதவினார் மாகாணத்தில் பிரிட்டிஷ் ஆட்சி

நிறுவப்படுவதற்கு முன்பு, அதற்கு ஈடாக நாங்கள் எப்போதும் நன்றியுடன் இருக்கிறோம் பிரிட்டிஷ் கருணை மற்றும் வரம். கர்னல் ஸ்லீமென் ஒரு ஒப்பந்தத்தில் கையெழுத்திட்டார். அதன்படி 1842 இல் என் கணவருடன், முந்தைய ஆண்டு ராம் சந்திர ராவ் உடனான ஒப்பந்தம் முழுமையாக இருந்தது ஒப்புக்கொள்ளப்பட்டது. நல்ல நடத்தை மற்றும் நட்பு காரணமாக பிரிட்டிஷ் அரசாங்கத்துடன் ஷிவ் ராவ் பாவின் உறவு இருந்தது. பாவின் கடைசி விருப்பத்தின்படியும் ராம் சந்திர ராவுடன் கையெழுத்திட்ட ஒப்பந்தத்தின்படியும் அவரது வம்சத்திற்கு ஏற்ப தான் அவருக்கு ஜான்சி மாநிலம், உறுதிப்படுத்துகிறது. ஜான்சியின் ராஜா துரதிர்ஷ்டவசமாக பிரச்சினையற்றவராக இருந்தால், அப்போது அவர் ஏற்றுக்கொண்டதை அரசாங்கம் முழுமையாக அங்கீகரிக்கும். ஆனால், மகனே, நமது பாரம்பரிய மூதாதையர் அரசு பதவிக்கு வர அனுமதிக்க மாட்டோம் என்பர். இந்து தர்மம் - சாஸ்திரங்கள் (மத வேதங்கள்) இடையே எந்த வித்தியாசமும் இல்லை உண்மையான மகன் மற்றும் வளர்ப்பு மகன் இதுவரை பிண்ட் - டான் (மத பிரசாதம்) அவர்கள் இறந்த மூதாதையர்களுங்கு வழங்குகிறார்கள். எனவே, வளர்ப்பு மகனைப் பெறுவது இந்து மதத்திற்கு ஏற்றது தான். இந்த தேவைக்கு இணங்க, எனது மறைந்த கணவர் ஒரு மகனைத் தத்தெடுக்கும் விருப்பத்தையும், தத்தெடுப்பு விழாவையும் வெளிப்படுத்தினார் ஞான பண்டிதர்களால் முறையாகச் செய்யப்பட்டது. மேஜர் எல்லிஸ் மற்றும் கேப்டன் மார்ட்டின் மகாராஜா உத்தரவின் பேரில் இந்த விழாவிற்கு அழைக்கப்பட்டனர். பின்னர் அவர் (மகாராஜா) எழுத்துப்பூர்வமாக அறிவித்தார் முன்னோக்கி பரிமாற்றத்திற்காக தத்தெடுப்பு விவரங்களை அனைவரிடமும், அரசிடமும் எடுத்துரைப்பதாக உறுதியளித்தார் எங்கள் வளர்ப்பு மகன் என் கணவர் இறந்த விழாவில் அனைத்து சடங்குகளையும் முறைப்படி செய்தான். இந்த அரசின் தயவால் எனது கணவர் இந்த மகனை தத்தெடுத்தார். இப்போது அவரது பாதுகாப்பு உங்கள் ஆதரவைப் பொறுத்தது. இறுதியில் அரசாங்கம் இதனை அங்கீகரிக்க வேண்டிக் கொள்கிறோம். நாங்கள் அங்கீகரித்ததைப் போல வளர்ப்பு மகனை ஏற்றுக் கொள்ள வேண்டும். தாதியாவின் ராஜா, பாலா ராவ், ஜலான் ராஜா, மற்றும் தேஜ் சிங், ஓர்ச்சாவின் ஆட்சியாளர். ஜான்சியுடனான ஒப்பந்தத்தில் பயன்படுத்தப்படும் சொல் "எப்போதும்". எங்களுக்கு அதிக உரிமை உள்ளது மேற்கண்ட ராஜாக்களை விட வளர்ப்பு மகன் வேண்டும்" என்று வேண்டினாள்.

இந்த கடிதம் கவர்னர் ஜெனரலுக்கு அனுப்பப்பட்டது. 24ம் தேதி டிசம்பர் 1853, ராணியின் உரிமைகள் நியாயமானது என்று விவரிக்கிறது. மேஜர் எல்லிஸ் அரசாங்கத்திற்கு ஒரு கடிதம் எழுதினார்: "இதன் நோக்கம் ஜான்சி மற்றும் ஓர்ச்சாவுடனான ஒப்பந்தங்கள் பொதுவானவை. எனவே அதை அனுமதிக்கிறது. ஒருவர் ஒரு மகனைத் தத்தெடுக்க, மற்றவர் அதைப் பெற மறுப்பது நீதியின் நலனில் இருக்க வேண்டும். நீதிமன்றத்தின் கடிதத்தில் இயக்குநர்கள், 27 மார்ச், 1836 தேதியிட்டது, அது ஒப்புக்கொள்ளப்பட்டது இந்திய மாநிலங்களின் விதிகளை ஏற்றுக்கொள்வதற்கு முழு உரிமை உள்ளது இது நீதிமன்றத்தின் உத்தரவுகளை கடுமையாக அவமதிக்கும் செயலாகும். இயக்குனர்களே, இன்று ராஜாக்கள் என்று சொன்னால், ஈடாக ஆட்சியாளர்களாக

ஆக்கப்பட்டவர்கள். மற்ற அரச குடும்பங்களைப் போல பழமையானது அல்ல, இந்த காரணத்திற்காக அவர்களின் ஒரு மகனைத் தத்தெடுப்பதாகக் கூறுவது ஏற்கப்படாது. இந்த கடிதம் அரசியல் ஏஜெண்டிடம் உள்ளது பல நாட்களாக பந்தல்கண்ட் - ல் அவர் ஏற்கனவே தனது உரிமையை உருவாக்கினார். இப்போது, ஜான்சியை பிரிட்டிஷ் சாம்ராஜ்யத்தில் இணைக்க.

மால்காமின் இரண்டாவது இராஜதந்திரம்

செயல்பட தொடங்கியது. சதாசிவ் ராவ் நாராயண் மற்றும் கந்தேஷ் குடியிருப்பாளர் நிச்சயமற்றதைக் கண்டு கங்காதர் ராவின் முந்தைய குடியிருப்பு ஜான்சி மாநிலம் ஆகும். மேலும் எதிர்காலத்திற்காக மாநிலத்திலுள்ள தனது உரிமையை கோரியது உண்மை தானே என அவர் மால்காமுக்கு ஒரு விண்ணப்பத்தை அனுப்பினார், ஜான்சியின் அரியணைக்கும் உரிமை கோரினார். இந்த கடிதத்தை மால்காம் ஆளுநருக்கு அனுப்பி வைத்தார் ஜெனரல் 31 டிசம்பர், 1853 அன்று அவருடன் பரிந்துரை, "வாரிசுகளில் யாரேனும் ஒருவர் உரிமை இருந்தால் மறைந்த ராஜாவின் மூதாதையர்கள் அங்கீகரிக்கப்பட வேண்டும், பிறகு இந்த மனிதர் ஜான்சியின் அரியணைக்கு உரிமை கோருபவர்களாகவும் இருக்கலாம்.

மால்கம் ஏன் வளைந்தார் என்பதைப் புரிந்துகொள்வது கடினம் ஜான்சி மாநிலத்தை பிரிட்டிஷ் சாம்ராஜ்யத்தில் இணைத்தது. அவரது இரண்டாவது ராஜதந்திரம் என்பது அவர் விரும்பியது என்று பொருள் கொள்ளக் கூடாது சதாசிவ் ராவ் நாராயணனை ஜான்சியின் அரியணையில் அமர்த்த வேண்டும். அதாவது குழப்பத்தை ஏற்படுத்தவே அவர் இந்த பரிந்துரையை செய்ததாக தெரிகிறது.

ஜான்சியின் இணைப்பு முடிவு

கங்காதர் ராவ் இறந்து கிட்டத்தட்ட மூன்று மாதங்களுக்குப் பிறகு, கவர்னர் ஜெனரல் தனது சுற்றுப்பயணத்திலிருந்து திரும்பியதும் ஜான்சி பிரச்சினை பரிசீலிக்கப்பட்டது. ஜேபி கிராண்ட், வெளிநாட்டு செயலாளர், ஒரு புத்திசாலி மனிதராக கருதப்பட்டது போன்ற விஷயங்கள் கொண்டு ஜான்சி மாநில இணைப்பு அறிக்கையைத் தயாரித்தார். இந்த அறிக்கையில், அவரது விரிவான ஒரு பறவையின் பார்வையை முன்வைக்கிறது ஜான்சி மாநிலம் மற்றும் பிரிட்டிஷ் அரசாங்கத்துடனான அதன் உறவுகள், ஜான்சியை இணைக்க வேண்டும் என்று அவர் வலியுறுத்தினார் பிரிட்டிஷ் பேரரசும் பின்வரும் சுருக்கமான வடிவம் கவர்னர் ஜெனரல் மற்றும் அவரது கவுன்சிலர்களின் முடிவு இந்த அறிக்கையை எடுத்துக் கொண்டது:

"ஜான்சி நரேஷ் கங்காதர் ராவ் ஒரு மகனைத் தத்தெடுத்தார் நவம்பர் 1853 இல் அவர் இறப்பதற்கு முந்தைய நாள், ஏனெனில் அவர் அவ்வாறு செய்யவில்லை அவருக்கு சொந்த மகன் வேண்டும். அந்த மகனிடம் அவன் மனைவி கேட்கிறாள் அவரது வாரிசாக ஏற்றுக்கொள்ளப்பட வேண்டும் என்பதாகும்.

"ஜான்சிக்கும் பிரிட்டிஷ் நிர்வாகத்திற்கும் இடையிலான உறவுகள் வெளிநாட்டின் செயலாளரின் சுருக்கமான விளக்கத்திலிருந்து

தெளிவாகிறது. எனவே, இந்த சிக்கலை கவனமாக பரிசீலித்து அந்த ஜான்சி மாநிலத்துடனான கடித தொடர்பு என்னவாக இருக்க வேண்டும் என்று ஜான்சி மாநிலத்தின் எதிர்கால நிர்வாகத்தை நான் வெளிப்படுத்துகிறேன். பிரிட்டிஷ் அரசாங்கத்தின் கைகளில் இருந்ததால் இந்த நிலை வந்து விட்டது. ஆகவே, இப்போது இருந்து அரசியல் கண்ணோட்டத்தில், அதை நம் கைகளில் வைத்திருப்பது சரியாக இருக்கும் என்றார்.

"ஜான்சியில் எப்படிப்பட்ட நிர்வாகம் இருக்கும்? இந்த சர்ச்சையை தீர்க்கும் போது பிரச்சினை சமீபத்தில் முடிவு செய்யப்பட்டது நாக்பூர் மற்றும் ஜான்சி மாநிலங்களுக்கு இடையிலான உறவுகள் மற்றும் அந்த சிறிய மாநிலங்கள் தொடர்பாக சார்லஸ் மெட்கா.˙ப் எடுத்த முடிவுகள் புந்தேல்கண்ட் 1837 இல் ஏற்றுக்கொள்ளப்பட்டது. அதன்படி 1846 இல் இயக்குநர்கள் நீதிமன்றத்தால் உருவாக்கப்பட்ட விதிகள் வாரிசு இல்லாத ஜான்சி மாநிலம் போன்ற நாடுகளை இணைக்க எங்களுக்கு முழு உரிமை உள்ளது என்றனர்.

"இறையாண்மை இல்லாத நிலையில், மேற்கண்ட கொள்கைகளைப் பயன்படுத்துதல் தத்தெடுக்கப்பட்ட வாரிசான சதாராவைப் போல அதிகாரம் எந்த மாநிலத்தையும் பெற முடியாது. அனுமதி வழங்குவதற்கு நாங்கள் அதற்கு கட்டுப்பட்டவர்கள் அல்ல சார்லஸ் மெட்கா.˙ப் இதே கருத்தைக் கொண்டுள்ளார். புந்தேல்கண்ட் .˙ப்ரேசர் எந்த வித்தியாசத்தையும் ஒப்புக்கொள்ளவில்லை வம்சாவளியை அடிப்படையாகக் கொண்ட அரசர்களுக்கும் மாறுபவர்களுக்கும் இடையில் இருந்தனர். ஒரு மகனை தத்தெடுக்க முடியும் என்பதை நான் ஏற்றுக்கொள்கிறேன் ஒருவருக்கு மகன் இல்லாத போது ஆனால் வளர்ப்பு மகன் வேண்டும் இந்து மத சாஸ்திரங்களின்படி பிரிட்டிஷ் அரசிடம் முன் அனுமதி பெற வேண்டும் இதற்காக. ஜாகிர்களாகப் பெற்ற மாநிலங்களின் விஷயத்தில் இந்த வாரிசை தீர்மானிக்கும் உரிமை அந்த நபரிடம் உள்ளது என்று ஜாகிர் கொடுத்தார். உண்மையான மகன் இல்லாத பட்சத்தில், அவர் ஜாகீரைத் திரும்பப் பெறலாம்.

"ஜான்சி மாநிலம் பிரிட்டிஷ் அரசால் வழங்கப்பட்ட ஜாகிர் ஆகும். எனவே, உண்மையான மகன் இல்லாத நிலையில், எங்களுக்கு அதை முழுமையாக திரும்ப பெற உரிமை உள்ளது.

"சந்தேகமின்றி, ஜான்சி ஒரு சார்பு மாநிலம். இது குறைவாக உள்ளது திஹ்ரி மாநிலத்தை விடவும் இலவசம். உண்மையில், இது திஹ்ரி போன்றது அதன் முந்தைய உரிமையாளர் பேஷ்வாவால் சுபேதோருக்கு வழங்கப்பட்டது. 1804 இல் ஷிவ் ராவ் பாவ் மற்றும் பிரிட்டிஷ் அரசு இடையே ஒப்பந்தம் நடைபெற்று ஜான்சியின் சுபேதார் பேஷ்வாவின் சார்புடையவராக விவரிக்கப்படுகிறார். இதை சிவராவ் பாவ் ஏற்றுக்கொண்டார். அரசு இருக்க வேண்டும் என்று அரசிடம் வேண்டிக்கொண்டபோது அவரது பேரனுக்கு வழங்கப்பட்டது. பின்னர் அரசாங்கம் என்று கூறியது இதற்கு பேஷ்வாவின் சம்மதம் அவசியம். அனைத்து ஆதாரங்களும் ஜான்சியின் ஆட்சியாளர்கள் கீழ் இருந்தனர் என்பதை தெளிவுபடுத்துங்கள் என்றனர் பேஷ்வாக்கள். 1817 ஆம் ஆண்டு

பிரிட்டிஷ் அரசாங்கம் கையகப்படுத்தியது பேஷ்வாக்களின் உரிமைகள், யாவையும் எடுத்துக் கொண்டது. ராமரின் மூதாதையர் உரிமையினை ஜான்சி மீதான சந்திர ராவ் ஒப்புக்கொள்ளப்படவில்லை. இந்த ஆண்டில் நிறைவேற்றப்பட்ட ஒப்பந்தத்தில் உள்ள உரிமைகளும் கூட மூதாதையர் பெற்றனர். பின்னர் அவர் முழு ராஜாவாக அங்கீகரிக்கப்படவில்லை. 1835 இல் அவர் ராம் சந்திரனின் வளர்ப்பு மகனாக மாநிலத்தின் வாரிசாக அங்கீகரிக்கப்படவில்லை. அவரது மாமா வாரிசாக நடத்தப்பட்டார்.

"கங்காதர் ராவுக்கு உண்மையான மகன் இல்லை. எனவே, ஜான்சியை ஆள பரம்பரையில் வாரிசு இல்லை என்ற நிலை உருவானது.

"ஒரு நாள் முன்புதான் கங்காதர் ராவ் தத்தெடுத்த மகன் அவரது மரணம் அவரது பரம்பரையில் ஒரு தொலைதூர உறவாக மாறிவிட்டது. இந்த தத்தெடுப்பு உடனடி மரணத்தின் போது மேற்கொள்ளப்படும் செயல்முறை எனில் அது முடியாது என்பது நம்பகமானதாக கருதப்படுகிறது. இதற்கு முன் ராஜா ஒரு வளர்ப்பு மகன் வேண்டும் என்ற அவரது ஆசையை வெளிப்படுத்தவில்லை என்று மக்கள் நினைத்தார்கள். ராஜா தனது மாநிலத்தை தனது ராணியின் கீழ் வைத்திருக்க பிரார்த்தனை செய்தார். எனவே, அவரது தற்போதைய முடிவு அனைவரையும் ஆச்சரியத்தில் ஆழ்த்தியுள்ளது. அங்கே தெரிகிறது ஒரு மகனைத் தத்தெடுப்பதற்குப் பின்னால் ஏதோ சதி இருக்கிறது, ஏனென்றால் முதல் அரசாங்கத்தின் ஒப்பந்தம் சிவ் ராவ் பாவுடன் இருந்தது. அதுவும் இல்லையெனில் அவரது வம்சாவளியின் வாரிசு எஞ்சியுள்ளார்.

"லக்ஷ்மிபாய் அவர்களின் அங்கீகாரத்திற்காக பிரார்த்தனை செய்துள்ளார். புந்தேல்கண்ட் மாநிலங்களின் வரிசையில் தத்தெடுக்கப்பட்ட மகன் தாதியா, திஹ்ரி மற்றும் ஜலான். திஹ்ரி மற்றும் தாதியா மாநிலங்களில் சுதந்திரமானவை அவர்களின் விதிகளை மாநிலங்களில் சார்புடையவர்களுக்குப் பயன்படுத்த முடியாது. ஆம், ஜலான் ஒரு விதிவிலக்கு. ஆனால் இது அரசாங்கத்துடைய சொந்த விருப்பமாகும். ஆனால், அது அரசாங்கத்திடம் உள்ளது என்று அர்த்தமல்ல. ஒரு மகனைத் தத்தெடுக்கும் உரிமையை ஒப்புக்கொண்டார். தத்தெடுத்த பிறகும் ஒரு மகனின், ஜலான் அரசாங்கத்தின் மாநிலமாகக் கருதப்படுகிறது.

"1817 உடன்படிக்கையைக் குறிப்பிடுகையில், ராணி பிரார்த்தனை செய்துள்ளார் வம்சாவளியின் வரிசையில் இந்த தத்தெடுப்பை அங்கீகரிக்கவும். ஒரு மகனைத் தத்தெடுக்க வேண்டும் என்றால், அந்த வாரிசுக்கான முடிவு அரசாங்கத்தால் எடுக்கப்பட வேண்டும். ராம் சந்திர ராவின் வளர்ப்பு மகனும் நிராகரிக்கப்பட்டார். எனவே, இதில் எந்தவித சர்ச்சைக்கும் இடமில்லை என்ற நம்பகத்தன்மையை நிருபிக்கின்றன.

அதாவது, மாநிலத்தின் ஆட்சியாளர்கள் மற்ற சார்புடையவர்களுக்கு சமம். ஜாகிர்தார்கள் புந்தேல்கண்ட் ஆகும். எனவே, அளிப்பவர் அதன் வாரிசை நியமிக்க ஜாகிருக்கு முழு உரிமை உண்டு. அனைத்திற்கும் மத்தியில் ஜான்சியின் ஆட்சியாளர்கள், பிரிட்டிஷ் அரசாங்கத்துடன் தொடர்பு கொண்டிருந்தனர். யாருக்கும் வாரிசு இல்லை. கங்காதர் ராவின் மகன் இல்லை வளர்ப்பு மகன் வேண்டும் என்ற அவரது விருப்பம் தெளிவாக தெரியவில்லை என்றனர். அவரது குடிமக்கள்.

தத்தெடுத்ததை அரசு ஏற்கவில்லை அந்த ராம் சந்திர ராவின் மகனும், ஜான்சி அரசிற்கு பரம்பரை நோக்கங்களுக்காக வழங்கப்பட்டது. எனவே, அரசு கங்காதர் ராவின் வளர்ப்பு மகனை நிராகரிக்க முழு உரிமை உள்ளது என்றுரைத்தனர்.

"இதன்படி அரசாங்கத்திற்கு எடுக்க முழு உரிமை உண்டு. அரசாங்கம் செய்யாது என்றாலும் இந்த சிறிய மாநிலத்தை கையகப்படுத்துவதன் மூலம் ஏதேனும் குறிப்பிட்ட பலன்கள் உள்ளன இன்னும் இது அரசாங்கத்தின் பகுதி. இந்த பகுதியை எடுத்துக்கொள்வதன் மூலம் அதன் கட்டுப்பாட்டில், அரசு உதவும் புந்தேல்கண்ட் நிர்வாகத்தை மேம்படுத்துதல், அது இருக்கும் ஜான்சிக்கும் சாதகமாக இருந்தது. பின்வரும் உண்மைகள் யாவும் மதிப்புக்குரியவை.

"ராம் சந்திர ராவ் அரியணை யாருக்கு கொடுக்கப்பட்டது. அவர் அவரது ஆட்சியின் மூன்று ஆண்டுகளில் தொழுநோயாளியியாக மாறினார். மற்றும் நிதி நிலையால் ஜான்சிக்கு ஆபத்து ஏற்பட்டது. அப்போது கங்காதர் ராவ் சிம்மாசனத்தில் அமர்த்தப்பட்டார். நிர்வாகத்திலும் திறமையற்றவராக இருந்தார். அதனால் சில காலம் அவருக்கு முழு மாநில உரிமையும் வழங்கப்படவில்லை.

"ராணி அவர்களின் அங்கீகாரத்திற்காக பிரார்த்தனை செய்துள்ளார் ஜலான் வழக்கில் இருந்தது போல் வளர்ப்பு மகனுக்கும் 1832 இல் அனுமதி கிடைத்தது ஜெலலனுக்கு அதன் ஆண்டு வருமானம் வழங்கப்பட்டது. அதாவது பதினைந்து லட்சம் ரூபாய், இது கடந்த எட்டு ஆண்டுகளில் பாதியை விட குறைவாக குறைக்கப்பட்டுள்ளது. அதன் மூலம் கோளாறு பரவியது அங்கு, மாநிலம் முப்பது லட்சம் ரூபாய் கடனில் உள்ளது. அதன் செழிப்பான பசுமை நிலம் பாலைவனமாகிவிட்டது. எனவே, அது தத்தெடுக்கப்பட்ட மகனை அங்கீகரிப்பது பொருத்தமாக இருக்காது

ஜலான் விஷயத்தில் இருப்பது போல, ஒப்புதல் வளர்ப்பு மகன் நல்ல பலனைத் தரமாட்டார். பரிசீலிக்கும்போது இந்த பிரச்சினைகள் அனைத்தும் உணர்வுபூர்வமாக நான் இந்த கருத்தில் இருக்கிறேன் பிரிட்டிஷ் அரசாங்கம் அதன் அனைத்து உரிமைகளையும் முழுமையாக செயல்படுத்த வேண்டும் அதன் கடமை மற்றும் அரசியலைக் கருத்தில் கொண்டு. ஏற்றுக்கொள்ளப்பட்டதை நிராகரிப்பதன் மூலம் ராவ் ஜான்சியின் மகன் என எடுத்துக்கொள்ள வேண்டும் வாரிசு இல்லாதது மற்றும் பிரிட்டிஷ் அரசுடன் இணைக்கப்பட்டதற்கு ஏற்ப அரசியல் முகவரான ராணியின் கருத்துடன் நல்ல ஓய்வூதியம் வழங்க வேண்டும், மற்றும் நிர்வாகம் ஜான்சி லெப்டினன்ட் கவர்னரின் கீழ் இருக்க வேண்டும். அது

பிப்ரவரி 27, 1854ல் தேதியிட்டது.

இது ஏற்கனவே முன்னரே தெளிவாகிவிட்டது வாதங்கள் எவ்வளவு பொருத்தமானவை என்பதை நிகழ்வுகளின் விளக்கத்தின்படி டல்ஹௌசி இந்த முடிவை எடுத்தார். அவர் முயற்சி செய்துள்ளார். பின் ஜான்சி மாநிலம் ராம் சந்திரனுக்கு வழங்கப்பட்டது. இந்த அறிக்கையில் இரண்டும் இல்லை என்ற முந்தைய விளக்கங்கள் உண்மை இல்லை. டல்ஹௌசிக்கு இது புதிதல்ல இந்த வழியில் செயல்பட அவருடைய வாதங்கள் எவ்வளவு பொருத்தமானவை ஜலான் பின்னணியில் விளக்கப்பட்டுள்ளது. ஒரு

மாநிலத்திற்கு குறிப்பிட்ட உரிமை வழங்கப்படலாம். ஆனால் மற்ற மாநிலம் அதையே பறிக்கிறது சர்வாதிகாரம் இல்லை என்றால் வேறு என்ன சொல்வீர்கள்? இவற்றின் மேலே உள்ள விவரங்களுக்கு அவர் மகன் இல்லாத நிலையில், அந்த இந்திய ராஜா தீர்மானிக்கப்பட்ட நபரை மட்டுமே தத்தெடுக்க முடியும் பிரிட்டிஷ் அரசாங்கம் அதை தான் ஏற்கும். நீங்கள் அதை எப்படி அழைப்பீர்கள்? நாம் ஏற்றுக்கொண்டால், பிரிட்டிஷ் அரசாங்கத்தால் தீர்மானிக்கப்பட்ட குழந்தையை நாங்கள் தத்தெடுக்கிறோம். இந்த முடிவு, ஒரு மகனைத் தத்தெடுக்கும் இந்து உரிமையை தெளிவாக மீறியது ஆட்சியின் போது, இந்து மதத்திற்கு ஏற்ப கிழக்கிந்திய கம்பெனியின், கடிதத்தில் தெளிவாக குறிப்பிடப்பட்டுள்ளது ஜார்ஜ் III ஆல் அறிவிக்கப்பட்ட உரிமைகள் அவ்வாறு இருக்காது என்று மத விஷயங்களில் எந்த விதமான தலையீடும். "சமூக மற்றும் மத மரபுகளுக்கு சரியான மரியாதை காட்டும் மற்றும் இந்த நாட்டின் குடிமக்களின் பயன்பாடுகளுக்கு ஒரு விதி இருக்க வேண்டும். குடும்பங்களின் உரிமையாளர்களின் உரிமைகள் என்பது உருவாக்கப்பட்டது. அதன்படி நடைமுறைப்படுத்தப்பட்டதால் அவை பாதுகாப்பாகவும் இருக்கும்.

இந்து அல்லது முஸ்லீம் விதிகள் மற்றும் கட்டுப்பாடுகளில் இந்தியர்கள் மட்டுமல்ல, பல ஆங்கிலேயர்களும் இதை விமர்சித்தனர் டல்ஹவுசியின் முடிவு. மேஜர் பெல் தனது இந்தியன் புத்தகத்தில் பேரரசு கடுமையாக விமர்சித்துள்ளது. இந்த முடிவு வலுவானது ஆங்கிலேயர்களுடனான நட்பில் நம்பிக்கை மீறப்பட்டதற்கான ஆதாரம் என்பதில் நிர்வாகம். வெளிப்படையாக, பிரிட்டிஷ் அரசாங்கம் சென்றுவிட்டது. மீண்டும் அது போட்ட ஒப்பந்தங்கள் அனைத்தையும் ஒதுக்கி வைத்தது ஜான்சியின் முந்தைய ஆட்சியாளர்களுடன்.

பிரிட்டிஷ் பாராளுமன்ற உறுப்பினர், டபிள்யூளம் டாரன்ஸ், ஆங்கிலேயர்களின் பல்வேறு ஒப்பந்தங்களின் நோக்கத்தை தெளிவுபடுத்துகிறது வெவ்வேறு இந்திய மாநிலங்களுடன் அரசாங்கம் எழுதியது:

"ஒப்பந்தங்களின் மொழி பொதுவாக சுருக்கமானது மற்றும் அவற்றின் வார்த்தைகள் பொதுவான அர்த்தங்களை தெரிவிக்கின்றன. அவைகளில் காணப்படுவது அனைத்தும் எதிர்பார்க்கப்பட்ட மற்றும் தற்செயலான நிகழ்வுகளின் அர்த்தங்கள் என்றும் தெளிவாக உள்ளன. அவற்றிற்கு வரையறுக்கப்பட்ட சரியான ஏற்பாடு செய்யப்படுகிறது. அவர்களது உண்மையான மற்றும் திட்டவட்டமான நோக்கம் அமைதியான மற்றும் நட்பை விவரிப்பதாகும் எளிய மொழியின் உறுதியான வடிவத்தில் உறவுகள் அறிவிக்கப்பட்டது. இந்த ஒப்பந்தங்களின் அர்த்தம், தேவைப்படும்போது, அவை இரு தரப்பினரும் ஏற்றுக்கொள்ளும் வகையில் பயன்படுத்தப்படுகின்றன அல்லது ஒரு பாரபட்சமற்ற நபர் பிரச்சினைகளை தீர்மானிக்கிறார். இது பரஸ்பர நடத்தை விதி. ஒரு முதாதையர் வடிவத்தில் வாரிசு அனுமதிக்கப்படும் போது, அது வாரிசு காலத்தில் யாராக இருந்தாலும் வாரிசு மாநிலத்தின் அனைத்து உரிமைகளையும் பெருமையையும் அனுபவிப்பார். இது அரசியலமைப்புச் சட்டத்தின்படி அந்த

பிரச்சினை முடிவு செய்யப்படாது. ஆனால், அந்த மாநிலத்தின் விதிகளின்படி அதன் சுயாட்சியைப் பாதுகாப்பதற்காக ஒப்பந்தத்தில் நுழைந்தது.

ஆனால் டல்ஹௌசி புரிந்து கொள்ள எந்த முயற்சியும் எடுக்கவில்லை அவரது முடிவை அடையும் போது இந்த நோக்கம். உண்மையில், ஆங்கிலேயர்கள் அரசாங்கம் எப்போதும் தனது சொந்த நலனுக்காகவே செயல்பட்டது வெளிப்படையாகவும் ஒரு விசித்திரமான முறையில், பிரச்சினை எப்போதும் தத்தெடுப்பு சம்பந்தப்பட்டது. அது தன் சுயநலன் என்று கருதும் இடத்தில், அது தத்தெடுப்பை அனுமதித்தது, அந்த சந்தர்ப்பங்களில் அதை மறுத்தது. அங்கு அது அதன் நோக்கத்தை நிறைவேற்றவில்லை என்பதைக் கண்டறிந்தது. இந்தக் கொள்கை ஜலான் போன்றவற்றின் முன்னர் குறிப்பிடப்பட்ட நிகழ்வுகளில் தெளிவாகத் தெரிகிறது. வேறு சில உதாரணங்களையும் குறிப்பிடலாம். அது பொருத்தமானதாக இருக்கும் தாமோதரிடமிருந்து பின்வரும் வரிகளை மேற்கோள் காட்ட வேண்டும் சாவர்க்கரின் புத்தகம் 1857.

"பிரிட்டிஷ்காரர்கள் இருந்திருந்தால் நாங்கள் எதுவும் சொல்ல மாட்டோம் இறந்தவர்களின் மனைவிகளால் தத்தெடுக்கப்பட்ட மகன்களை அங்கீகரிக்கவில்லை ஆனால் ஆங்கிலேயர்களிடம் இருந்தது அனைவருக்கும் தெரியும் தெௌலத்தின் விதவை ராணியால் தத்தெடுக்கப்பட்ட மகன்களை ஒப்புக்கொண்டார் 1836 இல் ஜனகோஜி ஷிண்டேவின் விதவை, 1834 இல் தார் ராஜாவின் விதவை மற்றும் ராணி கிஷன்கர். ஒன்றல்ல இரண்டல்ல, அவர்களை அங்கீகரித்திருந்தனர். ஆனால் இதை நாம் மறந்துவிடக் கூடாது இந்த சந்தர்ப்பங்களில் அதாவது தத்தெடுக்கும் உரிமையில் ஆங்கிலேயர்களை அங்கீகரிப்பது சிறந்தது."

ராணியின் மனநிலை

மகாராணி லட்சுமிபாய்க்கு அரசாங்கத்திடம் இருந்து எந்த பதிலும் வரவில்லை அவள் எதிர்காலத்தைப் பற்றி கவலைப்பட ஆரம்பித்தாள். அவளுக்கு எந்த பதிலும் வராத போது சுமார் இரண்டு மாதங்களுக்கு டிசம்பர் 3 தேதியிட்ட விண்ணப்பத்திற்கு பிறகு, அவள் பிப்ரவரி 16 அன்று மீண்டும் மற்றொரு விண்ணப்பம் அனுப்பப்பட்டது. 1854 மால்காம் மூலம் கவர்னர் ஜெனரலுக்கு, அதில் தத்தெடுப்பின் நியாயத்தை அவர் மேலும் விவரித்தார். பிப்ரவரி 28 அன்று கடிதம் ஒன்றை அனுப்பியது. இதற்கு மால்காம், எல்லா நேரத்திலும் எதிர்த்தார் என்பது குறிப்பிடத்தக்கது. அந்த கடிதத்தில் ராணியின் உரிமைகளை நியாயப்படுத்தினார். டல்ஹவுசி கடிதம் அனுப்புவதற்கு முன்பே முடிவு செய்திருந்தது.

இணைப்புப் பிரகடனம்

உண்மையில், ஜான்சியின் இணைப்பு அறிவிப்பு இருந்தது ஏற்கனவே பிப்ரவரி 27, 1854 அன்று செய்யப்பட்டது. டல்ஹௌசி இந்த விஷயத்தில் முடிவெடுத்தார், ஆனால் அதன் அறிவிப்பு முதலில் புந்தேல்கண்டின் அரசியல் முகவரான மால்காமுக்கு அனுப்பப்பட்டது. அவர் அதை துணை அரசியல் முகவரான எல்லிஸுக்கு அனுப்பினார், அவர் அதை ராணிக்கு எடுத்துச் சென்றார். அன்று காலை, ராணி தன் தினசரி வேலையை முடித்தாள்.

வழக்கமான நடவடிக்கைகள் மற்றும் சடங்குகள், என்று அவளுக்குத் தெரிவிக்கப்பட்டது எல்லிஸ் வந்திருந்தார். பல யோசனைகள் மற்றும் வாதங்கள் குறுக்குவழி எல்லிஸின் வருகையை அறிந்த அவள் மனம். அவரை நீதிமன்றத்திற்கு அழைத்துச் செல்ல, அங்கு சென்றாள். நீதிமன்றத்தில், அனைத்து அமைச்சர்கள், கவுன்சிலர்கள், மோரோபண்ட் போன்றோர் ஆவலுடன் காத்திருந்தனர் அரசின் உத்தரவை கேட்க வேண்டும். ராணி திரைச்சீலை பின்னால் அமர்ந்தாள். எல்லிஸ் உரிய மரியாதையுடன் அமர்ந்திருந்தார். தீவிரமாக இருப்பது, அவர் அனுதாபத் தொனியில் பேசினார்:

"மகாராணி சாஹிபா! என்னால் தொடர்பு கொள்ள முடியவில்லை என்று நான் மிகவும் வருந்துகிறேன் என் இதயத்தில் இருந்த அந்த நற்செய்தி உங்களுக்கு பெரியது. அதை பெற நான் பொறுமையின்றி காத்திருந்தேன். நான் கடமைப்பட்டிருக்கிறேன் முற்றிலும் எதிரான அரசாங்க அறிவிப்பை உங்களுக்குத் தெரிவிக்க சர்க்கார் பகதூர் (கௌரவமான அரசாங்கம்) உங்கள் குடிமக்களின் பெயரில் வழங்கப்பட்டுள்ளது. அந்த பிரகடனம் இது போன்ற:

இந்த உத்தரவின் மூலம் அரசு அனைவருக்கும் அறிவித்தது ஜான்சி மாநிலத்தின் குடிமக்கள் மகாராஜா கங்காதர் ராவ் நவம்பர் 21, 1853 அன்று காலமானார். அந்த மகாராஜா பிரிட்டிஷ் அரசாங்கத்தின் பிரதிநிதியாக நியமிக்கப்பட்டார். ஒரு சுதந்திரமான ஆட்சியாளராக இருந்ததில்லை. பேஷ்வாக்களிடமிருந்து ஜான்சியின் சுபேதாரி, அவர்கள் கீழ் இருந்தனர். ஆங்கிலேயர்களுடனான பேஷ்வாக்களின் ஒப்பந்தத்தில் 1817ல் பேஷ்வாக்கள் எங்களுக்கு அனைத்து நிர்வாக உரிமைகளையும் வழங்கினர். அவர் ஜான்சி மாகாணத்தைச் சேர்ந்தவர். அப்போதிருந்து பிரிட்டிஷ் அரசாங்கம் அதன் உண்மையான உரிமையாளர். அன்றிலிருந்து அனைத்து ஆட்சியாளர்களும் அரியணையில் அமர்ந்தனர். ஜான்சியில் ஆங்கிலேயர்களின் பிரதிநிதிகளாக இருந்தார்கள். பிரிட்டிஷ் அரசாங்கம் உரிமை கொடுக்கவே இல்லை அதன் கீழ் எந்த ராஜாவுக்கும் ஒரு மகனைத் தத்தெடுக்கவும், ஒருபோதும் ஏற்றுக்கொள்ளவில்லை அதன் கீழ் ராஜாவின் வளர்ப்பு மகன் இருக்க வேண்டும் என்ற நிபந்தனை உண்மையான மகனுக்கு இருக்கும் அதே உரிமைகள் யாவும் மறுக்கப்பட்டது.

"எனவே, கவர்னர் ஜெனரல் வளர்ப்பு மகனை நிராகரிக்கிறார் கங்காதர் ராவ் இறந்ததால், அவருக்கு இல்லை. எந்த உண்மையான மகனும், மற்றும் மார்ச் 7, 1854 தேதியிட்ட உத்தரவுகளின்படி, அந்த ஜான்சி மாநிலத்தின் அனைத்துப் பகுதிகளும் இருப்பதாக அரசு அறிவிக்கிறது. புந்தேல்கண்ட் இன் துணை அரசியல் முகவரான மேஜர் எல்லிஸின் கீழ் வைக்கப்பட்டது. எனவே இனிமேல் முழு மாகாணமும் பிரிட்டிஷ் நிர்வாகமாகவும், குடிமக்களாகவும் கருதப்பட வேண்டும் ஜான்சி

அவர்கள் பிரிட்டிஷ் அரசின் கீழ் இருப்பதைக் கவனிக்க வேண்டும் மேஜர் எல்லிஸுக்கு அவர்கள் அனைத்து வரிகளையும் செலுத்துவார்கள் பிரிட்டிஷ் அரசாங்கத்தின் பிரதிநிதியான".

நான் என் ஜான்சியை கொடுக்க மாட்டேன்

இந்த அறிவிப்பு, சந்தேகத்திற்கு இடமின்றி, அனைத்து விருப்பங்களையும் நீர்த்துப்போகச் செய்தது.

அந்த அறிவிப்பைக் கேட்ட ராணி மயங்கி விழுந்தாள். பலபேர் இருந்தும் அவள் சுயநினைவு திரும்பாத போது நடவடிக்கை எடுக்கப்பட்டது, பின்னர் அரச மருத்துவர் அழைக்கப்பட்டார். அவரது சிகிச்சைக்கு ஒரு மணி நேரத்திற்குப் பிறகு சுயநினைவு ஏற்பட்டது. அனைத்து மக்களும் அவளை வெவ்வேறு வழிகளில் ஆறுதல்படுத்தினர். ஆனால் அனைவரும் இருந்தனர் அறிவிப்பில் ஏமாற்றம். அவளுக்கு ஆறுதல் கூறினார்கள். மேஜர் எல்லிஸ்ஸீம் ஆறுதலாக பேசினார். "அரசியல் ஏஜெண்டின் உத்தரவின்படி நீங்கள் செய்வது முறையாக மதிக்கப்பட வேண்டும் மற்றும் உங்களுக்கான தாராளவாத ஏற்பாடு பராமரிப்பு செய்யப்படும்" என்றார்.

வார்த்தைகளைக் கேட்ட மகாராணி உரத்த குரலில் இடித்தாள். "நான் என் ஜான்சியைக் கொடுக்க மாட்டேன்."

ராணியின் இந்த வார்த்தைகள் உணர்ச்சிகரமானதாக கருதப்பட்டாலும் அந்த நேரத்தில் வெடித்தது, எதிர்கால நிகழ்வுகள் நிருபித்தன அவை வெறும் வார்த்தைகள் அல்ல என்று. அவை ராணியின் உறுதியான உறுதி, இறுதியில் அதை காப்பாற்ற தன் உயிரையே தியாகம் செய்தாள் வார்த்தைகள் மற்றும் கௌரவம்.

கோட்டையை விட்டு வெளியேற வேண்டிய கட்டாயம் வந்தது

ஜான்சி மாநிலம் பிரிட்டிஷ் அரசில் இணைந்த பிறகு, மேஜர் மால்கம் கவர்னர் ஜெனரலுக்கு ஒரு கடிதம் எழுதினார், அதில் அவர் மகாராணிக்கு பின்வரும் வசதிகளை பரிந்துரைத்தார்.

லட்சுமிபாய் :

1. மகாராணி லட்சுமிபாய்க்கு வாழ்நாள் முழுவதும் ஐந்து கொடுக்க வேண்டும் ஜான்சி கருவூலத்தில் இருந்து மாதம் ஆயிரம் ரூபாய் கொடுக்க வேண்டும்.

2. ஜான்சியின் அரண்மனை அவளுக்கு வழங்கப்பட வேண்டும். அவள் அதன் உரிமையாளராக கருதப்பட வேண்டும்.

3. பிரிட்டிஷ் அரசாங்கத்தின் நீதிமன்றங்கள் அவளுடைய அல்லது அவளுடைய வேலைக்காரர்களின் நடத்தையை பரிசீலிக்க அதிகார வரம்பு தர வேண்டும்.

4. தனிப்பட்ட ஆடைகள் மீது மகாராணிக்கு உரிமை இருக்க வேண்டும் மற்றும் ஆபரணங்கள் மற்றும் தனிப்பட்ட பணத்தின் இருப்பு மறைந்த

மகாராஜா கங்காதர் ராவ், பணம் வழங்கிய பிறகு மாநில நிலுவைத் தொகை, ஏதேனும் இருந்தால், அவரது விருப்பத்திற்கு ஏற்ப அதை அவரது உறவினர்களின் பட்டியல் வரையப்பட்டு அதற்கான ஏற்பாடுகள் செய்யப்பட வேண்டும் அவர்களின் பராமரிப்பு மற்றும் வாழ்வாதாரம் செய்யப்பட வேண்டும்.

கவர்னர் ஜெனரல் டல்ஹவுசி முதல் மூன்றையும் ஏற்றுக்கொண்டார். அவர்கள் இருந்ததைப் போலவே கோரிக்கைகள், ஆனால் ஒரு திருத்தத்தை இயக்கும் நான்காவது கோரிக்கை, மார்ச் 25, 1854 அன்று மால்காமுக்கு எழுதப்பட்டது:

"கங்காதர் ராவின் வளர்ப்பு மகனாக இருக்க முடியாது என்றாலும் அரசியலமைப்பின் படி ஜான்சி மாநிலத்தின் வாரிசு, இன்னும் நகைகள் மீது அவருக்கு உரிமை உண்டு. ஆனால், இந்த சொத்தை அவருக்கு வழங்க முடியாது மகாராணி." என்றனர்.

அதன்படி மகாராணிக்கு மேற்கண்டவாறு தெரிவிக்கப்பட்டது. ஜான்சியின் அரசியல் முகவர் ஆறு பேரை வாபஸ் பெற்றார் ஜான்சி கருவூலத்தில் இருந்து ஒரு லட்சம் ரூபாய் டெபாசிட் செய்யப்பட்டது மகாராணியின் பெயரில் பிரிட்டிஷ் கருவூலத்தில் பணம் எடுத்து தரவும், இந்தப் பணம் தாமோதர் ராவ்க்கு ஏற்பாடு செய்தார் மேலும் அது அவருக்கு வட்டியுடன் சேர்த்து திருப்பிக் கொடுக்கப்படும். அரசின் அனைத்து நகைகளும் மகாராணிக்கு கொடுக்கப்பட்டது. முந்தைய ஆட்சியாளர் ராம் சந்திர ராவ் இறந்த பிறகு, ஜான்சியின் அரச குடும்பம் கோட்டையில் வசித்து வந்தது. ஆனால் இப்போது மஹாராணி அதை விட்டுவிட வேண்டியிருந்தது. எல்லாம் போய்விட்டால், பிறகு கோட்டையில் தங்கி என்ன பயன்? இதை மனதில் கொண்டு, அவள் வேறு அரண்மனைக்கு மாற்றப்பட்டாள்.

சிப்பாய்களின் சேவைகளை நிறுத்துதல் ஆங்கிலேயர்களின் வாதங்களில் ஒன்று ஜான்சியின் இணைவு மக்கள் முன்னேற்றத்திற்கு வழிவகுக்கும் இந்த வாதம் முற்றிலும் வெற்று வார்த்தையாக இருந்தது. அத்தகைய இணைப்புகள் எப்போதும் வேலையின்மை மற்றும் சீர்குலைவு அதிகரிப்பதற்கு வழிவகுக்கும். ஜான் சால்வின், "உணர்ச்சியின் தொடுதலைக் கொண்டிருக்கலாம் அவரது பாணி. அது உருவகமாகவும் இருக்கலாம். ஆனால் அதை நிச்சயமாக மிகைப்படுத்தப்பட்டவை என அழைக்க முடியாது" என்று புத்தகத்தில் கூறியுள்ளார். இந்த பிரச்சனை:

"ஒரு உள்ளூர் மாநிலத்தின் சுயாட்சி மீறப்படும்போது, ஒரு ராஜாவின் இருக்கையில் ஆங்கிலேய ஆணையர் அமர்ந்துள்ளார். மூன்று அல்லது அவரது சக ஊழியர்களில் நான்கு பேர் மூன்று அல்லது நான்கு டஜன் உள்ளூர் மக்களை விடுவிக்கின்றனர் அதிகாரிகளும் சில நூறு

வீரர்களும் பணியில் அமர்த்தப்பட்டுள்ளனர் ஆயிரக்கணக்கான உள்ளூர் வீரர்கள் இருந்தனர். பண்டைய கால நீதிமன்றும் மறைந்துவிடும், வர்த்தகம் முறிந்து போகிறது, மூலதனம் அழிந்தது, மக்கள் ஏழைகள் ஆக, ஆங்கிலேயர்கள் அபரிமிதமாக முன்னேறுகிறார்கள். ஒரு கடற்பாசி போல ஆங்கிலேயர்கள் கரைகளை உறிஞ்சுகிறார்கள் கங்கை மற்றும் அதன் நிலம், வரி வசூல் செய்து இங்கிலாந்துக்கு கடல் பாதை வழியாக" எடுத்துச் செல்லுங்கள் என்றனர்.

ஜான் சால்வினின் வார்த்தைகள் உணர்ச்சியின் தொடுதலைக் கொண்டிருக்கலாம், அவரது பாணி கொஞ்சம் உருவகமாக இருக்கலாம், ஆனால் அது நிச்சயமாக முடியாது மிகைப்படுத்தப்பட்டவை என்று அழைக்கப்படும். உள்ளூர் வீரர்களின் சேவைகள் இருந்தன அவர்களுக்கு ஆறுமாத ஊதியம் வழங்கிய பின் நிறுத்தப்பட்டது ஜான்சி நிர்வாகத்தை கைப்பற்றிய உடனேயே ஆங்கிலேயர்கள். அவர்களுக்குப் பதிலாக, ஆங்கிலேயர்களுக்குப் புதிய வீரர்கள் சேர்க்கப்பட்டனர். இராணுவம் வங்காள காலாட்படை பிரிவின் பன்னிரண்டாவது படைப்பிரிவு கோட்டையில் வைக்கப்பட்டது. ஒருவரால் சேகரிக்கப்பட்ட போர் பொருட்கள் பல ஆண்டுகள் ஆனதும் அழிக்கப்பட்டன. சொந்தமான பீரங்கி பேஷ்வா காலமும் அழிக்கப்பட்டது. லக்ஷ்மிபாய் நடந்ததைச் சொல்லத் தேவையில்லை

தன் விசுவாசமான வீரர்களைக் கண்டதும் சொல்ல முடியாத துன்பம் ஆங்கிலேயர்களால் தூக்கி எறியப்பட்டது, மற்றும் போர் பொருட்கள் கணவரின் முன்னோர்களின் பல தலைமுறைகளால் சேகரிக்கப்பட்டது தேவையற்ற முறையில் அழிக்கப்பட்டது. அவளால் என்ன செய்ய முடியும் அத்தகைய உதவியற்ற நிலையில் திகைத்திருந்தாள்.

மேலும் ஒரு முயற்சி

ஒரு மனிதன் சுவாசிக்கும் வரை காற்றை நம்புகிறான் என்று கூறப்படுகிறது. ஜான்சி பிரிட்டிஷ் அரசோடு இணைக்கப்பட்டது. மேஜர் ஸ்க்ரீன் நியமிக்கப்பட்டார். அதன் கமிஷனராக இருந்தார். ராணி இப்போதும் அவன் மீது நம்பிக்கையுடன் இருந்தாள் ஒருவேளை அவளுடைய ஜான்சியை திரும்ப பெறலாம். அவள் நம்பியிருக்கலாம் பிரிட்டிஷ் நீதியின் உணர்வு இன்னும் கொஞ்ச நாள் தான் என்றும் அவள் நினைத்தாள். முயற்சியில் ஈடுபடுவது ஒருவரின் கடமை. அதனால் லண்டனில் உள்ள "இயக்குநர்கள் நீதிமன்றத்தில்" ஒரு மனுவில் அவள் வழக்கறிஞரைத் தேர்ந்தெடுத்தாள். இதற்கு பிரபல வழக்கறிஞர் உமேஷ் சந்திர பானர்ஜி வேலை செய்தார். அவர் மற்றொரு ஐரோப்பியருடன் லண்டனுக்கு அனுப்பப்பட்டார் அறுபதாயிரம் ரூபாயுடன். ஆனால், முற்றிலும் தெரியவில்லை. இந்த இரண்டு மனிதர்களும் லண்டனை அடைந்ததும்

என்ன செய்தார்கள். அதுவும் அவர்கள் இந்த பணத்தை பாக்கெட்டில் வைத்துக்கொண்டு எதுவும் செய்யவில்லை என்று கூறினார்.

துரதிர்ஷ்டவசமாக மகாராணி லட்சுமிபாய் வெற்றி பெறவில்லை இறுதியாக ஆகஸ்ட் 2, 1854 அன்று நீதிமன்றம் ஜான்சியை இணைப்பதற்கு இயக்குநர்கள் ஒப்புதல் அளித்துள்ளனர் பிரிட்டிஷ் அரசு, அதுவும் முறையாக அறிவிக்கப்பட்டது.

தாயின் கடமை

ஒரு நபர் எல்லா பக்கங்களிலும் ஏமாற்றமடையும் போது கடவுளை மட்டுமே துணையாகக் காண்கிறார் அவரது கணவரின் மரணம் மற்றும் அங்கு நடந்த சில கால நிகழ்வுகளின் சுழற்சி மகாராணியை இந்த மனநிலைக்கு தள்ளியது. அவள் வாழ்க்கை மகாத்மாவாக மாறியது. பிரத்தியேகமாக மதத்திற்கு அர்ப்பணிக்கப்பட்டவள். அவள் பிரம்மமுஹூர்த்தத்தில் மிக விரைவில் எழுந்தாள் (4.00 மு.ப). பின்னர் காலை கடன்கள், குளித்தல் போன்றவை முடித்து தினசரி பூஜைக்கு (வழிபாடு) அமர்ந்தார். வழிபாட்டில் இருந்து எழுந்ததும், அவள் சில உடற்பயிற்சிகளுக்கும் குதிரை சவாரிக்கும் சென்றாள். அவள் மீண்டும் காலை 11.00 மணிக்கு குளித்தாள். சில தொண்டுகளை செய்து விட்டு மதியம் 12.00 மணிக்கு மதிய உணவை எடுத்துக் கொண்டாள். அதன் பிறகு சிறிது நேரம் ஓய்வெடுத்தாள். பின்னர் ஓய்வில் இருந்து எழுந்த பிறகு, அவள் ராம நாமத்தை பதினாறு முறை எழுதினாள். அதை மாவுடன் கலந்து, அதன் மாத்திரைகளை உருவாக்கி, மீன்களுக்கு உணவளித்தார் முதல் இரவு எட்டு மணி வரை அவள் கேட்டாள். புராணங்களிலிருந்து (பண்டைய மதக் கதைகள்) கதைகள் கேட்டாள். அதன் பிறகு பார்வையாளர்களுக்கு சிறிது நேரம் ஒதுக்கப்பட்டது. பிறகு மூன்றாவது முறை குளித்து, மீண்டும் வணங்கி பிரசாதம் எடுத்தாள். பின்பு தூங்க சென்றார். அவள் தந்தை மோரோபந்த் பார்த்தார்

அவளுடைய வீட்டு நடவடிக்கைகளுக்குப் பிறகு. இரண்டு வருடங்கள் கடந்தன. இப்போது அவள் வளர்ப்பு மகன் தாமோதர ராவுக்கு வயது ஏழு. என்று ராணி நினைத்தாள் அவரது புனித நூல் விழாவிற்கு சரியான நேரம் (காயத்ரி மந்திரம்) அவள் தன் தந்தையுடனும் மற்றவர்களுடனும் விஷயத்தைப் பற்றி விவாதித்தாள். ஒரு லட்சம் ரூபாய் கேட்கும்படி அறிவுறுத்தினார்கள். ஆங்கிலேயர்களிடம் டெபாசிட் செய்யப்பட்ட ஆறு லட்சம் ரூபாயில் தாமோதர் ராவ் பெயரில் கருவூலம். இதை ராணி ஒப்புக்கொண்டார். கமிஷனர் வரமாட்டார் என்று அவரது முன்னாள் அமைச்சர் கூறியிருந்தார். இந்தப் பணிக்காக இந்தப் பணத்தை விடுவிக்க வேண்டும். ஆனால் ராணி கூறினார் உறுதியாக, "இது எங்கள் பணம். அது தனியாக வைக்கப்பட்டுள்ளது எங்கள் குழந்தையின் தேவைகளுக்காக என்ன சிறந்த தேவை இருக்க முடியும் என்கிறார்களா?

இந்த புனிதமான மற்றும் மத விழாவை விட நமக்கு ஒன்று இருக்கிறதா? இதை நமது ஆடம்பரத்திற்காக அல்லது இன்பத்திற்காக கேட்கிறார்கள் என்று மறுத்தனர்".

இறுதியாக, ராணி ஆணையருக்கு ஒரு கடிதம் எழுதினாள்:

"ஐயா,

சிரஞ்சீவின் ஏழாவது ஆண்டு என்பது உங்களுக்குத் தெரியும் தாமோதர் கங்காதர ராவ் தொடங்கி வைத்தார். எனவே, நாங்கள் அவரது புனித நூல் விழா நடத்தப்பட வேண்டும் சமய மற்றும் குடும்ப பாரம்பரியத்திற்கு ஏற்பவும் நமது முன்னோர்களின் கண்ணியம், கட்டுப்பாடு, அவரது கல்வி முதலியன காலப்போக்கில் ஆரம்பித்து, அவர் சமயங்களில் பங்கேற்கத் தொடங்குகிறார். குடும்பச் செயல்பாடுகள், யாகங்கள் போன்றவை. செலவுகள் என்பது எங்கள் மதிப்பீடு விழாவிற்கு அவர் ஒரு லட்சம் ரூபாய் கொடுப்பார். மேலும் விழாவை நடத்துவது முற்றிலும் அவசியம். அது தான் அவரது உயர் அரசரின் கௌரவம் மற்றும் கண்ணியத்திற்கு ஏற்ற நிலையாகும். இது தான் எல்லா வகையிலும் அவருக்கு சிறந்தது.

எனவே, தயவுகூர்ந்து ஒரு லட்சம் ரூபாயை அனுப்புங்கள் அந்த ஆறு லட்சம் ரூபாயில் விரைவாக எங்களுக்கு இளவரசர் பெயரில் பிரிட்டிஷ் கருவூலத்திற்கு சென்று ஏற்பாடு செய்யுங்கள். இந்த புண்ணிய விழாவிற்கு தேவையான ஏற்பாடுகளை உடனடியாக நாங்கள் செய்கிறோம் என்றாள். நீங்கள் தவிர்க்கக்கூடிய எந்த விதமான தாமதத்தையும் சந்திக்க வைக்க மாட்டீர்கள் என்று நம்புகிறோம் எங்களுடையதை ஏற்றுக்கொள்வதன் மூலம் உம்மைக் கட்டாயப்படுத்துவோம். விரைவில் கோரிக்கையை நிறைவேற்றுங்கள்.

உங்களுக்கு நல்வாழ்த்துக்கள்,

லட்சுமிபாய்
மகாராணி ஜான்சி."

சில நாள் காத்திருப்புக்குப் பிறகு கமிஷனரின் பதில் வந்தது. பணத்தை கொடுக்க இயலாமையை வெளிப்படுத்தினார். கடிதம் ஒரளவு வேலை செய்தது.

"உங்கள் வளர்ப்பு மகன் தாமோதர் கங்காதர் ராவுக்கு உரிமை உள்ளது. தாமதமாக உங்கள் கணவரின் அனைத்து தனிப்பட்ட சொத்துக்கள் மீது உரிமை வந்தது. அந்தத் தொகை ஆங்கிலேயர்களிடம் வைக்கப்பட்டுள்ளது கருவூலம் (அவர் வயது வந்தவராகும் வரை) அவரது நிலையையைக் கருத்தில் கொண்டு

அவர் வயது வரும் வரை அந்த தொகை வேண்டும் என்று அவரது உறவினர்கள் கேட்டனர். "அவரது ஆறு லட்சம் ரூபாய் பிரிட்டிஷ்

48

கருவூலத்தில் உள்ளது. அவளுக்கு தக்க வயது வந்ததும் வட்டியுடன் திருப்பிக் கொடுக்கப்படும்.

எனவே, இப்போது எந்த ஏற்பாடும் செய்ய முடியாது என்றனர். உனக்கு அது வேண்டும்."

இந்த பதில் அனைத்து நபர்களையும் ஏமாற்றமடையச் செய்தது, ஆனால் மகாராணி மனம் இழக்கவில்லை. கமிஷனருக்கு மீண்டும் கடிதம் எழுதினாள்.

"ஐயா,

உங்கள் கடிதம் கிடைத்தது. அதை அறிந்ததும் மிகுந்த நிம்மதி அடைந்தேன் தாமோதர் ராவின் பணம் நம்பகமாக உள்ளது. வட்டியுடன் பிரிட்டிஷ் அரசாங்கம் அவருக்குத் திருப்பித் தரக்கூடிய வயது வந்தவராக இருக்கிறார். அப்படியிருந்தும் அவர்கள் எதையும் கருத்தில் கொள்ளவில்லை இளவரசர் தாமோதர ராவ் பதவியேற்கும் வரை பெரியவர் தனது பணத்தில் ஒரு பைசா கூட கொடுக்க முடியாது என்று முடிவு செய்துள்ளார். பணத்தை அவருக்கோ அல்லது அவரது பாதுகாவலருக்கோ கொடுக்கக் கூடாது அவருக்கு விருப்பமில்லாத அல்லது பணம் கிடைக்கக்கூடிய வேலை தவறாக பயன்படுத்தப்படும் என்கிறார்கள். "இந்துக்கள் மத்தியில், குறிப்பாக நீங்கள் அதை அறிந்திருப்பீர்கள் பிராமணர்கள் மற்றும் க்ஷத்திரியர்கள், புனித நூல் விழா ஒரு முக்கியமான, புனிதமான மற்றும் கட்டாய விழாவாக கருதப்படுகிறது. அது இல்லாமல் ஒரு குழந்தையின் கல்வி தொடங்க முடியாது அல்லது இல்லை யாகங்கள் அல்லது சிரார்த்தங்களில் பங்கேற்க அவர் தகுதியுடையவர் என்பதற்காகவும் நிகழ்த்தப்படுகிறது.

"இந்தச் சிறப்புச் சூழ்நிலையில் பிரிட்டிஷ் அரசாங்கத்திடமிருந்து எங்களுக்கு நல்ல அளவில் பணம் கிடைக்கச் செய்வது உங்கள் கடமையாகும். பித்தர்களின் எதிர்கால நலனைக் கருத்தில் கொண்டு தாமோதர் ராவ், இந்த விழாவை முறையாக நடத்த வேண்டும் அவர்களின் கௌரவத்திற்கு ஏற்ப. எங்கள் பார்வையில் தொகை இருக்க வேண்டும் ஒரு லட்சம் ரூபாய்க்கு குறைவாக இருக்கக்கூடாது.

"உங்கள் அரசாங்கம் இந்தத் தொகையை வழங்குவதை ஏற்கவில்லை என்றால் சில காரணங்களால் எங்களுக்கு, இந்த தொகை கண்டிப்பாக இருக்க வேண்டும் விரைவில் தாமோதர் ராவ் அவர்களிடமிருந்து எங்களுக்கு வழங்கப்படும் நம்பிக்கைத் தொகை, இது விரைவாகச் செய்ய வேண்டிய முக்கியமான கடமை எங்களால் முடிந்ததைச் செய்கிறோம்.

"நீங்கள் எந்த விதமான கவனக்குறைவு செய்தாலும் அல்லது எங்களின் இந்த பிரார்த்தனையை ஏற்றுக்கொள்வதில் தேவையற்ற தாமதம் ஏற்பட்டால், நாங்கள் உரிமைக்காக போராடுவோம்

வேறு எந்த மூலத்திலிருந்தும் இந்தப் பணத்தை திரட்டவும் பெறவும் அல்லது இந்த புனிதமான விழாவிற்கு வேறு எந்த வழியிலும், நமது தாமோதர் ராவின் பாதுகாவலராக மறைந்த மகாராஜா நிச்சயம் இருப்பார். அந்த நிலையில் நீங்களும் உங்கள் அரசும் செய்யும் எந்த விளைவுகளுக்கும் முழுப் பொறுப்பு ஏற்க வேண்டும்.

"எங்கள் குடிமக்கள், எங்களிடமிருந்து ஒரு சிறிய குறிப்பைப் பெறுவார்கள் என்று நாங்கள் நம்புகிறோம் ஒரு லட்சம் மட்டுமல்ல, பல லட்சம் ரூபாய்களை மகிழ்ச்சியுடன் சேகரிக்கவும் மறைந்த மகாராஜாவின் இளவரசரின் இந்த விழாவிற்கு ஆனால் நாம் இந்த இயற்கையின் எந்த நடவடிக்கையையும் எடுக்க விரும்பவில்லை. உங்களுடனும் பிரிட்டிஷ் அரசாங்கத்துடனும் எங்களது உறவு என்பது கசப்பானவையாகும்.

"நீங்கள் முழு கவனத்துடன் செயல்படுகிறீர்கள் என்று நாங்கள் முழுமையாக நம்புகிறோம் மற்றும் தொலைநோக்கு, நமது நியாயமான பிரார்த்தனையை நிச்சயமாக ஏற்றுக்கொள்ளும், மேலும், எங்கள் விருப்பத்திற்கு எதிராக, அதிகம் சொல்லும்படி கட்டாயப்படுத்த மாட்டோம் எங்கள் மறைந்த கணவரின் குடிமக்கள் இதற்கு எங்களுக்கு பணம் தேவை என்றும் மற்றும் பிரிட்டிஷ் அரசாங்கம் ஏற்றுக்கொள்ளவில்லை என்றும் அதை செயல்படுத்த.

உங்கள் பதில் கிடைக்கும் என்ற நம்பிக்கையில்,

லட்சுமிபாய்மகாராணி ஜான்சி."

இந்த கடிதத்திற்கு பதில் ஆணையர் எழுதியுள்ளதாவது:

"புனித நூலுக்கு ஒரு லட்சம் ரூபாய் வேண்டுமானால் இளவரசர் தாமோதர ராவின் விழாவிற்கு, நீங்கள் அந்த பணத்தை எடுக்கலாம். நால்வரின் உத்தரவாதத்திற்கு எதிராக அரசாங்கத்திடமிருந்து கடனில் பணம் கொடுக்க முடியாது. ஆகவே, தாமோதர் ராவ் அறக்கட்டளையில் இருந்து.

மகாராணி ஒரு தாயின் கடமையை நிச்சயமாக செய்ய வேண்டும். ஜாமீன் வழங்குபவர்களுக்கு பஞ்சமில்லை. நிறைய ராயல்டிக்கு விசுவாசமான மரியாதைக்குரிய நபர்கள் இதற்கு ஒப்புக்கொண்டனர். அதனால், மகாராணிக்கு இந்த முறையில் ஒரு லட்சம் ரூபாய் கிடைத்தது தாமோதர ராவின் புனித நூல் விழா நடைபெற்றது கௌரவத்திற்கு ஏற்ப அனைத்து ஆடம்பரமும் நிகழ்ச்சியும் மற்றும் குடும்பத்தின் கண்ணியம் போன்றவை வரையிலான சம்பவங்களை நிகழ்த்தினர்.

இதுவே, லட்சுமிபாயின் வாழ்க்கையின் ஒரு பகுதி. இதற்குப் பிறகு அவள் ஒரு துணிச்சலான போராளியாக வீராங்கனையாக நம் முன் வருகிறாள். அவரது இரண்டாவது வடிவம் நம் வரலாற்றில் மறக்கமுடியாத பெரிய அத்தியாயம் ஆகும்.

****

4. சுதந்திரத்திற்கான முதல் போராட்டம் மற்றும் ஜான்சி

சூழ்நிலை காரணமாக மகாராணி லட்சுமிபாய் தனது மாநிலத்தை இழக்க வேண்டியிருந்தது. ஆனால் அவள் தோல்வியை ஏற்றுக் கொள்ள விரும்பவில்லை. அப்போது கங்காதர் நான்காம் ஆண்டு இந்தியாவின் சுதந்திரத்திற்கான முதல் போராட்டமானது ராவின் மரணத்தில் தொடங்கியது மகாராணி லட்சுமிபாய் முக்கியப் பாத்திரத்தில் நடித்தார். உண்மையில் அவள் ஒரு குறிப்பிட்ட வழியில் அங்கீகரிக்கப்பட்டாள். இது அவரை இந்தியாவின் வரலாற்றில் நிகரற்ற பெண்மணியாக மாற்றியது.

சுதந்திரத்திற்கான போராட்டத்தின் காரணங்கள்

நூறு ஆண்டுகால ஆட்சியில் ஆங்கிலேயர்கள் செயல்பட்டனர் தன்னிச்சையான முறையில் மற்றும் இந்தியர்கள் மீது அட்டூழியங்களை நிகழ்த்தியது. அவர்கள் மீதான இந்தியர்களின் கோபத்தின் எதிர்வினை தாக்கம் வெளிப்படுத்தியது இந்த சண்டையின் வடிவம். சிலர் இதை வரலாற்றுப் புகழ் பெற்றதாக விவரிக்கின்றனர். 1857 ஆம் ஆண்டின் நிகழ்வு வெறுமனே ஒரு கிளர்ச்சி, மற்றவர்களின் கூற்றுப்படி ஒரு புரட்சியின் தொடக்கமாக இருந்தது. சிலரின் கருத்துப்படி அது பதவி நீக்கம் செய்யப்பட்ட மன்னர்களின் சதி, மற்றவர்கள் அதை இவ்வாறு குறிப்பிடுகின்றனர் சுதந்திரத்திற்கான முதல் போராட்டம் என்றார்கள். பெரும்பாலான நவீன அறிஞர்கள் பிந்தைய கருத்தை அங்கீகரிக்க முயன்றார்கள்.

இந்தப் போராட்டத்தின் பின்னணியில் மத, சமூக, அரசியல் மற்றும் பொருளாதார காரணங்கள். கவனம் செலுத்துவது சாத்தியமில்லை இந்த காரணங்கள் அனைத்தும் இங்கே இருப்பினும், சில முக்கியமானவை மட்டும் சுருக்கமாக இங்கே வழங்கப்படுகின்றன. அவை பின்வருமாறு:

தத்தெடுப்பு நடைமுறை

ஆங்கிலேயர்களின் கையகப்படுத்தல் மற்றும் நீட்டிப்பு கொள்கைகள் டல்ஹவுசியின் வருகைக்குப் பிறகு அரசாங்கம் தொடங்கியது இந்தியாவின் கவர்னர் ஜெனரல். அவர் தீவிர ஆதரவாளராக இருந்தார். உள்ளூர் மாநிலங்களை உடனடியாக பிரிட்டிஷ் அரசோடு இணைக்கும் வாய்ப்பு வந்தது. இந்திய மண்ணை சமன் செய்ய வந்திருந்தார். தத்தெடுப்பு நடைமுறை இந்து மதத்தின்படி உலகளவில் ஏற்றுக்கொள்ளப்பட்ட நடைமுறை வேதங்கள் தான். ஆனால் அவர் இந்த நடைமுறையை ஏற்க மறுத்துவிட்டார். சதாரா மன்னர் அபா சாஹேப் இறந்த பிறகு,

சதாரா கைப்பற்றப்பட்டது, ஏனென்றால் அபா சாஹேபிடம் இருப்பது அவருடைய சொந்த மகன் இல்லை. நாக்பூரின் மகாராஜா போஸ்லேவின் மரணம் (1853) அதே கதை மீண்டும் மீண்டும் செய்யப்பட்டது. ராஜா மகளை தத்தெடுக்கவில்லை. அவரது ராணிக்கு ஆட்சி அதிகாரம் வழங்கப்படவில்லை. ஜான்சிக்கு உண்டு ஏற்கனவே முந்தைய அத்தியாயத்தில் விரிவாக விவாதிக்கப்பட்டது.

இது உள்ளூர் ஆட்சியாளர்கள் மத்தியில் அச்சத்தை ஏற்படுத்தியது. அவர்களுக்கு சந்ததியினர் இல்லாத பட்சத்தில் அவர்களின் மாநிலங்கள் அரசாங்க மாநிலங்களுடன் இணைக்கப்பட்டு நிர்வகிக்கப்படுகிறது. எனவே இந்திய ஆட்சியாளர்கள் ஆங்கிலேயர்களை தங்கள் எதிரியாகக் கருத ஆரம்பித்தனர்.

ஒப்பந்தங்களுக்கு அவமதிப்பு

பேஷ்வா இரண்டாம் பாஜி ராவ் தனது பதவியை ராஜினாமா செய்தபோது, அது ஆங்கிலேயர்களுடனான ஒப்பந்தத்தில் தெளிவாகக் குறிப்பிடப்பட்டுள்ளது அவரும் பின்னர் அவரது சந்ததிகளும் தொடர்ந்து பெறுவார்கள் என்றனர். சூரியன் இருக்கும் வரை ஆண்டுக்கு எட்டு லட்சம் ரூபாய் ஓய்வூதியம் மற்றும் சந்திரன் வானத்தில் இருக்கும் வரையும் கிடைக்கும் என்றனர். ஆனால் 1851 இல் பேஷ்வாவின் மரணம் அவரது வளர்ப்பு மகனின் ஓய்வூதியம் நிறுத்தப்பட்டது மற்றும் ஒரு வளர்ப்பு மகன் என்று தூண்டப்பட்டது, அவர் வாரிசாக பலன்களை அனுபவிக்க முடியாதவராக இருந்தார் அவரது தந்தையின் எந்த உரிமையும். கிடைக்கவில்லை. நானா சாஹேப் ஒரு மனு அனுப்பியபோது அதற்கு எதிராக, டல்ஹௌசி பதிவு செய்தார், "பேஷ்வா பெற்றது, முப்பது வருட காலத்தில் இரண்டு கோடி ரூபாய்க்கு மேல். அவர் அதில் கொஞ்சம் கொஞ்சமாக செலவழித்தார். அவருக்கு உண்மையான மகன் இல்லை. அவனிடம் உள்ளது 28 லட்சம் ரூபாய் மதிப்பிலான சொத்தை அவரது குடும்பத்திற்காக விட்டுச்சென்றார்.

அவர் தொடர்பான நபர்களுக்கு கருணை மீது எந்த உரிமையும் இல்லை என்பது போல் தான் அரசாங்கத்தின் தொண்டு இருந்தது. அவர்களின் செலவுகள் மிகவும் குறைவு அவர்கள் பரம்பரையாக பெற்ற சொத்தை விட அதிகம்". நானா சாஹேப் "இயக்குநர்கள் நீதிமன்றத்தில்" மேல்முறையீடு செய்தார். இந்த முடிவுக்கு எதிராக லண்டனில் முறையிட்டார். ஆனால் வெற்றியைச் சந்திக்கவில்லை. அவர் இயல்பாகவே ஆங்கிலேயர்களுக்கு எதிரியானார். இது பேஷ்வா உடன்படிக்கையின் வெளிப்படையான அவமதிப்பாகும். ஜான்சியிலும் கிட்டத்தட்ட இதேதான் நடந்தது. மகாராணி லட்சுமிபாய் மற்றும் அவரது வளர்ப்பு மகனுக்கும் நடந்தது சந்தேகமில்லை. இவையாவும் 1857 சுதந்திரப்போரின் பின்னணி சம்பவங்களின் தீவிர காரணங்களாக அமைந்தன.

அதாவது, உள்ளூர் மாநிலங்களுக்குள்ளும் இக்காற்று வீசுகிறது. மேற்கூறிய சம்பவங்கள் தவிர, ஆங்கிலேயர்கள் தாக்கினார்கள். பல உள்ளூர் மாநிலங்களில் பல்வேறு வகையான அடிகள். ஆங்கிலேயர்கள் அவத் நவாபுடன் நட்பு கொண்டிருந்தனர். 1764 இல் அவரது செலவில் அவாத்தில் உள்ள அவர்களது படை அவருக்கு முழுமையாகக் கொடுத்தது மாநிலத்தின் உரிமையை 1801 இல் ஒப்பந்தத்தின் போது அவத் நவாபிடம் வலுக்கட்டாயமாக கடன் வாங்கினார்கள். மேலும் அவரை நிதி ரீதியாக திவாலாக்கியது. 1847 இல் வாஜித் அலி தனது இராணுவத்தை உடனடியாக அதிகரிக்க விரும்பினார் என்பது சந்தேகத்திற்குரியது. இதன் விளைவாக, அதிகரிக்கும் எண்ணத்தை அவர்

கைவிட வேண்டியிருந்தது. இறுதியாக, 1856ல் அதை ஆங்கிலேயர்கள் கைப்பற்றினர்.

அவுத் அவர்களின் கட்டுப்பாட்டில் உள்ளது. இதேபோன்ற நாடகம் மற்ற உள்ளூர் மாநிலங்களிலும் இயற்றப்பட்டது. மொகலாயப் பேரரசர் பகதூர் ஷா ஜா:.பர் இப்போது வைத்திருந்தார் அவரது அனைத்து உரிமைகளும் முற்றிலும் பறிக்கப்பட்டன. மற்ற உள்ளூர் ஆட்சியாளர்களும் அங்கு இருந்தனர் கைகளில் பொம்மைகள் என்ற நிலைக்கு குறைக்கப்பட்டனர். பதவி நீக்கம் செய்யப்பட்ட உள்ளூர் ஆட்சியாளர்களின் வழித்தோன்றல்களைப் பழிவாங்க ஒரு சந்தர்ப்பத்திற்காக காத்திருக்கிறது. இதெல்லாம் இல்லை இங்கே ஒரு விரிவான கதை தேவை. சந்தேகத்திற்கு இடமின்றி, ஒன்று இந்த சண்டையின் பின்னணியில் உள்ள முக்கியமான காரணி குறுகிய பார்வை மற்றும் ஆங்கிலேயர்களின் சுயநல இராஜதந்திரம் ஆகும். அதை. தானே ஒரு ஆங்கிலேயர் இதைப் பற்றி எழுதுகிறார் :

"பரவலான இடையூறுக்குப் பின்னால் உள்ள மிகப்பெரிய காரணி எங்கள் நிர்வாகத்திற்கு எதிராக இருந்தது, எங்கள் திட்டத்தின் கீழ் உள்ளூர் மாநிலங்களை ஒழிப்பதில், உள்ளூர் மக்களை கடுமையாக அவமதித்தோம் அரசர்கள் மற்றும் சமுதாயத்தின் முக்கிய தலைவர்கள் ஆவர். அவர்களின் மூதாதையர் உரிமைகள் பறிக்கப்பட்டன. பாரம்பரியமாக வரியில்லா அறச் செயல்கள் நிலங்கள் ரத்து செய்யப்பட்டு நிலம் கையகப்படுத்தப்பட்டது தற்போதைய உரிமையாளர்கள் மட்டுமே அடங்குவர். அவர்களின் வாரிசுகள் அவற்றை இழந்தனர் அந்த நிலத்தின் உரிமைக்கான உரிமையினை இழந்தனர். ஜாகிர்தார் என்றால் அல்லது ஜமீன்தார் வருமானத்தை டெபாசிட் செய்யத் தவறியதால், அவரது நிலம் பறிக்கப்பட்டது. எதிர்காலத்தில் இதுபோன்ற ஜாகிர்தாரி யாருக்கும் வழங்கப்படவில்லை அல்லது ஜமீன்தாரி. இல்லை ஜாகிர் என்ற மரியாதைக்குரிய பதவி வழங்கப்பட்டது அரசுக்கு மிக உயர்ந்த சேவை செய்தார். மேலும், ஊக்கப்படுத்தினார். நமது அரசாங்கத்தின் இந்தக் கொள்கைகளால், பிரிட்டிஷ் அதிகாரிகள் மோதல்களில் நேரடியாகவோ அல்லது மறைமுகமாகவோ தலையிடத் தொடங்கினர் உள்ளூர் அரசர்கள் மற்றும் மரியாதைக்குரிய நபர்களுக்கு இடையே ஒரு தீவிரமான பயங்கரம் மற்றும் கடுமையான வெறுப்பு முழுவதும் பரவியது.

மத காரணி

மத காரணியை மிக முக்கியமானதாக கருதலாம் சாமானியர்கள் மத்தியில் அதிருப்தியை ஏற்படுத்தும் காரணியாகும். ஒன்று அனுமானம் அவர்களின் அரசியல் நீட்சியுடன் சேர்ந்து ஆங்கிலேயர்கள் ஆதிக்கத்தை பரப்புவதில் மும்முரமாக இருந்தனர். கிறிஸ்தவமும் முழு வீரியத்துடன் இருந்தது. அதற்கு ஆதாரமாக பல சம்பவங்களை மேற்கோள் காட்டலாம். 1836 இல் பள்ளிகள் கொண்ட போது ஆங்கிலத்தில் கல்வி வங்காளத்தில் நிறுவப்பட்டது.

மெக்காலே, தங்கள் நோக்கத்தை வெளிப்படுத்தி, அதில் கூறியிருந்தார் அடுத்த முப்பது ஆண்டுகளுக்கு ஒரு வழிபாட்டாளர் கூட இருக்க மாட்டார் வங்காளத்தில் சிலைகள். வீர் சாவர்க்கர், இந்த நோக்கத்தை சுட்டிக்காட்டுகிறார் ஆங்கிலேயர்கள் எழுதினார்கள்:

"ஒரு காலத்தில் இந்தியப் பொதுமக்களிடம் இருந்ததை ஆங்கிலேயர்கள் நம்பினர் மேற்கத்திய கலாச்சாரத்தின் ஒரு பார்வை, அவர்கள் வெட்கப்படுவார்கள் அவர்களின் மதம். அவர்கள் அதைக் கைவிட்டு பரிசீலிப்பார்கள் வேதம் மற்றும் குரானை விட பைபிள் புனிதமானது. கொடுப்பது கோவில்கள் மற்றும் மசூதிகளுக்குச் சென்றால், அவர்கள் தேவாலயத்தின் உள்ளே நுழைவார்கள். இந்த மதக் காரணி தீக்காயத்திற்கு பங்களித்தது மற்றும் படையினர் மத்தியிலும் அதிருப்தி. நீண்ட மற்றும் குறுகிய மனநிலையில் ஆங்கிலேயர் ஆட்சியின் போது ஒரு பாதுகாப்பின்மை உணர்வு ஏற்பட்டது. பாதுகாப்பைப் பற்றி ஊடுருவியது இந்தியர்களின் மனம்.

ராணுவத்தில் அதிருப்தி

இந்திய மன்னர்களின் நிர்வாகத்தின் போது, முன்பு ஆங்கிலேயர் ஆட்சியில், வெற்றிக்குப் பிறகு வீரர்கள் திரும்பி வரும்போது பல வழிகளில் கௌரவிக்கப்பட்டனர் மற்றும் அலங்கரிக்கப்பட்டனர். ஆனால் இப்பொழுது ஆங்கிலேயர்கள் இந்த பாரம்பரியத்திற்கு முற்றுப்புள்ளி வைத்தனர். இந்திய வீரர்கள் போர்களின் போது முன் நிலைகளில் இருந்தனர், ஆனால் பிரிட்டிஷ் வீரர்கள் மற்றும் அதிகாரிகள் மேலும் மேலும் சிறந்த வசதிகளை அனுபவித்தனர். கூடவே இவை அனைத்தும் இந்தியர்களின் அதிருப்திக்கு மிகப்பெரிய காரணம் ஆகும். பிரிட்டிஷார் தங்களை விவாகரத்து செய்து விடுகிறார்களோ என்ற அச்சம் ராணுவ வீரர்களுக்கு இருந்தது. அவர்களின் மதத்திலிருந்து அவர்களின் படைகளை தோட்டாக்கள் என்று அழைக்கின்றனர். அந்த நேரத்தில் தோட்டாக்கள், படையினருக்கு வழங்கப்பட்டது, பற்களால் வெட்டப்பட வேண்டும். இந்த தோட்டாக்களில் பசு மற்றும் பன்றிக்கொழுப்பு இருந்தது. ஒன்றுமில்லை அது உண்மையா பொய்யா என்று உறுதியாகச் சொல்ல முடியும். ஆனாலும் நூறு பற்றி என்ன எதிர்வினை இருந்திருக்கும் என்று கற்பனை செய்து பாருங்கள் மற்றும் ஐம்பது ஆண்டுகளுக்கு முன்பு, இன்றும் எந்த இந்துவும் தொடவில்லை மாட்டிறைச்சி மற்றும் பன்றி இறைச்சியைத் தொடுவதைப் பற்றி எந்த முஸ்லிமும் நினைக்க முடியாது. இது கற்பனையை விட சிறந்தது. மத வெறியில் ஒரு மனிதன் இல்லையெனில் கூட அது உணர்வை இழக்கிறது.

பொருளாதார காரணி

பொருளாதார காரணியும் அதன் சொந்த முக்கிய பங்கைக் கொண்டுள்ளது. அதாவது அது ஏதேனும் அரசியல் அல்லது சமூகப் புரட்சியாகும். பிரிட்டிஷ் நிர்வாகம் நேரடியாகப் பாதித்தது ராஜாக்கள் மற்றும் மகாராஜாக்கள் மட்டுமல்ல. சாதாரண மனிதனின் பொருளாதார நிலையும் கூட பாதித்தது. அங்கு இந்திய விவசாயிகளின் நிலை மிகவும் பரிதாபமாக இருந்தது பிரிட்டிஷ் அதிகாரத்துவத்திற்கும் வரிச் சுமைக்கும், மூல இந்தியாவின் பொருள் இங்கிலாந்துக்கு அனுப்பப்பட்டு, அதன் செயலாக்கம், மாற்றப்பட்ட வடிவம் இந்தியாவில் இறக்குமதி செய்யப்பட்டது. பல தொழில்கள் இந்த நடைமுறை மற்றும் செல்வ வளம் காரணமாக இந்திய தொழிற்சாலைகள் மூடப்பட்டது. இந்தியா பிரிட்டிஷ் கருவூலத்தை வளப்படுத்தத் தொடங்கியது. இந்தியர்கள் தாக்கப்பட்டனர்

அவர்களின் பொருளாதார நடவடிக்கைகளின் ஒவ்வொரு கட்டத்திலும் ஒரு கிளர்ச்சி உணர்வு ஏற்பட்டது. ஆங்கிலேயர்களுக்கு எதிரான கருத்துக்கள் மனதில் தோன்ற ஆரம்பித்தன.

கிளர்ச்சிக்கான ஏற்பாடுகள்

சுதந்திரமாக ஆக வேண்டும் என்ற ஆசை தன்னை வலுப்படுத்த ஆரம்பித்தது அனைத்து இந்தியர்களுக்கும் இந்த அனைத்து காரணிகளும் காரணமாகும். மேலும் இதில் பதவி நீக்கம் செய்யப்பட்ட மற்றும் சக்தியற்ற இந்திய மன்னர்கள் இதில் தீவிரமாகப் பங்கேற்றனர். ஒரு ரகசிய அமைப்பு வட இந்தியாவில் நிறுவப்பட்டது. நானா சாஹேப் ஆங்கிலேயர் ஆட்சியை வீழ்த்த வேண்டும் என்று தீர்மானித்தார். 1856க்கு முன்பிருந்தே சிலர் இந்தக் கருத்தை பரப்பினர். விளம்பரதாரர்கள் டெல்லி, மைசூர், ஜான்சி, அவத் மற்றும் பல இடங்களுக்குச் சென்றனர். அவரது உறுதியுடன் இந்த முன்னாள் ஆட்சியாளர்கள் மற்றும் இந்திய வீரர்கள் அனைவரும் ஒப்புக்கொண்டனர்.

அப்போது ஆங்கிலேயர்கள் ஈரானுடன் சண்டையிட்டுக் கொண்டிருந்தனர். அதனால், மொகலாய பேரரசர் பகதூர் ஷா ஜாபர், குன்வர் சிங், தாந்யா தோபே, நானா சாஹேப் போன்றவர்களுக்கு எதிராக கிளர்ச்சி செய்யலாம் என முடிவு செய்தனர். ஆங்கிலேயர்கள் அந்த நேரத்தில் முடிவு செய்தார்கள். ஆனால், வெற்றி தவிர்க்க முடியாதது. சாதுக்கள், சன்யாசிகளின் சேவைகள் மற்றும் முகவர்கள் (mendicants) பொதுமக்கள் மத்தியில் யோசனை பரப்ப முடிவு எடுக்கப்பட்டது. இவர்கள் கிராமம் கிராமமாகச் சென்று புரட்சியைப் பிரசங்கித்தனர். சுமார் இரண்டு வருடங்களாக இந்த செய்தியை பரப்பினார்கள். ஆள்மாறாட்டம் செய்பவர்கள், வைத்தியர்கள் (சுதேசி மருத்துவர்கள்), தந்திரிகள் மற்றும் ஜோதிடர்கள் பெண்களுக்கு இந்த செய்தியை தெரிவிக்க அனுப்பப்பட்டவர்கள் மெளலவி இதற்காக அகமது ஷா மரியாதையுடன் நினைவுகூரப்பட வேண்டியவர் என பிரசங்கம் செய்தார். பல இடங்களுக்குச் சென்று இந்த விளம்பரம் செய்தார். ஒரு இடத்தில் நடைபெற்ற கூட்டத்தில் உரையாற்றும் போதே அவர் இவ்வாறு தெரிவித்தார் தெளிவான வார்த்தைகளில், "நீங்கள் உங்கள் நாட்டில் மதத்தை பாதுகாக்க வேண்டும் என்றால் மற்றவற்றை தூக்கி எறிவதில் மாற்றுக்கருத்து இல்லை உடனே ஆங்கிலேயர்கள் வெளியேறினர்.

அவர் தேசத்துரோக குற்றத்திற்காக கைது செய்யப்பட்டு பின்னர் தூக்கிலிடப்பட்டார். வதந்திகளும் குருட்டு நம்பிக்கையும் பொதுமக்களையே பாதிக்கிறது. விரைவாக இந்த எண்ணம் மிக உயர்ந்த துறவியிடம் இருந்ததாக பரப்பப்பட்டது முன்னறிவிப்பு, "பிரிட்டிஷ் ஆட்சி சரியாக முடிவுக்கு வரும் அது நிறுவப்பட்ட நூறு ஆண்டுகளுக்குப் பிறகு." அது அப்படியே பரவியது நாளிதழ்கள் கூட அதை அதிக அளவில் வெளியிட்டன. அதாவது இந்த விளம்பரத்தின் மையம் நானா சாஹேப் வாழ்ந்த கான்பூர் ஆகும். இதில் பிரிட்டிஷ் ராணுவத்தின் இந்திய வீரர்களும் இடம் பெற்றனர். கிளர்ச்சியை ஒரே நேரத்தில் தொடங்குவது என்று முடிவு செய்யப்பட்டது பெனாரஸ் போன்ற அனைத்து இடங்களிலும், கான்பூர், அலகாபாத், ஜான்சி மற்றும் அவத். பிரிட்டிஷ் ஆட்சி இருந்தது. 1857 ஆம்

ஆண்டு ஜூன் 23 ஆம் தேதி தனது நூறு ஆண்டுகளை நிறைவு செய்தது. ஆகவே, 31 ஆம் தேதி மே, 1857 புரட்சியைத் தொடங்குவதற்கான நாள் ஆகும். அதன்படி, அங்கு ஏற்பாடுகள் நடந்தன.

ஆரம்பம்: மங்கள் பாண்டேயின் தியாகம்

மே 31 ஞாயிற்றுக்கிழமை. இராணுவத்தின் அனைத்து ஆங்கிலேயர்களும் தேவாலயத்திற்கு சென்றனர் என்ற யோசனையுடன் இந்த நாள் நிர்ணயிக்கப்பட்டது. மேலும், புரட்சியின் முழக்கம் ஒலிக்க வேண்டும். ஆங்கிலேயர்கள் எச்சரிக்கையாக இருக்க ஒரு வாய்ப்பு) எப்போது ஆங்கிலேயர்கள் தேவாலயத்தில் இருந்தனர் என்பது தெரியவில்லை. ஆனால் இந்த திட்டம் முடியவில்லை வீரர்களின் தேவையற்ற உற்சாகம் காரணமாக தூக்கிலிடப்பட்டது. புர்ஹான்புரி (வங்காளம்) கன்டோன்மென்ட்டில் ராணுவத்தின் 16வது படைப்பிரிவு இருந்தது. ஆங்கிலேயர்கள் முதலில் தோட்டாக்களைப் பயன்படுத்துவதை இங்கு தொடங்க விரும்பினர் இந்த படைப்பிரிவுடன் பசு மற்றும் பன்றிக்கொழுப்பு உள்ளது. எப்பொழுது இந்த தோட்டாக்கள் இந்த படைப்பிரிவுக்கு கொடுக்கப்பட்டன. அவற்றை பயன்படுத்த அவர்கள் மறுத்துவிட்டனர். எனவே இந்த வீரர்கள் நிராயுதபாணிகளாக்கப்பட்டனர். இந்த சம்பவம் 1857 பிப்ரவரியில் நடந்தது. பிரித்தானியர்கள் நினைத்தார்கள் இந்த படைப்பிரிவை நிராயுதபாணியாக்குவதன் மூலம் அவர்கள் மற்ற வீரர்களின் மீது நடக்கும் தாக்கத்தால் விரும்பியதைப் பெறுவார்கள். ஆனால் அதற்கு நேர்மாறாக நடந்தது.

இந்த அவமதிப்பால் இந்திய ராணுவ வீரர்கள் வெகுண்டெழுந்தனர் உடனடியாகப் பழிவாங்க முடியாத அளவுக்கு பொறுமை இழந்தார். தரக்பூருக்கு எட்டியபோது, அங்கே ஒரு இந்தியர் ராணுவ வீரர் மங்கள் பாண்டே கோபத்தில் கொதித்தார் அவரது கூட்டாளிகளை உடனடியாக கிளர்ச்சி செய்ய வலியுறுத்தினார். அவரது நண்பர்கள் இது தங்களுக்கு இடையூறாக இருக்கும் என்று அவருடன் விரிவாக விளக்கினார் தங்கள் இலக்கை அடைவதில், மற்றும் புரட்சியின் தலைவர்கள் அதை ஆதரிக்க மாட்டார்கள். ஆனால் மங்கள் பாண்டே அதை ஒப்புக்கொள்ளவில்லை. அவர் 1857 ஆம் ஆண்டு மார்ச் 29 ஆம் தேதி கிட்டத்தட்ட கிளர்ச்சி செய்தார் தன் கூட்டாளிகளிடம், "பையா! எழு, எழு. உள்ளே பயப்பட வேண்டாம் குறைந்தது. எழுந்திரு, வா, உன் பெயரால் உன்னை அழைக்கிறேன் மதம். வாருங்கள், நமது இழிவான எதிரிகள் மீது குற்றம் சுமத்துவோம் எங்கள் சுதந்திரம்" எங்களுக்கு வேண்டும்.

இதைக் கண்ட மேஜர் ஹியூசன் மற்ற வீரர்களை கைது செய்யும்படி அவர்களுக்கு உத்தரவிட்டார். ஆனால் அவர்களை கைது செய்ய ராணுவ வீரர்கள் யாரும் முன்வரவில்லை. மங்கல் பாண்டே உடனே ஹியூசனை சுட்டுக் கொன்றார். லெப்டினன்ட் போவ் அப்போதுதான் அங்கு வந்தார். மங்கள் பாண்டே அவரையும் சுட்டுக் கொன்றார். இதற்கிடையில் கர்னல் வீலர் அங்கு வந்தார். மங்கலுக்கு உத்தரவிட்டார் பாண்டே கைது செய்யப்பட வேண்டும், ஆனால் அவரது உத்தரவை வீரர்கள் புறக்கணித்தனர். மேலும் சக்கர வாகனமும் ஓடியது. அதன் விளைவுகளை மங்கள் பாண்டே அறிந்திருந்தார் மிகவும் நல்லது. தன்னைக் கொல்ல

துப்பாக்கிச் சூடு நடத்தினார். ஆனால் அவர் எதுவும் செய்யவில்லை. அவர் காயத்துடன் விழுந்தார். இதன் விளைவாக அவர் கைது செய்யப்பட்டார். பின்னர் அவர் தூக்கிலிடப்பட்டார். அவருடைய மற்ற கூட்டாளிகளின் பெயரைக் கூறும்படி அவரிடம் கேட்கப்பட்டபோது, அவர், "எனது கூட்டாளிகளின் பெயர்களை நான் கூறமாட்டேன் என் மரணத்திற்குப் பிறகும்" கூற மாட்டேன் என்றார்.

மங்கள் பாண்டேயின் கருத்து இருவேறு கருத்துக்களாக இருக்க முடியாது. அது நடவடிக்கையின் தூண்டுதலாக இருந்தது. ஆகவே, புரட்சியின் திட்டம் கடுமையாக பாதிக்கப்பட்டது. ஏனெனில் அவரது அவசரம் தான். மற்றபடி வரலாறு யாருக்குத் தெரியும் இந்தியாவின் சுதந்திரப் போராட்டம் எந்த திசையில் சென்றது. எதனால் மங்கள் பாண்டே வழக்கை வெளிப்படுத்தும் சிறப்பைப் பெற்றுள்ளார் மற்ற அனைவருக்கும் முன்மாதிரியான தைரியம், மற்றும் தியாகம் சுதந்திரத்திற்கான அவரது வாழ்க்கை ஆகும்.

மீரட் மற்றும் டெல்லி

மங்கள் பாண்டேயின் தியாகம் படைவீரர்களுக்கு உத்வேகம் அளித்தது. அம்பாலா ஆங்கிலேயர்களின் தலைமையகத்தைக் கொண்டிருந்தது. அங்கு இந்திய வீரர்கள் ஆங்கிலேயர் ஒருவரின் வீட்டை அமைத்தனர். உடனே அதிகாரி தீக்குளித்தார். ஆனால் இதை விட வேறு எதுவும் இங்கு நடக்கவில்லை. தீ கூட திருட்டுத்தனமாக வைக்கப்பட்டது. இதைத் தொடர்ந்து ராணுவம் நிறுத்தப்பட்டது மீரட்டில் கிளர்ச்சி ஏற்பட்டது. ஒவ்வொரு புத்தகங்களில் ஒவ்வொரு தேதிகளைக் கொடுக்கின்றன கிளர்ச்சியின் விதை எப்போது இங்கு விதைக்கப்பட்டது என. ஸ்ரீ சாந்தி மகாராணி ஜான்சி மற்றும் ஸ்ரீ பரஸ்னீஸ் புத்தகத்தில் தத்தாத்ரேயா பல்வந்த் தனது ஜான்சியின் ராணி லட்சுமிபாய் புத்தகத்தில் இந்த தேதியை மே 25, 1857 என்று குறிப்பிட்டுள்ளார்., ஆனால் வீர் சாவர்க்கர் அவரது புத்தகம் 1857 கா ஸ்வதந்த்ரதா சங்க்ராம் தேதி என்று கூறுகிறது மே 6, 1857 அன்று.

மீரட்டில் பன்றிக்கொழுப்பு அடங்கிய தோட்டாக்கள் குதிரைப்படை வீரர்களிடம் கொடுக்கப்பட்டன. ஆனால் 90 வீரர்களில் 5 பேர் மட்டுமே தொட்டனர் மற்ற வீரர்கள் அவற்றைப் பயன்படுத்தக் கேட்டபோது, அவர்கள் கண்டோன்மென்ட் நோக்கி திரும்பினர். இந்த வீரர்கள் கைது செய்யப்பட்டு ஐரோப்பியர்களின் காவலில் வைக்கப்பட்டனர். காலாட்படை மற்றும் பீரங்கி படையை சேர்ந்தவர்கள் பின்னர், அவர்களுக்கு பத்து ஆண்டுகள் சிறைத்தண்டனை விதிக்கப்பட்டது

அன்று மாலை மற்ற இந்திய வீரர்கள் பஜாரில் உலாவும்போது, சில கிராமத்து மணிகள் அவர்களைத் திட்டினர். "அற்புதம், உங்கள் சகோதரர்கள் சிறைகளில் அவதிப்படுகிறார்கள். ஆனால் நீங்கள் இங்கு இலக்கில்லாமல் அலைகிறீர்கள். இச்சம்பவம் இந்த ராணுவ வீரர்களின் சுயமரியாதையை எழுப்பியது.

மே 31 வரை அவர்களால் சும்மா இருக்க முடியாத நிலை ஏற்பட்டது. அவர்கள் அன்று இரவு கன்டோன்மென்ட்டில் ஒரு ரகசிய கூட்டம் நடத்தினர். இதில் பல இந்திய ராணுவ வீரர்கள் கலந்து கொண்டனர்.

அப்போது ஒரு செய்தி இருந்தது டெல்லிக்கும் அனுப்பப்பட்டது. "நாங்கள் மார்ச் 11 அல்லது 12 ஆம் தேதி அங்கு சென்றடைவோம். எல்லா வகையிலும் தயாராக இருங்கள்." ஆங்கிலேயர்கள் எதையும் அடையவில்லை இதில். மே 10, 1857, ஞாயிற்றுக்கிழமை அன்று ஆங்கிலேயர்கள் தேவாலயத்திலும் பிரார்த்தனை மணியிலும் பிரார்த்தனை செய்தனர். இந்திய வீரர்கள் புரட்சியின் சங்கினை ஊதினார்கள். முதலில் வானத்தை நோக்கி பிரங்கியால் (வெள்ளை வெளிநாட்டவர்) சுடுங்கள்" என்ற முழக்கத்துடன் தொடங்கினர். அவர்கள் தங்கள் கூட்டாளிகளை விடுவிக்க சிறையை நோக்கி ஓடினார்கள். அங்கு ஆங்கிலேயர்கள் தங்கள் உயிரைக் காப்பாற்றிக் கொள்ள அங்கும் இங்கும் ஓடினர். சிறை உடைக்கப்பட்டு கைதிகள் விடுவிக்கப்பட்டனர். அவர்கள் டெல்லிக்கு அணிவகுத்துச் சென்றனர்.

டெல்லியில் பகதூர் ஷா ஜாபர் மே 31க்காக காத்திருந்தார். அவர் எப்படியோ தனது இராணுவத்தை கட்டுப்பாட்டில் வைத்திருந்தார், ஆனால் மீரட்டில் அனைத்தையும் வைத்திருந்தார். இது திட்டத்திற்கு முன்னதாக நடந்தது. பின்னர் இந்த வீரர்கள் டெல்லியை அடைந்தனர், டெல்லியிலும் கிளர்ச்சி தொடங்கியது. பகதூர் ஷா ஜாபர் இந்தியாவின் பேரரசராக அறிவிக்கப்பட்டார். ஐந்து நாட்களுக்கு டெல்லி புரட்சியாளர்களின் கட்டுப்பாட்டில் இருந்தது. ஆனாலும் இறுதியில் அவர்கள் அதில் வெற்றிபெறவில்லை, ஓரளவுக்கு அவசரம் தான் வீரர்கள், மற்றும் ஒரளவு பாதகமான சூழ்நிலைகள் காரணமாக அல்லது வேறு சில காரணங்களால் அவ்வாறு நடந்தது. ஆங்கிலேயர்கள் டெல்லியை தங்கள் கீழ் கொண்டு வந்தனர். மீண்டும் கட்டுப்பாடு நிலவியது. பல துணிச்சலானவர்கள் தூக்கிலிடப்பட்டனர். பகதூர் ஷா ரங்கூனுக்கு நாடு கடத்தப்பட்டார், பின்னர் அவர் இறந்தார். எனவே, அதன் விரிவான விளக்கத்திற்கு இது சாத்தியமல்ல.

விளம்பரம்

இந்த கிளர்ச்சியின் தீ விரைவில் லக்னோ, ஷாஜகான்பூர், பரேலி, ∴பெரோஸ்பூர், மொராதாபாத் போன்ற இடங்களுக்கு பரவியது. அலிகரில் ஒரு பிராமணர் அதை பரப்புவதில் ஈடுபட்டு தூக்கிலிடப்பட்டார். நெருப்புக்கு எரிபொருளாக ஆயிரக்கணக்கானோர் பலியாயினர். சிப்பாய்கள் கோபத்தில் வெடித்து, "ஆங்கிலேயர்களின் சண்டையை நடத்துங்கள் பார்க்கலாம் என்று கூறி ஆங்கிலேயர்களை எச்சரித்தார்கள் என்றால் அவர்கள் அலிகாரை விட்டு வெளியேறுங்கள் என்றனர். மேலும் தங்கள் உயிரைக் காப்பாற்ற விரும்பும் நிலைக்கு உள்ளாயினர். எட்டாவாவிலும் உள்ள வீரர்கள் அலிகரில் கிளர்ச்சி செய்தியைக் கேட்டு மே 22 அன்று கிளர்ச்சி செய்தனர். ஆங்கிலேயர்கள் உயிரைக் காப்பாற்றிக் கொள்ள அங்கும் இங்கும் ஓடினர். பிறகு எட்டாவாவிலிருந்து வீரர்கள் டெல்லி நோக்கி அணிவகுத்துச் சென்றனர். மே 31 அன்று இந்திய ராணுவ வீரர்கள் பரேலி கண்டோன்மென்ட்டில் ஆயுதங்களை ஏந்தினார்கள். இந்த கிளர்ச்சி ஒழுங்கமைக்கப்பட்ட முறையில் மேற்கொள்ளப்பட்டது. வீரர்கள் ஆங்கிலேயர்கள் மீது பாய்ந்தனர். லெப்டினன்ட் கிர்பி, லெப்டினன்ட் ∴ப்ரேசர், சார்ஜென்ட் பால்டன், கர்னல் ட்ரூப், ராபர்ட்சன் போன்றோர்

கொல்லப்பட்டனர். 32 பிரிட்டிஷ் ராணுவ அதிகாரிகள் ஓடி வந்து தங்கள் உயிரைக் காப்பாற்றினர். அதாவது நைனிடால். பரேலி என்றவுடன் ஆங்கிலேயர்கள் ஓடி வந்தனர். ஷாஜஹான்பூர், மொராதாபாத், பதாவுன் முதலிய நகரங்களில் ருஹெல்கண்ட் சுதந்திரமாக அறிவிக்கப்பட்டார். மே 31 அன்று அசம்கரில் நிலைகொண்டிருந்த ராணுவம் கிளர்ச்சி செய்தது. அங்கு வீரர்கள் ஆங்கிலேயர்களை பாதுகாப்பாக தப்பிக்க அனுமதித்தனர். அங்கு பெனாரஸுக்கு அசம்கர் பற்றிய செய்தி வந்தது. அங்கு ஆங்கிலேயர்கள் இந்திய வீரர்களை நிராயுதபாணியாக்க முயன்றனர், ஆனால் பதிலுக்கு அவர்கள் கிளர்ச்சி செய்தனர். இங்கு சீக்கிய வீரர்கள் பக்கபலமாக இருந்தனர். பெனாரஸ் ஜவான்பூரில் சீக்கிய வீரர்கள் நிலைகொண்டிருந்த படைப்பிரிவின் பக்கம் நின்றார். அரசின் கஜானாவை கொள்ளையடித்தனர். பிறகு பெனாரஸின் குதிரைப் படையும் அங்கு சென்றடைந்தது. ஆங்கிலேயர்கள் ஊரை காலி செய்ய உத்தரவிட்டனர். அலகாபாத்தில் ராணுவம் ஜூன் 6 இரவு கிளர்ச்சி. ஜூன் 11 ஆம் தேதி அன்று ஆங்கிலேயர்கள் படையுடன் அலகாபாத் வந்தனர். அங்கு உள்ளே நுழைந்தார்கள். கிளர்ச்சி செய்யும் வீரர்களுடன் கடுமையான சண்டைக்குப் பிறகு கிளர்ச்சியாளர்களை ஒடுக்க, ஆங்கிலேயர்கள் மனிதாபிமானமற்ற செயல்களைச் செய்தனர் பொதுமக்கள் மீதான கொடுமைகள். கான்பூரில் பிரிட்டிஷ் ராணுவத்தில் பல படைப்பிரிவுகள் இருந்தன மூவாயிரம் இந்தியர்கள் இருந்தனர். மே 15 அன்று முன்னோடியில்லாத வகையில் காட்சி இங்கு காணப்பட்டது. எதிராக கூட்டங்கள் ஏற்பாடு செய்யப்பட்டன.

பல இடங்களில் ஆங்கிலேய வீரர்கள் ரகசியம் காத்தனர் கிளர்ச்சியை எதிர்பார்த்து ஆங்கிலேயர்கள் அழைப்பு விடுத்தனர் லக்னோவில் இருந்தும் ராணுவத்தில். ஜூன் 4 ஆம் தேதி இரவு திட்டமிட்டபடி கிளர்ச்சி தொடங்கியது. நானா சாகேப்பின் வீரர்கள் நவாப்கஞ்சில் உள்ள கருவூலத்தையும் கிளர்ச்சி வீரர்களையும் கைப்பற்றினர். ஆயுதக் களஞ்சியத்தை தங்கள் கட்டுப்பாட்டுக்குள் கொண்டு வந்தனர். பிரித்தானியர்கள் எதிர்பார்த்து அவுத்தில் பயங்கர தாக்குதல் நடத்தினர். அதாவது, அங்கு இரவு 9.00 மணிக்கு கிளர்ச்சி தொடங்கியது மே 30 அன்று நடந்தது. அடுத்த நாள் சர் ஹென்றி லாரன்ஸ் தாக்கினார் சில விசுவாசமான வீரர்களின் உதவியுடன் கிளர்ச்சி செய்தது, ஆனால் குதிரைப்படை அவருடைய படைப்பிரிவோடு கிளர்ச்சி செய்தது. மே 27 அன்று பலரின் வீடுகளுக்கும் சீதாபூரில் இருந்த ஆங்கிலேயர்களை தீயிட்டுக் கொளுத்தினர் மற்றும் ஒரு படைப்பிரிவு ஜூன் 3 அன்று கருவூலத்தை கைப்பற்றினர். ஜூன் 1 ஆம் தேதி அப்படி ∴பருக்காபாத்தில் விடப்பட்டார். பயங்கரவாதத்தால் தாக்கப்பட்ட ஆங்கிலேயர்கள் பைசாபாத்தில் ராஜா மான்சிங்கிடம் தஞ்சம் புகுந்தனர். அதன் மூலம் அவர்களின் உயிரைக் காப்பாற்றினர். ஜூன் 9 ஆம் தேதி பைசாபாத் தனி நாடாக அறிவிக்கப்பட்டது அவுத்தின் முந்தைய நவாப், வாஜித் அலி ஷாவின் ஆட்சி அங்கு அறிவிக்கப்பட்டது. கிளர்ச்சி ஜூன் 9 இல் தொடங்கியது. சுல்தான்பூர் மற்றும் 10 ஜூன் சலோனியிலும். இதன் தீ ஜூலை 5 ஆம் தேதி ஆக்ராவில் கிளர்ச்சி வெடித்தது. வீரர்களை நசுக்க கிளர்ச்சி இராணுவம் உள்ளூர் மாநிலங்களான பிடெலலி மற்றும்

இராணுவம் பரத்பூர் அனுப்பப்பட்டது. "இருப்பினும் ஆங்கிலேயர்களுக்கு எதிரான கிளர்ச்சி உணர்வை நாங்கள் பகிர்ந்து கொள்ளவில்லை.

நாங்கள் எங்கள் சொந்த நாட்டு மக்களுக்கு எதிராக எங்கள் ஆயுதங்களைப் பயன்படுத்த மாட்டோம் என்றனர். மேலே உள்ள விளக்கம் சண்டையின் அளவைக் காட்டுகிறது 1857 இல் சுதந்திரம் தெளிவாக இருந்தது. இந்த விஷயத்தின் முழுமையான விளக்கம் தற்போதைய புத்தகத்தின் பொருள் அல்ல மற்றும் அதை விவரிக்காமல் லட்சுமிபாயின் வாழ்க்கைக் கதை என்றும் அழைக்கப்படுகிறது. அது முழுமையற்றது. இந்த சண்டையின் ஒரு சிறப்பு அம்சம் அதுதான் வட இந்தியா, குறிப்பாக டெல்லி, ஐக்கிய மாகாணங்களுக்கு மட்டுமே மற்றும் ஜான்சியை துரதிர்ஷ்டவசமாக துணிச்சலான இந்தியர்களால் கைப்பற்ற முடியவில்லை. அதில் வெற்றி பெறுங்கள். இப்போது மகாராணி பாத்திரத்திற்கு வருவோம் இதில் முக்கியப் பொருளான சண்டையில் லட்சுமிபாய் வருகிறாள். ஜான்சி மீரட் மற்றும் டெல்லி கிளர்ச்சி பற்றிய செய்தி ஜான்சியை எட்டியது. வங்காள பூர்வீக காலாட்படையின் பன்னிரண்டாவது படைப்பிரிவு, ஒழுங்கற்ற குதிரைப்படை மற்றும் பீரங்கிகளும் அப்போது அங்கு நிறுத்தப்பட்டிருந்தன. கேப்டன் டன்லப் தான் இந்த இராணுவத்திற்கு தலைமை தாங்கும் அதிகாரி. அவன் ஜான்சிக்கு முழு ஆதரவு அளித்தார் என்பதில் முழு நம்பிக்கை உள்ளது ஆங்கிலேயர்களும் அவருக்குக் கீழ் இருந்த வீரர்களும் முற்றிலும் விசுவாசமாக இருந்தனர் ஒரு பெரிய ஆச்சரியம் அல்லது ஒரு நம்பமுடியாத உண்மை என்னவென்றால், எதையும் கண்டுகொள்ளாது ஜான்சி முற்றிலும் அமைதியாகத் தோன்றினாள். ஜான்சி கமிஷனர், இது குறித்து தனது அறிக்கையில், மே 28 தேதியிட்ட நகரத்தின் நிலைமையை எழுதினார். "இராணுவம் அனுப்பியது ஜான்சியில் முற்றிலும் நம்பகமானது தான். ஆனால், சாத்தியம் இருப்பதாகத் தெரியவில்லை. அவர்கள் தங்கள் இதயங்களில் கிளர்ச்சியாளர்களை வெறுக்கிறார்கள் மற்றும் மீரட், டெல்லி மற்றும் பிற இடங்களில் அவர்களின் கறுப்புச் செயல்கள் தான் செய்கிறார்கள். குறைந்த பட்சம் இங்கு ஏதேனும் எழுச்சியை சந்தேகிக்கலாம். இங்கு ஒர்ச்சா, சத்தர்பூர் மற்றும் அஜய்கர் ஆட்சியாளர்கள் சிறார். புந்தேல்கண்டின் பிற மாநிலங்களில் ஏற்பாடுகள் செய்தனர். நாங்கள் இங்கு முழுமையாக பாதுகாப்பாக இருக்கிறோம் என்பதில் எனக்கு முழு நம்பிக்கை உள்ளது. மே 30-ம் தேதி தனது அறிக்கையில் அவர் இப்படி எழுதியுள்ளார்

மேலும். ஜூன் 3 ஆம் தேதி அறிக்கை வந்தது. இதற்குப் பிறகு, அவர் எழுதினார்: "நேற்று இரவு முதலாவது கோஞ்ச் மீது தாக்குதல் நடத்த முன்வந்ததாகத் தெரிவிக்கப்பட்டது. அது ஒரு கிராமம். உடனே டன்லப்பிற்கு தகவல் தெரிவித்து அனுப்பினேன் சில இராணுவம் மறுநாள் காலை 8.00 மணிக்கு இராணுவம் அங்கு சென்றதும், தாக்கூர்கள் தங்கள் முடிவை மாற்றிக்கொண்டனர்.

"சிலர் கிளர்ச்சியானது எங்கும் பரவியிருப்பதாகச் சொல்கிறார்கள். இந்த வகையில் இருப்பவர்கள் ஜான்சி மக்கள் தான் என்பதை நான் புரிந்துகொள்கிறேன். அவர்களின் சிந்தனையில் நேர்மையான மற்றும் உறுதியான எண்ணங்கள் இருந்தன. ஆகையால் அவர்கள் ஒருபோதும்

எங்களுக்கு எதிராக செயல்பட மாட்டார்கள்" என்றனர். ஜான்சி வெளியில் இருந்து முற்றிலும் அமைதியாக இருந்தாள். ஆங்கிலேயர்கள் மகாராணியின் தரப்பிலிருந்து எந்த கவலையும் கொள்ளவில்லை. கணவனின் மரணத்திற்குப் பிறகு, அவளுக்கு இருந்தது வேதனை மட்டும் தான் என்று அவர்கள் நினைத்தார்கள்.

ஆனால் திடீரென்று. ஜூன் 4 ஆம் தேதி அங்கும் கிளர்ச்சி வெடித்தது. ஒரு ஹுவேல்தார் இன் 7வது காலாட்படை படைப்பிரிவு, அவருடைய சிலரின் ஆதரவுடன் கூட்டாளிகள், நட்சத்திரக் கோட்டைக்குள் நுழைந்து அவரது கட்டுப்பாட்டில் கொண்டு வந்தனர் அனைத்து போர் பொருட்களோடு வந்தனர். இந்தத் தகவல் கிடைத்ததும் டன்லப் மீதுமுள்ள இராணுவத்துடன் அங்கு சென்றடைந்தனர், ஆனால் கிளர்ச்சியாளர்கள் அதை கைப்பற்றினர். போருடன் கருவூலமும் அவர்களின் கட்டுப்பாட்டில் இருந்தது. அங்கிருந்த காவலர்களும் அவர்களுடன் சேர்ந்து கொண்டனர். உணர்தல் நிலைமையின் தீவிரம், அனைத்து ஆங்கிலேயர்களும், ஒரு ஆலோசனையின் பேரில் கமிஷனர், கோட்டையில் தஞ்சம் அடைந்தனர்.

கோட்டை முற்றுகை

ஜூன் 5ம் தேதி காலை, திரை மற்றும் தோட்டம், துணை கமிஷனர், டன்லப்பைப் பார்க்க கன்டோன்மென்டை அடைந்தார். அதற்கு பிறகு சில ரகசியப் பேச்சுக்களுக்காக கோட்டைக்குள் சென்றனர். அங்கு இருந்து டன்லப் தபால் நிலையத்திற்குச் சென்றார். பதவியை நிர்ணயித்த பிறகு அங்கு, அவர் டெய்லருடன் அணிவகுப்புக்கு வந்தார். பன்னிரண்டாவது காலாட்படை படைப்பிரிவு அவரை சுட்டுக் கொன்றது. மகிழ்ச்சியுடன் நடனம் ஆடினர். இதற்குப் பிறகு அவர்கள் பல ஆங்கிலேயர்களைக் கொன்றனர். கிட்டத்தட்ட நாற்பத்தைந்து பிரிட்டிஷ் அதிகாரிகள் தங்கள் உயிரைக் காப்பாற்ற கோட்டைக்குள் ஓடினார்கள். திரை கோட்டையில் முழுமையான பாதுகாப்பு ஏற்பாடுகளை செய்தார். அதன் கதவுகள் சரியான பாதுகாப்பு மற்றும் துப்பாக்கிகள் போன்ற பாதுகாப்பு பொருட்கள் இருந்தன. அவை அனைவருக்கும் வழங்கப்பட்டது. கன்டோன்மென்டில் அவர்களின் இயக்கத்திற்குப் பிறகு ஒரு தன்னிச்சையான முறையில், கிளர்ச்சியாளர்கள் கோட்டையை அடைந்தனர். ஆங்கிலேயர்கள் உள்ளே இருந்து அவர்களை வெளியேற்ற தங்களால் முடிந்த அனைத்தையும் செய்தனர் ஆனால் அவர்கள் அதில் வெற்றிபெறவில்லை. என்ன ஒரு கேலிக்கூத்து? பார்க்கிறேன் மரணம் அவரது தலைக்கு மேல் படர்ந்தது, திரை உதவி எடுக்க நினைத்தது. அதாவது மகாராணி லட்சுமிபாயிடமிருந்து அவர்கள் ஸ்கோக் மற்றும் பெர்சலை அனுப்பினார்கள் மகாராணியின் சகோதரர்கள் ஆவர். ஆனால் கிளர்ச்சியாளர்கள் அவர்களை முன்பே கொன்றனர்

அடுத்த நாள், இதற்குப் பிறகு, ஸ்கிரீன் இராணுவத்தைப் பெற கடிதங்கள் எழுதினார் நோகோட் மற்றும் குவாலியரில் இருந்து அனுப்பினார். ஆனால் துரதிர்ஷ்டவசமாக இராணுவம் செய்த சதியால் அங்கு சென்று சேரவில்லை. இந்த நாளில், கிளர்ச்சியாளர்கள் கோட்டையைத் தாக்கினர் அவர்களின் முழு பலம். இரு தரப்பிலும் பயங்கர துப்பாக்கிச் சூடு நடந்தது. ஆனால் கிளர்ச்சியாளர்கள் வெற்றிபெறவில்லை. கிளர்ச்சியாளர்கள் கைப்பற்ற விரும்பினர். ஆனால் வெற்றி பெறவில்லை. எப்பொழுது துணை

சர்வேயர், லெப்டினன்ட் போவிஸ் கோட்டையின் உள்ளே சென்றார், அவர் சில விசுவாசமான இந்திய வீரர்களையும் தன்னுடன் அழைத்துச் சென்றார். இவை எப்போது போராளிகள் தங்கள் கிளர்ச்சி சகோதரர்கள் சுதந்திரத்திற்காக போராடுவதைக் கண்டனர் என்பதும் தெரியவில்லை. மேலும் வெற்றியும் பெறவில்லை, அவர்கள் அவர்களுடைய அனுதாபம் பெற்றனர். கோட்டைக்குள் நுழையும் ரகசியப் பாதையை வீரர்களிடம் முற்றுகை இட்டவர் சொல்ல முயன்றார். அதனால். கோட்டைக்குள் ஆங்கிலேயர்கள் அவர்களின் எண்ணம் தெரிய வந்தது. அங்கு கொண்டு வந்ததற்காக போவைஸ் திட்டினார். போவிஸ் அவர்களை வேண்டாம் என்று அறிவுறுத்தியபோது வெளியில் உள்ள கிளர்ச்சியாளர்களை ஆதரிக்கவும், அவர்கள் வெளிப்படையாக கிளர்ச்சி செய்து கொன்றனர்.

இதற்கிடையில் வெளியில் இருந்த கிளர்ச்சியாளர்கள் டோ- ஆர்டி கோட்டைக்குள் நுழைய முயற்சி செய்து கொண்டிருந்தார். அவர்களின் அழுத்தம் தொடர்ந்து அதிகரித்து வருகிறது. உள்ளே இருந்து பீரங்கி குண்டுகள் வீசப்பட்டன. கோட்டையின் கார்டன் ஜன்னல்கள் வழியாக வெளியே சுடுகிறது. அனைத்து கிளர்ச்சியாளர்களும் அவரை அடையாளம் கண்டுகொண்டனர். அப்போது ஒரு கிளர்ச்சியாளர் துப்பாக்கியால் சுட்டார். அவன் மீது அம்பு. இது ஒரு உறுதியான ஷாட். அம்பு தோட்டத்தை தாக்கியது அவர் இறந்தார். ஒரு சாயலும் அழுகையும் கோட்டை முழுவதும் பரவியது. ஆங்கிலேயர்கள் பயந்தனர். அவர்களின் துரதிர்ஷ்டத்திற்கு அவர்கள் வெளியே ஓடினர். காலே கான் மற்றும் அகமது உசேன் ஆகியோர் அங்கு இருந்தனர். கிளர்ச்சியாளர்களை வழிநடத்தினர். அவர்களின் புத்திசாலித்தனமும் உத்தியும் அவர்களைப் பிடிக்க உதவியது கோட்டையின் பெரும் பகுதியையும் பிடித்தது.

ஆங்கிலேயர்கள் தங்களை காப்பாற்ற ஒரு ஒப்பந்தத்தில் கையெழுத்திட நினைத்தனர். ஜூன் 8 ஆம் தேதி கிளர்ச்சியாளர்களின் தலைவர்கள் கோட்டையின் கதவு அருகில் வந்தனர். அவர்கள் ஹக்கீம் சுலே முகமதுவை அனுப்பினார்கள். அவர் ஒரு மரியாதைக்குரிய நபர் ஆவார், மேலும் திரை அவரிடம் கேட்டுக் கொண்டது அவர்கள் சாகருக்கு பாதுகாப்பான பாதையை அனுமதிக்க வேண்டும். சுலே குரான் மீது சத்தியம் செய்து, அவர்கள் செய்ய வேண்டும் என்று கூறினார். ஆயுதங்களை ஒப்படைத்தால், அவர்கள் எந்த வகையிலும் பாதிக்கப்பட மாட்டார்கள். அதன்படி ஆங்கிலேயர்கள் செயல்பட்டு கோட்டையை விட்டு வெளியே வந்தனர். அவர்கள் வெளியே வந்தவுடன் கைது செய்யப்பட்டனர். அவர்கள் நகரம் முழுவதும் சுற்றி, இறுதியாக ஜோகன் பாக் வந்தனர். அன்று ஒரு மனிதன் அவர்களை நிறுத்தி, காலே பற்றிய செய்தியை வழங்கினான். கைது செய்யப்பட்ட அனைத்து ஆங்கிலேயர்களும் கொல்லப்பட வேண்டும் என்று கான் கூறினார். அன்று இந்த செய்தியை தரோகா பெறுகிறது (சப்-இன்ஸ்பெக்டர்) ஜான்சி ஜெயிலில் பக்ஷிஷ் அலி, முதலில் திரையின் தலைவரைப் பிரித்தார். அவரது உடலில் இருந்து வாள் பலமாக அடித்தது. இதைப் பார்த்ததும் அங்கிருந்த மற்ற கிளர்ச்சியாளர்கள் கைது செய்யப்பட்ட ஆங்கிலேயர்கள் மீது பாய்ந்தனர் சிறிது நேரத்தில் அவற்றை முடித்தனர்.

ஹத்யகாண்டில் எத்தனை ஆங்கிலேயர்கள் கொல்லப்பட்டனர்

(குழு கொலை)? இது தொடர்பாக உறுதியாக எதுவும் தெரியவில்லை. சிலர் 60 என்று குறிப்பிட்டுள்ளனர், மற்றவர்கள் 70 என்று கூறுகிறார்கள், இன்னும் சிலர் அதைக் கணக்கிடுகிறார்கள் மணிக்கு 76. இன்னும் சிலர் 114 பேர் என எண்களை எண்ணுகிறார்கள்.

மகாராணியியும் மேற்சொன்ன சம்பவழும்

இதன் உரிமை குறித்து சர்ச்சை இருக்கலாம். இது ஒரு சம்பவம். அதேசமயம் மக்கள் இலட்சியவாதத்திற்கு முக்கியத்துவம் கொடுக்கின்றனர் அதை மனிதாபிமானமற்ற துரோகச் செயல் என்று சொல்வார்கள், ஆனால் மற்றவர்கள் நம்புகிறார்கள் "காதலிலும் போரிலும் எல்லாம் நியாயம்" என்பதை ஆமோதிக்கும். எது எப்படியோ, நம் நாயகி மகாராணி லட்சுமிபாய்க்கு இருந்தது இலட்சியம் தான். இது மட்டுமல்ல, மகாராணியும் செய்யவில்லை இந்த போரில் பங்கேற்க வேண்டும். பல வரலாற்றாசிரியர்கள் இருந்தாலும் மகாராணி ஏற்கனவே பலருடன் தொடர்பில் இருந்ததாக நம்புகின்றனர். இன்னும் தெளிவான சான்றுகள் இதில் இல்லை தொடர்பாக. அறிஞர்கள் ஸ்ரீ தத்தாத்ரேய பல்வந்தை ஏற்றுக்கொண்டனர் பரஸ்நீஸின் புத்தகம் ஜான்சியின் ராணி லட்சுமிபாய் உண்மையானது. இந்த மரியாதை அவரைப் பொருத்தவரை முதல் கருத்து சரியானது. பல மேற்கத்திய எழுத்தாளர்கள் அவள் தான் என்று கருதுகின்றனர் ஜான்சியில் நடந்த கிளர்ச்சியுடன் தொடர்புடையது ஆரம்பம், மற்றும் ஆங்கிலேயர்களைக் கொன்றதில் அவளுக்கு ஒரு பங்கு இருந்தது என்கிறார்கள். அதை இந்தியப் பேரரசு புத்தகத்தில் எழுதினார்கள்

"அவள் சிலை வழிபாடு செய்பவள். அது அவளுடைய மதத்தில் இல்லை குற்றங்களுக்கு மன்னிப்பு கிடையாது. அவமதிப்புக்கு அவள் கோபமடைந்தாள். தத்தெடுப்பு மற்றும் வாரிசு விதிகளுக்கு இந்து மத நூல்கள் கூறும் செய்தி உண்மையானது. வயது மற்றும் பாலினத்தை கருத்தில் கொண்டு, அவள் வெளிப்படையாக வெளியே வந்தாள்ஒரு பெரிய மற்றும் சக்திவாய்ந்த அரசாங்கத்துடன் போராட வேண்டும் என்று அவளுக்குத் தெரியும் இந்த நடவடிக்கையின் விளைவுகள் அவளது சொந்த இழப்பாக இருக்கும். அதாவது அவளது வாழ்க்கை தான்".

மாண்ட்கோமெரியின் இந்த அறிக்கை பாரபட்சமானது எந்த ஒரு பாரபட்சமற்ற சிந்தனையாளரும் அதை மதிப்பற்ற வாதம் என்று கூறுவார்கள்.

மகாராணி ஏற்கனவே லீஜில் இருந்ததாக வைத்துக் கொண்டால் மற்றொரு ஆங்கில எழுத்தாளர் மெல்லிசன் எழுதுகிறார்:

"பிரிட்டிஷ் அரசாங்கம் வெறுப்பை பொருட்படுத்தவில்லை மகாராணியின் நடவடிக்கை அல்லது அவரது பல்வேறு புகார்களை கவனித்தார்; எனவே, அவள் இந்த நியாயமற்ற செயலைச் செய்தாள். அவளுக்கு ஏற்பட்ட அவமரியாதையின் காரணமாக இந்த கீழ்த்தரமான செயலை செய்யுமளவுக்கு ஆளானாள். ஜான்சி மாநிலத்தை அரசு கைப்பற்றியபோது, ஒரு மாத இதழ் மகாராணிக்கு ஐந்தாயிரம் ரூபாய் ஓய்வூதியம் நிர்ணயிக்கப்பட்டது. முதலில் அவள் அதற்கு சம்மதிக்கவில்லை, ஆனால் பின்னர் ஏற்றுக்கொண்டாள். அவளுடைய யோசனைகள் அவள் எப்படி உணர்ந்தாள் என்பதை இதிலிருந்து வசதியாக

எதிர்பார்க்கலாம் அவள் தாமதமாக திருப்பிச் செலுத்த வேண்டும் என்று அவள் சொன்னபோது ஓய்வூதியத் தொகையிலிருந்து கணவரின் கடனும் புற்றி புகார் செய்யத் தொடங்கியது: உதாரணமாக, மாடுகள் வெட்டப்பட்டன இந்து உள்ளாட்சிகள்; கோவில்களுக்கு நன்கொடையாக வழங்கிய கிராமங்கள் முந்தைய ஆட்சியாளர்களால் கைப்பற்றப்பட்டனர். இவை யாவும் மன அழுத்தத்தில் ஆழத்தை ஏற்படுத்தியது பொதுமக்கள் மத்தியில் அதிருப்தி ராணி அதிருப்தி தெரிவித்தாள். இவை அனைத்திற்கும் மேலாக. அவமானத்தால் அவளுக்கு ஏற்பட்ட மிகப்பெரிய துன்பம் ஆங்கிலேயர்களால் அவள் மீது குவிக்கப்பட்டது. எனவே தொடக்கத்தில் 1857 ஆம் ஆண்டு "எப்போது கிளர்ச்சிக்கான வலுவான சமிக்ஷைஞகள் தோன்ற ஆரம்பித்தன" என்றே தெரியவில்லை. நமது இந்திய வீரர்கள் ஆங்கிலேயர்கள் மீது கடும் வெறுப்பை உரை ஆரம்பித்தனர். மகாராணி அவர்கள் அனைவரையும் நன்றியுடன் வரவேற்றார் இயற்கையாகவே அதை முழுமையாகப் பயன்படுத்திக் கொண்டார்.

இந்த வார்த்தைகள் வெறுப்பின் உணர்வையும் பிரதிபலிக்கின்றன மகாராணிக்கு எதிரான ஆசிரியரின் மனம். முதலில் மகாராணி நிராகரித்தார். அவரது கணவர் கடன் வாங்கியிருந்தார். அவள் அதை திருப்பிச் செலுத்த வேண்டியிருந்தது. இவை அனைத்தும் சேவல் மற்றும் காளைக் கதையாகத் தோன்றும். ஏனெனில் அதை ஆதரிக்க எந்த ஆதாரமும் இல்லை. இந்திய வரலாற்றாசிரியர்கள் அதை கடுமையாக மறுத்துள்ளனர். மகாராணி லட்சுமிபாய் என்று நம்புகிறார்கள். ஆங்கிலேயர்களிடம் இருந்து ஓய்வூதியம் எதுவும் வாங்கவில்லை. மேலே குறிப்பிடப்பட்ட ஆசிரியரின் வார்த்தைகளைப் பற்றி கருத்து தெரிவித்த திரு பரஸ்னீஸ் எழுதுகிறார்:

"ஓய்வூதியம் தொடர்பாக மேலே எழுதப்பட்ட அனைத்து விஷயங்களும் லட்சுமிபாயின் கணவர் வாங்கிய கடன் முற்றிலும் ஆதாரமற்றது. அவற்றில் ஒரு சிறு துளியும் உண்மை இல்லை. லட்சுமிபாய் ஏற்கவில்லை ஆங்கிலேயர்கள் வழங்கிய ஓய்வூதியம், அவரது கணவருக்கும் இல்லை ஒரு பைசா கூட கடனாக இல்லை என்பதை நினைவில் கொள்ள வேண்டும் அதற்கு நேரடி ஆதாரம் எதுவும் வழங்கப்படவில்லை. ஜான்சியில் கலவரம் தொடங்கிய போது, ராணியும் சேர்ந்தார் கிளர்ச்சியாளர்கள் அவளது வெறுப்பைத் தணிக்கவும், பழிவாங்கவும் செய்தனர். ஆங்கில ஆசிரியர்களின் பல்வேறு குறைகள் பின்னர் ஆராயப்படுகின்றன அவர்கள் சுமத்தியுள்ள குற்றச்சாட்டுகள் தெரிய வந்தது. அவற்றின் நம்பகத்தன்மையை நிரூபிக்க, ஆதாரங்கள் கிடைக்கவில்லை. அந்தக் காலத்தின் பல விஷயங்கள் கலவரத்துடன் தொடர்புடையவை என்பதில் சந்தேகமில்லை. ஆனால், ஆதார ஆதாரம் இல்லாத நிலையில், இதுவதன் மூலம் தேர்ந்தெடுக்கப்பட்ட விஷயங்களுக்கு முக்கியத்துவம் அளித்து பின்னர் அவற்றை இணைக்கவும் லட்சுமிபாய் மற்றும் ஜான்சியில் நடந்த கலவரத்திற்கு அவளைப் பொறுப்பாக்க வேண்டும் என்பது உண்மையும் இல்லை, நியாயமும் இல்லை. கிடைக்கக்கூடிய சான்றுகள் சுட்டிக்காட்டுகின்றன லக்ஷ்மிபாய் சேராத அல்லது கலவரத்தை கிளப்பாத திசை ஜான்சி. இது மட்டுமின்றி, ஆழ்ந்து ஆராய்ந்தால் அது தெரியவரும். அதாவது ஆபத்தில் கூட

ஆங்கிலேயர்களுக்கு லட்சுமிபாய் உதவினார் என்பது ஒரு முக்கியமான காலம்." ஆகும்.

அவை ஆணையர் அளித்த அறிக்கைகள் நிரூபிக்கின்றன லட்சுமிபாயை அவர் எந்த வகையிலும் சந்தேகிக்கவில்லை என்று. கிளர்ச்சி உணர்வு உணரப்பட்ட போது கேப்டன் கார்டன் மேலும் சில ஆங்கிலேயர்கள் மகாராணியிடம் சென்று பிரார்த்தனை செய்தனர். எந்தவொரு சந்தர்ப்பத்திலும் அவர்களின் பாதுகாப்பு அவளை அவர்களுக்கு உறுதியளிக்கிறது அவர் அவர்களிடம், "இந்த சந்தர்ப்பத்தில் எங்களுக்கு எந்தவொரு போர்ப் பொருள் அல்லது எந்த இராணுவமும் இல்லை. ஆனால் முடிந்தவரை, உங்களுக்கு உதவுவதில் ஆர்வம் காட்டினோம். ஆனால் அதை நீங்கள் ஆராயவில்லை.

கார்டன் ஜூன் 4 ஆம் தேதி மீண்டும் அவளிடம் சென்று பிரார்த்தனை செய்தார். "அதில் இந்த நேரத்தில் நம் அனைவரின் உயிரும் ஆபத்தில் உள்ளது. நாங்கள் ஆண்கள், எங்களைப் பற்றி கவலைப்படாதே. ஆனால் நமது குழந்தைகள் மற்றும் பெண்கள் போன்றோர்களுக்கு தயவுசெய்து அடைக்கலம் கொடுங்கள் உங்கள் அரண்மனையில்" என கேட்டார்.

மகாராணி அவருடைய இந்த திட்டத்தை ஏற்றுக்கொண்டார். நிறைய ஆங்கிலேயப் பெண்கள் தங்கள் குழந்தைகளுடன் அவளது அரண்மனைக்கு வந்தனர். ஆங்கிலேயர்கள் சூழப்பட்ட போது அது நடந்தது என்று கூறப்படுகிறது. கோட்டையில், மகாராணி அவர்களுக்கு ரகசியமாக தொடர்ந்து உதவி செய்தார். அவள் ரெகு லார்லி கோட்டையில் அவர்களுக்கு உணவு அனுப்பினார். குழு கொலையில் ஆங்கிலேயர்கள் முன்பு, மார்ட்டின் என்ற ஆங்கிலேயர் தொடர்பு கொண்டனர் எப்படியோ தப்பித்தார். அவர் 1889 ஆகஸ்ட் 20 அன்று ஒரு கடிதம் எழுதினார் ஆக்ராவிலிருந்து மகாராணியின் வளர்ப்பு மகன் தாமோதர் ராவ் பற்றிய செய்தி வரை எழுதினார். இவருடைய இந்தக் கடிதம் மகாராணியின் வலுவான சான்றாகும் கிளர்ச்சியில் பங்கேற்கவில்லை. இந்த விஷயத்தில், அவர் எழுதினார்:

"மிகவும் கொடூரமான மற்றும் அநீதியான சிகிச்சை அளிக்கப்பட்டுள்ளது உங்கள் தாய்க்கு. எனக்கு தெரிந்த உண்மையான கதை வேறு எதுவுமில்லை. அந்த ஏழைப் பெண்ணுக்கு எந்த தொடர்பும் இல்லை 1857, ஜூன் மாதத்தில் ஐரோப்பியர்களின் கொலைகளுடன், ஆங்கிலேயர்கள் கோட்டைக்குள் பாதுகாப்புக்காக சென்றபோது அவள் அவர்களுக்கு இரண்டு நாட்களுக்கு உணவு வழங்கினாள். கரேராவிலிருந்து ஆயுதம் ஏந்திய நூறு வீரர்கள் அவர்களை அனுப்பினர். நாங்கள் அந்த வீரர்களை கோட்டையில் நாள் முழுவதும் வைத்திருந்தோம். பின்னர் மாலையில் அவர்களை திருப்பி அனுப்பினோம். அதன் பிறகு அவர்களை அங்கிருந்து ஓடிவிடும்படி மகாராணி அறிவுறுத்தினார் ததியா ராஜாவிடம் தங்குமிடம் செல்லுங்கள் என்று கூறினார். ஆனால் அவர்கள் செயல்படவில்லை அந்த நேரத்தில் அவர்களுக்காக இறுதியில் எங்கள் சொந்த (கிளர்ச்சி) இராணுவம் கொல்லப்பட்டது.

புகழ்பெற்ற வரலாற்றாசிரியர் "கே" கூட மகாராணியைக் கருதினார் இதுவரை கிளர்ச்சியுடன் தொடர்பில்லாதது அவர் எழுதினார்.

"இந்த நேரத்தில் நான் அதை வலுவான ஆதாரங்களுடன் அறிந்தேன் குழுவின் கொலை அதாவது ஒரு வேலைக்காரன் கூட இல்லை மகாராணி அங்கே இருந்தார். இது அபத்தமானது போல் தெரிகிறது. ஒழுங்கற்ற குதிரைப்படையுடன் அங்கு கொலைகள் செய்யும் மற்றும் எங்கள் ஜெயில் தரோகா கொலைகாரனின் தலைவன்" உத்தரவிட்டான்.

அதற்குப் பிறகு ஹுத்யகாந்த் கிளர்ச்சியாளர்கள் அவளது அரண்மனையையும் சுற்றி வளைத்தனர் என்ற செய்தி மகாராணிக்கு அனுப்பப்பட்டது, "நாங்கள் டெல்லி செல்ல விரும்புகிறோம். கனிவான எங்கள் செலவுக்கு மூன்று லட்சம் ரூபாய் கொடுங்கள் என்றனர். இல்லையெனில் உங்கள் அரண்மனை பீரங்கிகளால் தகர்க்கப்படும்" என்றனர் அங்கு கைதிகளாயினர். அரண்மனையில் மிகவும் கவலையாக இருந்தனர். மகாராணி அப்போது கிளர்ச்சியாளர்களுக்கு செய்தி அனுப்பினார், "எங்கள் முழு மாநிலமும், ஆங்கிலேயர் கட்டுப்பாட்டில் உள்ளது. எங்களுக்கு நிதி பற்றாக்குறை உள்ளது. இந்த நிலையில் எங்களை தொந்தரவு செய்ய வேண்டாம்.

மகாராணியிடம் இருந்து வந்த செய்தியை கிளர்ச்சியாளர்கள் நம்பவில்லை. மேலும் மகாராணி கூறியது, இறுதியாக, மகாராணி அவர்களுக்கு தனது ஆபரணங்களைக் கொடுத்தார் இந்த பேரிடரில் இருந்து விடுபட, ஒரு லட்சம் ரூபாய் மதிப்பில் அது இருந்தது. இது கிளர்ச்சியாளர்களுக்கு மகிழ்ச்சியை ஏற்படுத்தியுள்ளது. அவர்கள், "மக்கள் கடவுளுக்கு சொந்தமானவர்கள், நாடு அரசனுக்கு சொந்தமானது, அதற்கு சிறந்த உதாரணம் மகாராணி லக்ஷ்மிபாய் என கூறி விட்டு டெல்லிக்குப் புறப்பட்டார். ஜான்சியில் இப்போது ஆங்கிலேயர் யாரும் இல்லை. கிளர்ச்சியாளர்கள் நிர்வாகத்திலும் கவனம் செலுத்தவில்லை. எனவே, ஜான்சி அராஜக நிலையை அடைந்தாள். இந்தப் பிரச்சனையைத் தீர்ப்பது அவளுடைய தார்மீக் கடமை. அதனால் அரசு பதவிகளில் பணிபுரியும் இந்தியர்களை அழைத்தாள். அவர்கள் மத்தியில் அங்கு வருவாய்த் துறையைச் சேர்ந்த அஹ்சன் அலி போன்ற பலர் இருந்தனர் மற்றும் கிரிமினல் தரப்பில் இருந்து கோபால் ராவ் லாகடே. பிறகு விவாதங்கள் வரை இந்த நபர்கள் மகாராணிக்கு அறிவுறுத்தினர் அந்த நேரத்தில் சாகரில் எந்த கலகமும் நடக்கவில்லை. அவர்கள் எச்சரிக்கையாக இருக்க வேண்டும் என்றும் நிர்வாகத்தை வலுப்படுத்தவும் அறிவுறுத்தினார். இதனுடன் அவர்களிடம் ஜான்சி குறித்து ஆலோசனையும் பெற வேண்டும் என்று கூறினார். இதற்கான கடிதம் சாகரின் கமிஷனருக்கு அனுப்பப்பட்டது. மகாராணியின் இந்த நல்லெண்ணத்தால் அவருக்கு நன்றி தெரிவித்து சாகர் கமிஷனர் எழுதினார்: "நீங்கள் தயவுசெய்து சமாளிக்கிறீர்கள் அனுபவம் வாய்ந்த அதிகாரி வரும் வரை ஜான்சியை நிர்வகியுங்கள்.

ஜான்சியை பொறுப்பேற்க வேண்டும்.

அதனால், மீண்டும் சில காலம் மகாராணி நிர்வாகி ஆனார் ஜான்சியின் நடிப்பு. அவள் புத்திசாலியாக இருந்தாள். ஆனால் அவளுக்கு நிர்வாக அனுபவம் இல்லை. அனைத்து அனுபவமிக்க நிர்வாக

அதிகாரிகளும் இருந்தனர். ஜான்சி இணைந்த பிறகு அவரது கணவரின் காலம் ஜான்சியை விட்டு வெளியேறியது. அவளுடைய தந்தையும் இன்னும் சிலரும் எஞ்சியிருந்தனர், ஆனால் அவர்களும் அவ்வாறு செய்யவில்லை நிர்வாக அனுபவம் கண்டிப்பாக வேண்டும். எனவே மகாராணி நிர்வாகத்தை தன் விருப்பம் அல்லது விளைவுக்கு ஏற்ப நடத்த முடியும் என அவள் விரும்பிய சீர்திருத்தங்களை செய்தாள். இந்த சூழலில் பரஸ்னீஸ் எழுதுகிறார்:

”விஷயத்தின் முக்கிய அம்சம் என்னவென்றால், அவளுக்கு நல்லது செய்வதற்கு யாரும் இல்லை.

நேர்மையான நோக்கத்துடன் பணியாற்றியவர்கள் குறைவு. அந்த நேரத்தில் சிலர் கலகக்காரர்கள், அனுபவமற்றவர்கள் மற்றும் சுயநலவாதிகள் ஓர்ச்சா மன்னனின் அவையில் இருந்து வந்ததும் அதற்கு காரணமானது. பொறுப்பை அறியாத மகாராணியின் உறவினர்கள் மாநில நிர்வாகத்தின் பொறுப்பு பற்றிய செய்திகளை மகாராணி கடிதங்கள் மூலம் அனுப்பியதாக நம்பினார்கள்.

ஆங்கிலேயர்கள் அவளது விருப்பம் மற்றும் கட்டளைகளின்படி, பார்க்கும் போது அந்த காலத்து அரசவைகளின் நிலை அவளுக்கு ஒரு தடையாக உள்ளது. அதன் படி எந்த நடவடிக்கையும் சரியாக செய்யப்படவில்லை என்று கூற வேண்டும் என்ற நிலையில் உருவாகியது. மகாராணியின் விருப்பங்களும், உத்தரவுகளும். சந்தேகமில்லை, லட்சுமிபாய் கடிதம் மூலம் பிரிட்டிஷ் அதிகாரிகளுக்கு தெரிவிக்க பலமுறை முயன்றாள். அவளுடைய கடிதம் அவளுடைய நேர்மை, நட்பு மற்றும் நல்ல நடத்தை அவள் பிரிட்டிஷ் அதிகாரிகளுக்குத் தெரிவிக்கும்படி தன் அமைச்சர்களிடம் பலமுறை சொன்னாள் அரசை நிர்வகிப்பதாக கடிதங்கள் மூலம் உத்தரவு” பிறப்பித்தாள்.

இந்த கிளர்ச்சிக்குப் பிறகு, கேப்டன் பிங் கமிஷனராக நியமிக்கப்பட்டார் ஜான்சியின் மகாராணியின் கருத்தை ஆமோதித்து, அவன் எழுதினான்:

“மகாராணி என்பதற்கு நம்பகமான ஆதாரங்களில் இருந்து ஆதாரம் கிடைத்தது லட்சுமிபாய் எங்கள் அரசுடன் தொடர்ந்து நட்பைப் பேணி வந்தார். அவர் (லக்ஷ்மிபாய்) தனது கடிதங்கள் மூலம் உரையாற்றினார் ஜபல்பூர் ஆணையர் மற்றும் பிற பிரிட்டிஷ் அதிகாரிகளுக்கு, ஆங்கிலேயர்களின் கொலைக்கு வருத்தம் தெரிவித்தார்

அந்த கொடூர செயலுக்கும் தனக்கும் எந்த சம்பந்தமும் இல்லை என்று கூறினார். அரசாங்கத்திற்கு தனது நன்றியை அவர் தெளிவாக எழுதினார் அவள் ஜான்சியின் பொறுப்பை இவ்வளவு காலம் தான் ஏற்றிருந்தாள் முழு நிர்வாகத்தையும் கைப்பற்ற ஒரு ஆங்கிலேயர் வந்தார். இது தவிர, மார்ட்டினும் ராணி என்று ஒப்புக்கொண்டார் முற்றிலும் அப்பாவியாக இருந்தது. மார்ட்டின் என்பது குறிப்பிடத்தக்கது மகாராணியின் கடிதங்களை ஜபல்பூரில் ஆங்கிலேயர்கள். எடுத்துச் சென்றனர். அவன் எழுதுகிறான்:

“மகாராணி ஜபல்பூரின் கர்னல் அர்ஸ்கினுக்கு கடிதங்களை அனுப்பினார். மற்றும் ஆக்ராவின் தலைமை ஆணையரான கர்னல்

∴ப்ரேசருக்கு நான் அவளுடைய கடிதத்தை கர்னல் ∴ப்ரேசரிடம் கொடுத்தேன்

மகாராணியின் வார்த்தைகள் கொஞ்சம் கருதப்படலாம், ஆனால் அப்போது "ஜான்சி" என்பது மகிழ்ச்சியற்ற வார்த்தையாக மாறிவிட்டது. அதனால் அவள் சிறிதும் கேட்கப்படாமல் குற்றவாளி என்று அறிவிக்கப்பட்டது.

சில எதிர் உண்மைகள்

மகாராணிக்கு எந்த வெறுப்பும் இல்லை என்று பரஸ்னீர் நம்புகிறார் ஆங்கிலேயர்களுக்கு எதிராக கிளர்ச்சியின் போது அவள் அவர்களுக்கு முழுமையாக 1857-ல் உதவினாள். இந்தக் கருத்து பலமுறை பேசப்பட்டது. ஆனால் மகாராணியின் மற்றொரு வாழ்க்கை வரலாற்றாசிரியர், மகாராணி ஜான்சி புத்தகத்தில் கூறியுள்ளார் நேர்மாறான உண்மையுடன் வெளியே வாருங்கள். மகாராணி என்று எழுதினார் இந்த காலகட்டத்தில் ஒரு ஆயுத தொழிற்சாலையை நிறுவினார். அது எதிர்கால பிரச்சனையாக அமைந்தது.

"அவர் பல்வேறு இடங்களில் தொழிற்சாலைகளை நிறுவினார். அப்பகுதிகளில் அவற்றில் தயாரிக்கப்பட்ட பல்வேறு வகையான பொருட்கள் இருந்தன. மேலும் அவளுடைய ஆயுத சக்தியை வலுப்படுத்தவும் ஆயுதங்கள் மற்றும் வெடிமருந்துகள் தயாரிக்கும் தொழிற்சாலையை நிறுவினாள். மற்றும் அதில் நல்ல கவனம் செலுத்தினாள், அதனால் அந்த நேரத்தில் அவசரநிலை காரணமாக அவள் மற்றவர்களின் கருணையைச் சார்ந்திருக்கவில்லை. ஆனால் இதற்கான ஆதாரத்தை ஆசிரியர் வெளியிடவில்லை.

உண்மையில், அது உண்மையாக இருந்தாலும், அது பலரின் கேள்விகளுக்கு பதில் சொல்லாமல் விட்டுவிடுகிறது. உடனடியாக, மேலே குறிப்பிட்டது லக்ஷ்மிபாயின் அனுதாபம் அவரது திறமையின் அடையாளம் அரசியலா? அவள் ஏற்கனவே மேற்கண்ட தலைவர்களுடன் தொடர்பில் இருந்தாளா புரட்சியா? எதற்காக இந்த ஆயுதத் தொழிற்சாலையை வைத்தாள்? குறிப்பாக அவள் தன்னை ஒரு நடிப்பு நிர்வாகியாக மட்டும் எப்போது ஏற்றுக்கொண்டாள்? உண்மையில் ஜான்சி மீதுள்ள பாசத்தை அவள் விட்டிருந்தாள். ஆங்கிலேயர்கள் ஏன் இந்த முட்டாள்தனத்தை செய்தார்கள்? அவளை குற்றவாளியாக கருதுகிறாயா? இந்த கேள்விகளுக்கான பதில்களை நாங்கள் விட்டு விடுகிறோம் வாசகர்களின் யூகத்திற்கு. ஆம், அதை நாம் மறந்துவிடக் கூடாது எழுதப்பட்ட வரலாறு முழுமையும் சரியாக இருக்க வேண்டும் என்பது அவசியமில்லை இன்றும் அரசியல் இருக்கிறது. ஆர்வமுள்ள மக்கள் அரசியலில் உள்ள இந்த உண்மையை அறிந்திருக்கிறார்கள்.

இவற்றையெல்லாம் கருத்தில் கொண்டு மகாராணியையைக் கருதுபவர்களும் சரியெனத் தோன்றுகிறார்கள். 1857 சுதந்திரப் போராட்டத்தில் லக்ஷ்மிபாய் தொடர்பில் இருந்தாள் ஆரம்பத்திலிருந்தே நானா என்பதை நாம் மறந்துவிடக் கூடாது இதன் தலைமை தளபதிகளில் சாஹேப் சிறந்தவர். லட்சுமிபாய் அவரது ஏற்றுக்கொள்ளப்பட்ட சகோதரி. அவர்களின் குழந்தை பருவம் முதல் ஒன்றாக நட்பாக இருக்கிறார்கள். பதவி நீக்கம் செய்யப்பட்ட அனைத்து ஆட்சியாளர்களையும் தொடர்பு

கொண்டு ஜான்சியில் மகாராணி லட்சுமிபாய் தன் மீது சுமத்தப்பட்ட அவமானங்களை அவ்வளவு சீக்கிரம் மறந்துவிடுவாளா? ஆங்கிலேயர்களா? இதையெல்லாம் கருத்தில் கொண்டு, நம்பகத்தன்மை பாராஸ்னைின் பின்வரும் வார்த்தைகளில் சந்தேகம் உள்ளது: "நாங்கள் சிந்திக்காமல் இருப்பது நமது துரதிர்ஷ்டம் ஆகும். இந்து அரச குடும்பத்துடன் நல்லுறவைக் கொண்டிருக்க முயன்றவர் விளைவால், அப்பெண் வாழ்வில் மகிழ்ச்சியற்ற நிலைக்கு தள்ளப்பட்டார். பிரிட்டிஷ் அரசாங்கம், கொடூரமான கொலைகாரர்கள் பிரிவில் கிளர்ச்சியாளர்களுடனான மாயையான சந்தேகத்தால், ஆங்கிலேயர்கள் குற்றமற்ற லட்சுமிபாயுடன் ஒரு கொடிய போரை நடத்த வேண்டும் என்று முடிவு செய்தனர் லட்சுமிபாய் எதிர்க்கவில்லை என்று எண்ணும்போது ஆங்கிலேயர்களை எதிர்க்காது, அதற்கு மாறாக அவள் மனதுருகினாள்.

ஜான்சி மாநிலம் ஆங்கிலேயர்களுக்காகவும், அவர்களின் உத்தரவுகளுடன் இருக்கட்டும் என ஆங்கிலேயர்களுக்கு அடிக்கடி தெரிவித்தாள். அவ்வப்போது கடிதங்கள் மூலமும் தெரிவித்தாள். ஆனால், அப்போதும் அவளுடைய நல்லெண்ணம் பலன் தரவில்லை, பிரிட்டிஷ் அரசால் புரிந்து கொள்ள முடியவில்லை. அவளுடைய நேர்மையான நடத்தையைப் புரிந்துகொண்டும் இறுதியாக ஆங்கிலேயர்கள் அவளுடன் சண்டையிட வேண்டியிருந்தது. அப்போது நடந்த விதியின் வழிகள் விசித்திரமானவை. அங்கு நடந்த தவிர்க்க முடியாத நிகழ்வுகள் என்றுமே தவிர்க்க முடியாது.

சதாசிவ ராவ் நாராயணனுடன் போர்

இப்போது ஜான்சி மகாராணியின் கட்டுப்பாட்டில் இருந்தாள். அவள் சில இராணுவத்தையும் ஏற்பாடு செய்திருந்தாள். எப்பொழுது கங்காதர் ராவ் இறந்துவிட்டார், மகாராணி அவளைப் பெற முயன்றார் வளர்ப்பு மகன் அங்கீகரிக்கப்பட்டார், அந்த நேரத்தில் சதாசிவ் ராவ் நாராயண் ஜான்சி மற்றும் மால்கோமின் அரியணை மீதும் தனது கோரிக்கையை முன்வைத்தார் அவரது உரிமையை பரிந்துரைத்திருந்தார். ஜான்சியில் இது பற்றி பேசப்பட்டது கங்காதர் ராவ் இறந்த பிறகு நடந்த நிகழ்வுகளின் சூழல். அதே சதாசிவ் ராவ் நாராயண், அது தான் என்று நினைத்துக்கொண்டார் ஜூன் 13, 1857 அன்று ஜான்சியைக் கைப்பற்ற மிகவும் பொருத்தமான நேரம் என்றார். 21 கிலோமீட்டர் தொலைவில் உள்ள கரேரா கோட்டையைத் தாக்கியது. இந்த தாக்குதலில் அவர் வெற்றி பெற்றார். அவர் விரட்டினார் தானேடர் மற்றும் ஆங்கிலேயர்களின் தாசில்தார் கைப்பற்றப்பட்டார். அதன் பிறகு வலுக்கட்டாயமாக மக்களிடம் பணம் வசூல் செய்தார் அருகில் உள்ள பகுதிகளில், தன்னை "மகாராஜ்" என்று முடிசூட்டிக் கொண்டார் சதாசிவ் ராவ் நாராயண்" இத்துடன் கேன்வாஸ் செய்ய ஆரம்பித்தார் ஜான்சி மாநிலத்தின் உண்மையான வாரிசாக மீண்டும் அவரே. அவர் இதற்கான வர்த்தமானியை வெளியிட்டு, அனைத்திலும் விளம்பரப்படுத்தினார் சுற்றியுள்ள கிராமங்களில் செய்தார். இதற்காக அவர் தனது உத்தரவை தாணேதாருக்கு அனுப்பினார். ஜான்சியின் ராஜ்பூர், குலாம் உசேன். "நாங்கள் உங்களைத் தாணேதாராக நியமிக்கிறோம். ஜான்சியின் ராஜ்பூர் மற்றும் அனைத்து கிராமங்களிலும் நாங்கள் விளம்பரப்படுத்த உத்தரவிட வேண்டும் என்றனர். மகாராஜ் சதாசிவ் ராவ்

நாராயண் அரசவை ஏறினார் ஜான்சியின் சிம்மாசனம்" கிடைத்தது. ஆனால் குலாம் உசேன் மறுத்துவிட்டார் அந்த உத்தரவுக்கு கீழ்ப்படிந்து, அவர் (சதாசிவ ராவ்) மீண்டும் உத்தரவிட்டார். "குலாம் உசேன் பதவியிலிருந்தும் அவரது சொத்துக்களிலிருந்து நீக்கப்பட்டார் மேலும் அவரிடமிருந்து பறிமுதல் செய்ய உத்தரவிடப்பட்டுள்ளது.

இத்தகைய கொடுமைகளால் அவரைச் சுற்றியிருந்தவர்கள் மிகவும் மகிழ்ச்சியற்றவர்களாக உணர்ந்தனர். அவரால் இந்தச் செய்தி மகாராணி லட்சுமிபாய்க்கு எட்டியதும், அவள் இராணுவத்தை எடுத்து கரேராவைத் தாக்கினாள். சதாசிவ ராவ் நாராயணனால் அவளை எதிர்கொள்ள முடியவில்லை. நார்வரை அடைந்ததும் அவனது வாழ்க்கையைக் காப்பாற்றினார். அங்கு அவர் மீண்டும் ஒழுங்கமைக்கத் தொடங்கினார் மற்றும் அவரது வலிமையை அதிகரிக்கவும் மற்றும் ஒரு சில நாட்களுக்கு பிறகு அவர் தாக்கினார் நார்வார் (குவாலியர் மாநிலம்) ஒட்டிய ஜான்சி பகுதி உல்லாசமாக கண் கவர் வண்ணம் இருந்தது. எனவே, ராணியின் படை மீண்டும் அவனை எதிர்கொண்டது. இந்த முறை பிடிபட்டார். கைது செய்யப்பட்ட பிறகு, அவர் கைதி ஆக்கப்பட்டார் மற்றும் ஜான்சி கோட்டையில் தங்கினர்.

நத்தே கானை எதிர்கொள்கிறது

நத்தே கான், ஒர்ச்சாவின் திவான், ஜான்சியைப் பார்த்தார் ஆங்கிலேயர்கள் இல்லாமல் இருப்பதையும், மகாராணி லட்சுமிபாயை கருத்தில் கொண்டு ஒரு பலவீனமான பெண் தானே என்றும் கருதி இந்த நேரத்தில் ஜான்சியை பிடிப்பதாக நினைத்தார். அது ஒரு நல்ல வாய்ப்பாக இருந்தது. சதாசிவ ராவ் நாராயணனுடன் ஒப்பிடும்போது, அவர் அரசியலில் அதிக அனுபவம் வாய்ந்தவர் மற்றும் ஒரு சக்திவாய்ந்த எதிரி. மகாராணி முந்தைய போரில் இருந்து தன்னை விடுவித்துக் கொள்ளவில்லை நத்தீகான் தனது இருபதாயிரத்துடன் ஜான்சியைத் தாக்கியபோது வலுவான இராணுவம். அவரை எதிர்கொள்வது எளிதல்ல. எனவே, மகாராணி அரசியலில் இருந்து உதவி பெறுவது சரியானது என்று கருதினாள். மத்திய இந்தியாவின் முகவர் ஒரு செய்தியை அனுப்பினார். தனிப்பட்ட தூதர் மூலம் அவருக்கு அனுப்பினார். நாத்தே கான் அதை அறிந்தார், அவர் தூதர் கொல்லப்பட்டார் அதனால், மகாராணிக்கு அங்கிருந்து உதவி கிடைக்கவில்லை. இது மகாராணிக்கு முன் மிகப் பெரிய பிரச்சனையை உருவாக்கினார், ஆனால் அவள் மனம் தளராமல், ஜான்சியின் பாதுகாப்பிற்காக அவளே முயன்றாள். அன்று மறுபுறம், நத்தேய் கான் என்ன சிறப்பாக இருக்க முடியும் என்று நினைத்தார். போராட்டம் இல்லாத வெற்றி தானே என நினைத்து அவர் ஒரு செய்தியை அனுப்பினார். மகாராணி, "நீங்கள் ஜான்சியையும் அதன் கோட்டையையும் எங்களிடம் ஒப்படைக்கிறீர்கள். நாங்கள் ஆங்கிலேயர்களைப் போலவே உங்களை தொடர்ந்து மதிக்கிறேன் என்றார். ஆனால், நத்தேயின் முன்மொழிவை ஏற்கவில்லை.

கான் மற்றும் தனது அதிகாரிகளுடன் நிலைமையை எவ்வாறு எதிர்கொள்வது என்று விவாதித்தாள்.

அந்த நேரத்தில் ஜான்சிக்கு வளங்கள் குறைவு, அதேசமயம் நத்தே கான் வளங்களைக் கொண்டிருந்தார். இதையெல்லாம் கருத்தில் கொண்டு சிலர் நத்தே கான் முன்மொழிய வேண்டும் என்று அதிகாரிகள் அறிவுறுத்தினர். அதை கேட்டதும் மகாராணி மிகுந்த ஏமாற்றம் அடைந்தாள். அது போன்ற பயமுறுத்தும் அறிவுரைகளால் அவள் கோபமாக, "உன் மீது தான் மனித வாழ்க்கை நான் ஒரு பெண்ணாக இருந்தாலும் வெல்வதற்கு முயற்சி செய்கிறேன். பொறுமை மற்றும் தைரியத்துடன் என கடமையைச் செய்வேன். நீங்கள் ஒரு மனிதராக இருந்தாலும், இவ்வளவு கோழைத்தனமாக வெளியே வருகிறீர்கள் என்று சொற்களால் கடிந்தாள். இந்த நிலையற்ற உலகில் அனைவரும் ஒரு நாள் இறக்க வேண்டும். என்றால் இவ்வுலகிலும் மறுமையிலும் போற்றப்படுவோம் அல்லவா! நமது கடமையை நிறைவேற்றுவதில் உயிரை விடுகிறோம் அரசின் சேவையா? என் முகத்தைத் திருப்பிக் கொள்ள விரும்பவில்லை. "போரிட நான் எப்போதும் தயார்! என்றாள்.

மகாராணியின் பல அதிகாரிகள் ஓர்ச்சாவைச் சேர்ந்தவர்கள் அவர்களில் சிலர் நத்தேயுடன் கூட்டணியில் இருந்ததாக கூறப்படுகிறது கான் ஏற்கும்படி இந்த அதிகாரிகள் மகாராணிக்கு அறிவுறுத்தியிருந்தனர் நத்தே கானின் முன்மொழிவு அதை மகாராணி நிராகரித்தார். இதைத் தொடர்ந்து அவர் நத்தே கானுக்கு ஒரு கடிதம் எழுதினாள். அவரது முன்மொழிவு குறித்து அந்தக் கடிதத்திலிருந்து பின்வரும் வார்த்தைகள் மேற்கோள் காட்டலாம்:

"நான் துணிச்சலான வம்சத்தின் பிரதிநிதி ஷிவ் ராவ் பாவ் மற்றும் மகாராஜா கங்காதர் ராவின் மனைவி. எனவே, பெருமைமிக்க எதிரியை எப்படிக் கடிக்க வேண்டும் என்பது எனக்கு நன்றாகத் தெரியும்

இந்தக் கடிதத்தைப் பெற்ற நத்தே கான் கோபத்தில் கொதித்தார் மேலும் ஜான்சி கோட்டையைத் தாக்க தனது வீரர்களுக்கு உத்தரவிட்டார். அங்கு இந்த எதிர்வினை மகாராணிக்கு முன்பே தெரியும். எனவே, இதை எழுதிய பிறகு நத்தே கானுக்கு எழுதிய கடிதத்தில், அவர் தனது நம்பிக்கைக்குரிய ஒரு கூட்டத்தை அழைத்தார் அதிகாரிகள் மற்றும் பெரிய ஜாகிர்தார்கள் ஜான்சி மாநிலத்தைச் சேர்ந்தவர்கள் மத்தியில் அழைக்கப்பட்டவர்கள் ராஜாவின் மருமகன் திவான் திலீப் சிங் ஓர்ச்சாவின், அவரது நண்பர் திவான் ரகுநாத் சிங், திவான் காண்டிலாவைச் சேர்ந்தவர் ஆவர். கூட்டத்தில் அவர்களிடம் ராணி உரையாற்றிய போது "நீங்கள் தான் ஓர்ச்சா மன்னரின் உறவினர்கள் மற்றும் சிம்மாசனத்தின் ஊழியர்கள் ஜான்சி மாநிலத்தைச் சேர்ந்தவர்கள் இந்த இக்கட்டான நேரத்தில் எனக்கு உதவுங்கள் என்றாள். நான் என் வாழ்க்கையை ஜான்சிக்காக அர்ப்பணிப்பேன். ஆனால் நான் அவ்வாறு செய்தால் இழிந்த மிருகம் நத்தோ கான் முன், தலை குனிய மாட்டேன் என்றாள். என் குடும்பத்தில் மரியாதைக்குரிய கணவர் மற்றும் உலகளவில் அங்கீகரிக்கப்பட்ட அவரது மூதாதையர், துணிச்சலான சிவ் ராவ் பாவ் அவமதிக்கப்பட வேண்டும் அல்லது கறைபட வேண்டும். இப்போது, இந்த பிரச்சினையில் நீங்கள் என்ன முடிவு எடுக்கிறீர்கள்? வாழ்க்கையின் இந்த கேள்விக்கு நீங்கள் என்னை

ஆதரிக்க ஒப்புக்கொள்கிறீர்களா? இதன் மூலம் மரணம் கிடைத்தாலும் எனக்கு அழியாத மகிமை தான் எனக் கூறினள்.

அனைத்து ஜாகிர்தார்களும் அங்கு அவருக்கு ஆதரவளிக்க ஒப்புக்கொண்டனர். எதிரியை எதிர்கொள்வதற்கான ஆயத்தங்கள் அப்போதே தொடங்கின. கோட்டையை ஆங்கிலேயர்கள் தங்கள் கட்டுப்பாட்டில் கொண்டு வந்து புதைத்தனர் கனரக பீரங்கி துப்பாக்கிகளை தரைமட்டமாக்கியது. அவர்கள் வெளியே எடுக்கப்பட்டனர், மற்றும் பழுதுபார்க்கப்பட்டது. தொழிற்சாலையில் வெடிமருந்துகள் தயாரிக்கப்பட்டது. அனைத்து ஜாகிர்தார்களும் தங்கள் படைகளுடன் அங்கு சென்றடைந்தனர். மறுநாள் காலை மகாராணி திவான் ஜவஹரை நியமித்தார் சிங் இராணுவத் தளபதி மற்றும் போர் நூலைக் கட்டினார் அவனுடைய கையும், அவளும் கோட்டையின் பிரதான கோட்டையை அடைந்தாள். மனிதனின் உடையில் கோட்டையில் பீரங்கித் துப்பாக்கிகள் நிலைநிறுத்தப்பட்டன மற்றும் பேஷ்வாக்கள் மற்றும் யூனியன் ஜாக்கின் பண்டைய கொடி அவிழ்க்கப்பட்டன.

நத்தே கானின் படை கோட்டையில் அணிவகுத்து முன்னேறிக் கொண்டிருந்தது. மகாராணி பார்த்தவுடன் அந்த சேனை எதிரி பீரங்கிகளின் எல்லைக்குள் இருந்தான், அவள் கட்டளையிட்டாள் பீரங்கி துப்பாக்கி ஏந்திய குலாம் கவுஸ் கான் துப்பாக்கியால் சுட்டார். இராணுவம் நத்தே கான் இன் பீரங்கித் தாக்குதலை எதிர்கொள்ள முடியாமல் திரும்பினர். மீண்டும் நத்தேய் கான், இரவின் போது, தனது படையை பிரித்தார். நான்கு பகுதிகள் அனைத்து பக்கங்களிலும் கோட்டையை சுற்றி, வளைத்து நின்றனர். அனைத்து பக்கங்களிலும் இருந்து கோட்டை மீது துப்பாக்கி சூடு நடத்தி ஆபத்தை உருவாக்கினர். கோட்டை இரவில் ஓர்ச்சா கதவு உடைக்கப்பட்டது. இதை மகாராணியே அங்கு வந்து வீரர்களை ஊக்கப்படுத்தத் தொடங்கினார். வீரர்கள் வைராக்கியத்தோடு எதிரிகளை எதிர்கொள்ளத் தொடங்கினர். எதிரிகளின் தாக்கம் அதிகரித்து வருவதைக் கண்டு, மனம் கலங்கினார். துணிச்சலான லாலா பாவ் பக்ஷி, மகாராணியின் நம்பிக்கைக்குரிய மனிதர் ஆவர். பின்பு ஒரு குறிப்பிட்ட பீரங்கி துப்பாக்கி கிடைத்தது, கரக் பிஜிலி மீது ஏற்றப்பட்டது. அந்த துப்பாக்கியிலிருந்து குண்டுகள் வீசப்பட்டன. இது நடத்திய தாக்கத்தால் எதிரிகளின் அழுத்தம் குறைந்தது. சில நேரம் எதிரியின் படை சிதறவில்லை நத்தே கானின் உத்தரவுகளை மீறி களத்தில் இருந்தது. ஆனாலும் பின்னர் நத்தே கான் அதை மீண்டும் ஏற்பாடு செய்தார். அவனுடைய படை, எப்படியோ, சில நாட்கள் சண்டை போட்டுக் கொண்டிருந்தது. அவர் திவான் ரகுநாத் சிங் ஆவார் இந்த போரில் மற்றொரு முன்னணியில் இருந்து இராணுவத்தை வழிநடத்தினர். நத்தே கானின் படையை அவனிடம் இருந்து பெரிதும் காயப்படுத்தினான். இறுதியில் நத்தேகான் படைகள் நீண்ட நேரம் பிடிக்காமல், திரும்பி, தோற்கடிக்கப்பட்டது. அவன் அவரது போர்ப் பொருட்களை விட்டுச் செல்ல வேண்டிய கட்டாயம் ஏற்பட்டது. எனவே, இந்த வழியில் அங்கு வெற்றி மட்டும் கிடைக்கவில்லை. இந்த போரில், அவளுக்கு நிறைய போர்ப் பொருட்களும் கிடைத்தன. இந்த வெற்றிக்குப் பிறகு, மகாராணி மீண்டும் ஒரு கூட்டத்தை நடத்தினாள். ஜாகிர்தார்கள் போரில் ஆதரித்தவர் மற்றும் முன்மாதிரியான தைரியத்தை வெளிப்படுத்திய

வீரர்கள் பல வழிகளில் வெகுமதியான பரிசுகள் வழங்கி கௌரவிக்கப்பட்டது. மகாராணி லட்சுமிபாய் நத்தேக்கு எதிரான வெற்றியின் விரிவான கணக்கைப் பெற்றார். கான் தயார் செய்து, அப்போதைய அரசியலுக்கு அனுப்பினார் புந்தேல்கண்ட் முகவர், ஹாமில்டன் சுமந்து கொண்டிருந்தவர். ஹாமில்டனுக்கான இந்த விரிவான கணக்கு இடைமறிக்கப்பட்டது நத்தே கானின் ஆட்கள் வழி நடத்தி கொல்லப்பட்டனர். அதன் விளைவாக, இந்தக் கணக்கு விரும்பிய இலக்கை அடையவில்லை. நத்தே கானின் ஒரு டர்ட்டி பிளான் லட்சுமிபாயை பலவீனமானவர் என்று நத்தே கான் நினைத்திருந்தார் அந்த பெண், ஜான்சியை தாக்கினார். ஆனால் மகாராணி அவளுடைய புத்திசாலித்தனத்தாலும் திறமையாலும் அவனது நோக்கங்களை நீர்த்துப் போகச் செய்தாள். இதனால் தன்னை மிகவும் அவமானப்படுத்தியதாக அவர் கருதினார். அவர் ஒரு அழகான இயல்புடையவர் அல்ல, அவளது வீரத்தை மதிக்கிறார். அவரது துணிச்சலான எதிரியிடம் போரிட்ட விதம் போர்க்களத்தில் அவர் உயர்ந்தவளாக கருதப்படுகிறாள். அடிப்படை குணம் கொண்ட தந்திரமான நபர். எனவே, அவர் தோற்றபோது

மகாராணி போரில், அவளுக்கு வேறு வழியில் தீங்கு செய்ய நினைத்தார். எப்போது என்று மேலே கூறப்பட்டுள்ளது. மகாராணி புந்தேல்கண்டின் அரசியல் முகவரிடம் அனுப்பப்பட்டார் அவனுக்கு எதிரான போரில் அவள் பெற்ற வெற்றியின் காரணமாக, அவனுடைய மக்கள் தூதரை இடைமறித்து கொன்றனர். படிக்கும் போது தூதரிடமிருந்து கைப்பற்றப்பட்ட கணக்கு, அவர் ஒரு அழுக்கு எண்ணம் கெண்ட சுண்ணாம்பு திட்டத்தால் மகாராணியை குற்றவாளியாக்க வேண்டும் என்று நினைத்தார். ஜான்சியில் ஆங்கிலேயர்களின் படுகொலையால் அவர்களுக்கு ஏற்பட்ட கோபம் அவளைத் தாக்கியது எனவே அதன் பொருட்டு தனது அவமதிப்புக்கு மறைமுகமாக பழிவாங்க வேண்டும் என்று கடிதம் எழுதினார் லக்ஷ்மிபாய் திரும்பியதன் விளைவால் ஹாமில்டன்.

ஆங்கிலேயர்களுக்கு எதிராக கலகம் செய்தவர், அவர் (நத்தே கான்)

அவளை நசுக்க போராடினான். ஆங்கிலேயர்கள் படுகொலை செய்யப்பட்டனர் மகாராணியின் தூண்டுதலின் பேரில் அது நடந்தது. நத்தே கானின் இந்த கொடூரமான இராஜதந்திர திட்டம் பலனளித்தது. ஆங்கிலேயர்கள் மகாராணியையத் தங்கள் எதிரியாகக் கொண்டனர் இதன் விளைவு தவிர்க்க முடியாத வடிவில் அனைவருக்கும் முன் தோன்றியது. இது பின்வரும் அத்தியாயங்களில் விவரிக்கப்படும். விரிவாக இந்த தலைப்பில், மார்ட்டின் எழுதினார்:

"எப்போது கிளர்ச்சியாளர்களின் இராணுவம் சென்றது என்பதில் சந்தேகமில்லை ஜான்சியை விட்டு விலகி, பிறகு அவள் (மகாராணி லட்சுமிபாய்) மீண்டும் ராணியாய் மிளிர்ந்தாள். ஆனால் அந்த நேரத்தில் டெல்லியின் ஆட்சியாளர்கள் மற்றும் தாந்தியா எங்கள் ஆதரவில் ஒரு விரலைக் கூட உயர்த்தவில்லை. ஒருவேளை அவர்கள் விரும்பி இருக்கலாம். அவர்கள் எங்களுக்கு மிக எளிதாக உதவ முடியும், ஏனெனில் அவர்களது எல்லை ஒன்றரை மைல் தொலைவில் இருந்தது, டாடியா ஆறு மைல் தொலைவில் இருந்தது மானில எல்லையில் இருந்து விலகி.

அவர்கள், உள்ளே நிற்கிறார்கள் அவர்களின் எல்லைகள், நமது ராணுவத்தின் செயல்பாடுகளைப் பார்த்துக் கொண்டிருந்தன. இரண்டும் அவர்கள் தங்கள் படைகளைச் சேகரித்து லட்சுமிபாய் மீது தாக்குதல் நடத்தினர்.

அவள் போருக்கு தயாராக இருக்க மாட்டாள் என்ற அனுமானம் மற்றும் அவர்கள் அவளுடைய மாநிலத்தை எளிதில் கைப்பற்றுவார்கள். ஆனால் இந்த துணிச்சலான பெண் அவர்களுக்கு பாடம் புகட்டினார். இப்போது இந்த சர்ச்சையில் இறங்குவது பொருத்தமானதாக இருக்கும் ஆங்கிலேயர்கள் மகாராணி லக்ஷ்மிபாயை தங்களுடையதாக முடிவு செய்தனர். நத்தே கானின் தூண்டுதலின் பேரில் முடிவு செய்தனர்.

மகாராணி உண்மையில் ஆங்கிலேயர்களை தூக்கி எறிவதில் உறுதியாக இருந்தார் இந்தியாவிற்கு வெளியே அனுப்ப திட்டமிட்டாள். இது சர்ச்சை மற்றும் ஆராய்ச்சி ஆகிய இரண்டிற்கும் உட்பட்டது. எனவே, கிடைக்கும் உதவியை நாம் பெற வேண்டும் இந்த வகையான தீர்மானிக்கப்படாத சூழ்நிலையில் விவரங்கள் மற்றும் விளக்கங்கள். வரை மகாராணி லட்சுமிபாய் தன்னை முன்வைத்தார்.

வெளித்தோற்றத்தில் ஆங்கிலேயர்களின் நலன் விரும்பி. ஆனால் இதற்குப் பிறகு ஆங்கிலேயர்கள் முன்முயற்சி எடுத்தபோது, அவளும் செய்தாள் அவர்களை எதிர்கொள்வதில் அவள் பின்வாங்க மாட்டேன் என்றாள்.

*****

5. போர்க்களத்தில் துணிச்சலான பெண்

மனித வாழ்க்கையில் சூழ்நிலைகள் முக்கிய பங்கு வகிக்கின்றன. லக்ஷ்மிபாயின் வாழ்க்கை வரலாற்றைப் பார்க்கும்போது ஒரு வித்தியாசமான சூழ்நிலை நமக்கு முன் வருகிறது. அப்போது மோரோபந்தின் ஏழு வயது அப்பாவி பெண், ஒரு மனிதனின் மிகவும் பொதுவான நிதி நிலை, மனைவி, ராணி லட்சுமிபாய், ஜான்சியின் நடுத்தர வயது ராஜா, கங்காதர் ராவ். அவள் 18 வயதில் விதவையாகிறாள். பின்னர் அவள் பெறுவதற்கான விண்ணப்பத்தை பிரிட்டிஷ் அரசாங்கத்திடம் வைத்தது. எந்தப் பலனையும் தராத அவளுடைய உரிமைகள். பின்னர் விசித்திரமான கீழ் சூழ்நிலையில் அவர் செயல் நிர்வாகி ஆகிறார் ஜான்சி திடீரென்று சண்டையிடுகிறாள், கடைசியாக அவள் செய்ய வேண்டியிருந்தது மிகவும் வலுவான பிரிட்டிஷ் அரசுக்கு எதிரான போராட்டம். அப்போது கூட அவரது சில செயல்பாடுகளை நடிப்பு என்று குறிப்பிடுவது சரியானது என்று நாங்கள் கருதுகிறோம் அவள் போராட்டத்தை தொடங்கும் முன் நிர்வாகி.

மகாராணியின் நிர்வாகக் காலம்

ஜான்சியில் ராணுவத்தின் கிளர்ச்சிக்குப் பிறகு, மகாராணி லட்சுமிபாய் ஆங்கிலேயர்களின் பிரதிநிதியாக சுமார் 10 மாதங்கள் ஆட்சி செய்தாள். அவள் சட்டம் ஒழுங்கை நன்றாக பராமரிக்க முயன்றாள். இந்த காலகட்டத்தில் மாநிலத்தில் அவள் புதிதாக நியமிக்கப்பட்டாள். இராணுவத்தில் உள்ளவர்களும் அவளுக்கு எந்த அனுபவமும் இல்லை வாழ்நாளில் நிர்வாகத்தை நேரடியாக இயக்குவது என்பது கடினம் என எண்ணினர். அப்போதும் அவள் விஷயங்களை சிறப்பாக நிர்வகித்தாள். அச்சமயம் அமைதியும் மகிழ்ச்சியும் அவள் நிலைக்குத் திரும்பியது விரைவில் இந்த முயற்சிகள் காரணமாக. சில தொழிற்சாலைகளை நிறுவினாள். இது ஏற்கனவே எழுதப்பட்டது தான். தன் கணவன் இறந்த பிறகு, மகாராணி வாழ்வில் சன்யாசினி போல் ஆகிவிட்டாள். கடவுள் வழிபாடு மற்றும் அவரது பெயரை தொடர்ந்து எடுத்துக்கொள்வது வாழ்க்கையில் ஒரு பகுதியாக மாறிவிட்டது நிர்வாகம் தொடர்பான எல்லாப் பொறுப்பும் அவளிடம் விடப்பட்டுள்ளது. ஆனால் இப்போது பொறுப்பின் காரணமாக தன் அன்றாட வாழ்க்கை முறையை மாற்றிக்கொண்டாள். மாநிலத்தை கவனிக்க அவள் தோள்களில் பொறுப்பு இருந்தது. காலை ஐந்து மணிக்கு, குளித்தல் முதலியவற்றிற்குப் பின் அவள் சுத்தமாக வெள்ளைசேலை அணிந்திருந்தாள். அதன் பிறகு தெய்வ வழிபாடு தவிர்க்க முடியாத ஒன்றாக இருந்தது. அது அவளுடைய அன்றாட வழக்கத்தின் ஒரு பகுதி. அந்த நேரத்தில் பாடுவது கீர்த்தனைகள் மற்றும் வேதங்களிலிருந்து கதைகளை ஓதுதல் தொடர்ந்தது. அதன்பின் அதிகாரிகள் வந்து அவருக்கு மரியாதை செலுத்தினர். ஒரு நாள் மரியாதை செலுத்த அதிகாரி வரவில்லை, மகாராணி மறுநாள் அவன் இல்லாத காரணத்தைக் கேட்டாள். பிறகு அவள் மதிய உணவு மற்றும் ஓய்வு நேரம் இதற்கிடையில்

அவளுக்கு பரிசுகளை வழங்க யாரோ வந்தார்கள். பரிசுகளில் இருந்த மதிப்புமிக்க பொருட்கள் தக்கவைக்கப்பட்டன. மீதமுள்ளவை ஏழைகள் மற்றும் பிச்சைக்காரர்களுக்கு தர்மமாக வழங்கப்பட்டது. மேலும் மதியம் மூன்று மணிக்கு அவள் தன் தர்பாருக்கு (நீதிமன்றம்) சென்றாள்.

அங்கு, அரசு நிர்வாகத்தை பற்றியும், நடவடிக்கைகளையும் கவனமாக ஆராய்ந்தாள். சர்ச்சைகள் நிறைந்த இந்த காலகட்டத்தில் மகாராணி பர்தாவை கைவிட்டார். அவளே சிம்மாசனத்தில் அமர்ந்து, அதிகாரிகளின் பேச்சைக் கேட்டு, கொடுத்தாள் அவர்கள் கட்டளையிட்டு நீதியின் வேலையைச் செய்தார்கள். ஆனால், மற்ற அனைவருக்கும் முன்னால் அவளுக்குரிய தன் தர்பாரில் அமர்ந்தாள் அரசர்கள் அமர்ந்தனர். அவள் அமர்வதற்கென ஒரு பிரத்யேக அறை அமைக்கப்பட்டது. அங்கு தர்பாரில் அமர்ந்திருந்தவர்களால் அவளை பார்க்க முடியவில்லை. அவளது அறையின் நுழைவு வாயிலில் இரண்டு வீரர்கள் நின்றிருந்தனர்.

கைகளில் ஈட்டிகளுடன் அறைக்குள் அவள் திவான் நின்றார். லட்சுமண ராவ் அவள் அருகில் அமர்ந்தான். திவான் லட்சுமண ராவ் குறிப்பிட்டார் மகாராணி கொடுத்த உத்தரவுகளை கீழே. இந்த சூழலில் டெய்லர் எழுதினார்: மகாராஷ்டிராவின் பிராமினியாக இருந்தாலும், அவள் பர்தாவை விரும்பவில்லை. அவள் தினமும் சிம்மாசனத்தில் அமர்ந்தாள். அவரது மறைந்த கணவர் மற்றும் அறிக்கைகள் மற்றும் விண்ணப்பங்களைக் கேட்டாள். மற்றும் உத்தரவுகளை பிறப்பித்தாள். அவள் எப்போதும் பொறுமையுடன் நடந்து கொண்டாள் மற்றும் அவரது பதவிக்கு இணக்கமான ஞானம்." கொண்டிருந்தாள்.

மகாராணி லக்ஷ்மிபாய்க்கு இருபத்தி இரண்டு வயதுதான். ஆனால் அவளுடைய புத்திசாலித்தனம் மிகவும் கூர்மையாக இருந்தது. அவள் எதையும் எடுத்துக்கொள்வதற்கு முன்பு விஷயத்தை மிகவும் ஆழமாக பதிவு செய்வாள். இந்த சூழலில் ஸ்ரீ பரஸ்னீஸின் வார்த்தைகள் மேற்கோள் காட்டத் தகுந்தது:

"லட்சுமிபாய் மிகவும் கூர்மையான புத்திசாலித்தனம் கொண்டவர். ஒரு விஷயம் இப்போது அவள் முன் வைக்கப்பட்டது, அவள் அதை முழுமையாக ஆராய்ந்தாள். அவள் அதை பற்றி ஒரு முடிவை எடுத்தாள். அனைவரும் மகிழ்ச்சியாக இருந்தனர் அவளுடைய திறமை."

அவளுடைய வாழ்க்கை முறை மற்றும் மனோபாவம் பற்றிய விரிவான விளக்கத்தை ஒருவர் பெறுகிறார் இந்த காலகட்டத்தில் தினமும் காலையில் அவள் அவளைச் சந்தித்தாள். அதாவது குல்தேவி (குடும்பக் கோயிலின் தெய்வம்) கோயில் சில சமயம் அவள் குதிரையிலும், சில சமயங்களில் பல்லக்கிலும் சென்றாள். கோவிலுக்குச் செல்லும்போதோ அல்லது திரும்பும்போதோ அவள் ஆதரவற்ற ஒருவரைச் சந்தித்தால் எப்போதும் அவருக்கு ஏதாவது கொடுத்தாள். கோவிலில் இருந்து திரும்பி

வரும் போது, சில பிச்சைக்காரர்கள் சத்தமாக அழுதனர். அவள் தன்னுடன் வந்த திவான் லஷ்மன் ராவிடம் கேட்டாள் அவர்களின் அழுகைக்கான காரணம். அவர், "அனைவரும் பிச்சைக்காரர்கள். இந்த நாட்கள் குளிர்காலம். குளிர் அவர்களை காயப்படுத்துகிறது என்றார். எனவே, அவர்கள் அவர்களின் துன்பம் நீங்கும்படி வேண்டிக்கொள்கிறேன்" என்றார்.

இதைக் கேட்ட மகாராணி அறிக்கையோடு உத்தரவிட்டார் ஒவ்வொரு பிச்சைக்காரனுக்கும் முழுமையாக உணவளிக்க வேண்டும் மற்றும் ஒரு போர்வை, ஒரு மிர்சாய் (பருத்தி திணிக்கப்பட்ட கோட்) மற்றும் அவர்கள் அனைவருக்கும் ஒரு தொப்பி வழங்கப்படும் என்றார். மகாராணியின் ஆட்சியில் எந்தப் பிச்சைக்காரனும் துன்பப்பட்டதில்லை இதுமட்டுமின்றி அவளது தொண்டுக்கான ஆதாரமும் வந்தது. அவரது ஆட்சியின் போது நடந்த இரண்டு போர்களின் போது அறியப்பட்டது மற்றும் விவரிக்கப்பட்டது. என்னவெனில், முந்தைய போர்களில் காயமடைந்த வீரர்களை அவளே கவனித்துக் கொண்டாள். இந்த நற்பண்புகளைப் பற்றிய விவரங்களை பரஸ்னிகளுக்கு வழங்குதல் அவரது புத்தகத்தில் மகாராணி லட்சுமிபாய் பற்றி எழுதினார்;

"மகாராணி லட்சுமிபாய் மிகவும் அன்பானவர். போரில் காயமடைந்தவர்களுக்கு அவர்களின் உடல்களுக்கு மேல் களிம்பு போட்டு ஆடைகள் அணிய உதவி செய்வாள். இதன் காரணமாக அவளது குடிமக்கள் அவளைத் தங்கள் தாயாக பார்த்தனர். இரக்கம், புத்திசாலித்தனம், தர்மம் போன்ற நற்பண்புகளைக் கண்டதும் கிளர்ச்சியின் போது ஜான்சியை ஆதரித்தார்கள். அவள் அதில் நடவடிக்கை எடுக்கவில்லை என்றால் அவளுடைய கட்டுப்பாட்டில் இருந்த கோட்டை, அது கிளர்ச்சியாளர்களின் கைகளுக்குச் சென்றிருக்கும். ஆனால் துரதிர்ஷ்டவசமாக அவரது ஆட்சியின் முடிவில் அவளுடைய வாழ்க்கை கிட்டத்தட்ட ஒத்துப்போனது.

மகாராணி குதிரை சவாரி செய்வதை விரும்பினார். அவள் அதைத் தவிர, குதிரைகளின் அறிவாளியும் கூட ஜான்சியில் யாராவது குதிரை வாங்கினால் அவர்கள் முதலில் மகாராணியிடம் வந்து தான் ஆலோசனை கேட்பார்கள். ஒருமுறை குதிரை வியாபாரி ஒருவர் இருவருடன் மகாராணியிடம் வந்தார்கள். குதிரைகளை மகாராணியிடம் காட்டி வாங்குவதற்காக கேட்டார். அவற்றின் விலையை நிர்ணயிப்பதற்காக குதிரைகளைக் கவனமாகப் பார்த்ததும், அவள் அதில் ஒன்று ஆயிரம் ரூபாய் மதிப்புடையது மற்றொன்று ஐம்பது ரூபாய் மதிப்புடையது.

இந்த காலகட்டத்தில் தான் மகாராணி முன் வந்தார். எனவே, அவள் அணிகின்ற ஆடைகள் கூட புத்தகங்களிலும் விவரிக்கப்பட்டுள்ளது. கிலீன் தனது ராணி புத்தகத்தில் இவ்வாறு விவரித்துள்ளார்: "அவளாக இருந்தாலும் ஆடை பெண்களைப் போலவே இருந்தது. ஆனால் அது

வேறுபட்டது உயர்தர வகுப்பு பெண்களின் ஆடை. அவள் சிவப்பு தொப்பி அணிந்திருந்தாள் முத்துக்கள் மற்றும் நகைகள் வரிசையாக இருந்தது. அவள் தலையில், அவள் கழுத்தில் ஒரு சிறிய வைர நெக்லஸை அணிந்திருந்தாள். அவள் ரவிக்கை திறந்திருந்தது. இந்த ரவிக்கையை ஜரி பெல்ட்டால் இறுக்கமாக கட்டப்பட்டிருந்தாள். செதுக்கப்பட்ட வடிவமைப்புகளால் அலங்கரிக்கப்பட்ட இரண்டு கைத்துப்பாக்கிகளை அவள் எடுத்துச் சென்றாள் அவள் பின் பெல்டில் வெள்ளியில் வைத்திருந்தாள். அங்கு இந்த பொருட்களுடன் நன்கு வடிவமைக்கப்பட்ட பேஷ்-கப்சா (ஒரு வகையான பின்சர்) அது கூர்மையானது. அது புள்ளி விஷம் கலந்திருந்தது. அதிலிருந்து ஒரு சாதாரண காயம் ஏற்பட்டாலும் அது மரணமாக இருக்கும். சாதாரண புடவைக்கு பதிலாக, அவள் ஒரு தளர்வான சேலையை அணிந்திருந்தாள். அதாவது பைஜாமா."

வலுவான எதிரியுடன் மோதல்

ஜான்சியின் நிர்வாகத்தை மகாராணி நடத்தி வந்தாள். ஒருவேளை அவள் ஆங்கிலேயர்களின் யோசனையை மகிழ்வித்திருக்கலாம் கிளர்ச்சியின் போது அவர்களுக்கு உதவியதற்காக மகிழ்ச்சியாக இருங்கள் என கொடுத்திருக்கலாம். ஆனால் ஆங்கிலேயர்கள் மறுபுறம் அதற்கு மாறாக ஒரு முடிவை எடுத்தனர். மகாராணி குற்றவாளி மற்றும் ஜான்சி எதிர்க்கட்சிகளின் முக்கிய கோட்டை என்று ஆங்கிலேயர்கள் கருத்தை எடுத்தனர். ஸ்ரீ சஹந்தி நாராயண் நத்தே கான் அனுப்பிய புகார் கடிதத்தை பரிசீலிக்கிறார். அந்த கடிதத்திற்கு ஆங்கிலேயர்கள் இவ்வளவு முக்கியத்துவம் கொடுப்பார்களா? என நினைத்தனர். ஆனால் காரணம் என்னவோ அதை ஆங்கிலேயர்கள் ஏற்றுக்கொண்டனர். கிளர்ச்சிக்கு முக்கிய காரணம் மகாராணி தான் என முடிவு செய்தனர். அவர்கள் அவளுக்கு எதிராக போராடவும் முடிவு செய்தனர். அப்போது மகாராணியைக் கண்டு பயந்த ஆங்கிலேயர்களை மதிப்பிடலாம் ஹுக்ரோஸை வழிநடத்த அழைத்தார்கள் பல போர்களில் பங்கேற்ற அவளுக்கு எதிரான போர் ஐரோப்பாவில் அவர் போர் கலையின் மாஸ்டர் என்று கருதப்பட்டார்.

சர் ஹுக்ரோஸ் 1857 ஆம் ஆண்டு செப்டம்பர் 16 ஆம் தேதி பம்பாயை அடைந்தார் லண்டனிலிருந்து அங்கு சென்றார். அவர் தளபதியுடன் இது குறித்து விவாதித்தார்- இந்திய அரசாங்கத்தின் தலைவருடன் கலந்துரையாடினார். அதன் அரசியல் முகவரான ஹாமில்ஷனுடன் எதிர்கால போர் பற்றியும், பவுண்டேல்கண்ட் மற்றும் போர் திட்டங்களையும் வகுத்தார். திறமையற்ற ஆலோசகர்களின் தற்கொலை நடவடிக்கை மகாராணி என்று முந்தைய அத்தியாயத்தில் குறிப்பிடப்பட்டுள்ளது.

மகாராணிக்கு திறமையான வேலையாட்கள் இல்லை அவளிடம் இருந்த நபர்கள்

முற்றிலும் குறைபாடுள்ள ஆண்களாக நிரூபிக்கப்பட்டது மற்றும் அவள் ஈடுசெய்ய முடியாத இழப்பை சந்திக்க வேண்டியிருந்தது என்று ஜான்சிக்கு செய்தி வந்தது. ஆங்கிலேயர்கள் ஜான்சி மீது தாக்குதல் நடத்த திட்டமிட்டனர். மகாராணி மிகவும் சோம்பேறியான மற்றும் செயலற்ற அதிகாரிகளை தன்னுடன் இணைக்கவில்லை. அதற்குள்ள முக்கியத்துவத்தை அவளது வயதான மற்றும் அனுபவம் வாய்ந்த ஒன்று அல்லது இரண்டு மக்கள் அவளை எச்சரித்தனர், ஆனால் அது ஒன்றும் செய்யவில்லை. பழைய நானா போபட்கர் காலத்தில் நீதியாக செயல்பட்டவர் கங்காதர் ராவ், ராணியை ஒரமாக அழைத்து உள்ளே சொன்னார் நம்பிக்கையுடன், "நான் ஜான்சியின் சிம்மாசனத்தின் வேலைக்காரனாக இருந்தேன். நீங்கள் விவரமாக அனுப்பினாலும் நேரம் எங்களுக்கு சாதகமாக இல்லை ஆங்கிலேயர்களுக்கு இங்கு நடந்த சம்பவங்களின் கணக்குகள், அப்படி இருக்க முடியாது அவர்கள் பாதுகாப்பாக அரசாங்கத்தை அடைந்தனர் என்று உறுதியாகக் கூறினார். எனவே, ஒரு வழக்கறிஞரை அனுப்புவது விரும்பத்தக்கது அதை திறம்பட தொடர்பு கொள்ள முடியும் ஜான்சியில் நடந்த கிளர்ச்சிக்கும் உங்களுக்கும் எந்த சம்பந்தமும் இல்லை. அரசாங்க உத்தரவின் பேரில் நீங்கள் ஜான்சியை நிர்வகிக்கிறீர்கள். இதுபற்றி அரசுக்கு தெரிவிக்கவில்லை என்றால் நேரம், விளைவுகள் மிகவும் தீவிரமாக இருக்கலாம்."

பழைய மற்றும் அனுபவம் வாய்ந்த போபட்கரின் அறிவுரை பொருத்தமான மற்றும் சரியான நேரத்தில் கிடைத்தது எனவே மகாராணி தன் அமைச்சர்களுக்கு உத்தரவிட்டாள். ஒரு அனுபவமிக்க வழக்கறிஞர் நல்ல கட்டளையைக் கொண்டிருந்தார். ஆங்கில மொழிக்கு மேல் அவர் அரசியலுக்கு அனுப்ப வேண்டும் இந்த நோக்கத்திற்காக குவாலியர் மற்றும் இந்தூர் முகவர்கள். அமைச்சர்கள் மகாராணிக்கு ஆம் என்றார். ஆனால் அவர்கள் ஒரு இளைஞரை அனுப்பி வைத்தனர். சந்தேகத்திற்கு இடமின்றி அவர்களின் இந்த நடவடிக்கை ஒரு மன்னிக்க முடியாத குற்றம் ஆகும். அந்த மனிதன் மிகவும் கெட்டவனாக மாறினான். அவர் குவாலியருக்கும் செல்லவில்லை இந்தூருக்கும் செல்லவில்லை. குவாலியர் மாநிலத்தில் உள்ள இசாகருக்கு சென்றனர். இது மட்டுமல்ல இருளில் இருந்த மகாராணியைப் பற்றி பொய்க் கடிதங்கள் எழுதிக் கொண்டிருந்தார் இது மகாராணியை வழிநடத்தியது. மேலும் வேலை நடந்துகொண்டிருக்கிறது என்று நம்புகிறார்கள்.

ஆங்கிலேயர்களின் ஏற்பாடுகள்

மறுபுறம், ஆங்கிலேயர்கள் அதற்கு தயாராகி வந்தனர் முழு கடுமையுடன் போர். போர்த் திட்டத்தை பட்டியலிட்ட பிறகு, அந்த தளபதி

இராணுவத்தை இரண்டு பகுதிகளாகப் பிரித்தார். ஒன்று ஹக்ரோஸின் கீழும் மற்றொன்று விட்லாக்கின் கீழும் வைக்கப்பட்டது. பம்பாய், மெட்ராஸ் மற்றும் ஹைதராபாத் (நிஜாம்) படைகள் ஹக்ரோஸின் கட்டுப்பாட்டின் கீழ் வந்தது. ஹக்ரோஸ் கட்டளையை ஏற்றுக்கொண்டார் டிசம்பர் 17, 1857 இல் இராணுவம் அவரது கைகளில், பிரிக்கப்பட்டது அது இரண்டு பகுதிகளாக வந்தது. முதல் பாகத்தில் 3வது இடம் பிடித்தார் ரிசாலா 86 வது படைப்பிரிவின் இரண்டு பகுதிகளான பம்பாயின் (கண்டிங்ஜெண்ட்) பாம்பே நேட்டிவ் காலாட்படை, ஒரு காலாட்படை படைப்பிரிவு ஹைதராபாத் அணி, போபாலின் பீரங்கி மற்றும் ஒரு நிறுவனம் மெட்ராஸ் சாப்பர்ஸ். முதல் பகுதி ஆயிரத்தில் வைக்கப்பட்டது. இரண்டாவது செஹோர் ஜனவரி 6, 1858 இல், ஹக்ரோஸ் வெளியேறினார் ராபர்ட் ஹாமில்டனுடன் செஹோர். வழியில் எண்ணூறு கிடைத்தது போபாலின் பேகம் அனுப்பிய வீரர்கள் அவற்றை எடுத்துக்கொள்வது என்றானது அவருடன் ஹக்ரோஸ் சாகர் நோக்கி சென்றார்.

ரஹாத்கரில் ஹக்ரோஸின் முதல் வெற்றி உறுதியானது

சாகர் செல்லும் வழியில், ஹக்ரோஸ் முதலில் கோட்டையைத் தாக்கினார் ரஹாத்கர், சாகருக்கு முன் சுமார் 39 கிலோமீட்டர்களில் இருந்தது. அப்போது கிளர்ச்சி முஸ்லிம்களின் கீழ் அது இருந்தது. அவர்கள் நன்றாக பாதுகாப்பு ஏற்பாடுகளைச் செய்திருந்தனர். ஆனால் அவை உறுப்பினர்களில் மிகக் குறைவாகவே இருந்தன. அப்போதும் நான்கு நாட்கள் ஆங்கிலேயர்களை மிக பலமாக எதிர்கொண்டார். இறுதியில், அவர்கள் கோட்டையைக் கைவிட்டு ஓட வேண்டியதாயிற்று. இது இந்த பயணத்தில் ஹக்ரோஸின் முதல் வெற்றியாகும். ரஹாத்கர் வெற்றிக்குப் பிறகு, ஹக்ரோஸ் அடைந்தார்.

பரோடியா கிராமம், அங்கிருந்து 24 கிலோமீட்டர் தொலைவில் உள்ளது. அவரது இராணுவத்தில் அங்கு பன்பூர் ராஜா அடைக்கலம் கொடுத்தார். ஹக்ரோஸின் இராணுவம் இங்கேயும் வெற்றி பெற்றது, ஆனால் அவர் இராணுவத்தின் ஒரு தலைவரான நெவில்லை இழந்தார். சாகர் போன்ற இடங்களில் ஹக்ரோஸின் வெற்றி உறுதியானது.

ரஹாத்கர் மற்றும் பரோடியாவில் வெற்றி பெற்ற பிறகு, அவர் முன்னேறி 1858 பிப்ரவரி 3 அன்று சாகரைத் தாக்கினார். கிளர்ச்சியாளர்கள் அங்கிருந்து வெளியேற்றப்பட்டனர், கைது செய்யப்பட்ட ஆங்கிலேயர்கள் விடுவிக்கப்பட்டனர். சாகரைக் கைப்பற்றிய பிறகு அங்கு அவர் அடைந்தார். இந்தக் கோட்டை 51வது மற்றும் 52வது படைப்பிரிவுகள் வங்காளத்தின் கிளர்ச்சியாளர்களால் கைப்பற்றப்பட்டது. ஹக்ரோஸ் கோட்டையை சிரமமின்றி தாக்கி கைப்பற்றினார்.

அவர் விரைவில் தனது கட்டுப்பாட்டில் நர்மதை ஆற்றின் மறுபகுதியையும் கைப்பற்றினார். இப்போது அவர் புந்தேல்கண்ட் நோக்கி

நகர நினைத்தார். புந்தேல்கண்டில் கிளர்ச்சியாளர்களின் முக்கிய மையமாக ஜான்சி கருதப்பட்டது. எனவே, தலைமை தளபதி கொலின் காம்ப்டெல் இருந்தது தெரிகிறது. முழு வட இந்தியாவிலும் கிளர்ச்சியாளர்கள் இவ்வாறு செய்வார்கள் என்று ஏற்கனவே கூறப்பட்டுள்ளது ஜான்சி பிடிபடும் வரை நசுக்கப்படக்கூடாது. அது எளிதாக இருக்கவில்லை ஜான்சியை அடைய, சாகர் முதல் கான்பூர் வரை கிளர்ச்சியாளர்கள் அனைத்து பகுதிகளையும் தங்கள் கட்டுப்பாட்டிற்குள் கொண்டு வந்தனர். ஆகவே அதை அடைய வேண்டிய பாதை அங்கு கடினமாக இருந்தது, கிளர்ச்சியாளர்கள் நல்ல பாதுகாப்பை ஏற்படுத்தினர். ஹக்ரோஸ்க்கு போரில் நல்ல அனுபவம் இருந்தது. எனவே அவர் தனது இராணுவத்தை பல சிறிய பகுதிகளாகப் பிரித்தார் வெவ்வேறு வழிகளில் செல்ல உத்தரவிட்டார். அவனே சிறிய இராணுவக் குழுவுடன் தாமன்பூர் காட் நோக்கி புறப்பட்டார். இந்த காட் மீது அவர் கிளர்ச்சியாளர்களை எதிர்கொள்ள வேண்டியிருந்தது. அவரது குதிரை கொல்லப்பட்டது மற்றும் அவரே காயமடைந்தார். இந்த வழியில், பல பண்டல் சர்தார்கள் (தலைவர்கள்) தங்கள் உயிரை இழக்க நேரிட்டது.

ஷாகாரின் இணைப்பு

அங்குள்ள கிளர்ச்சியாளர்களை தோற்கடித்து, பிரிட்டிஷ் ராணுவம் அருகில் வந்தது சாராய் கோட்டைக்கு வந்தது. அங்கு அவர் தோட்டத்தில் முகாமிட்டார். அடுத்த நாள் அவர்கள் முரோரர் கிராமத்தைத் தாக்கி, கைப்பற்றினர் அது கிளர்ச்சியாளர்களை அடித்து நொறுக்கியது. அரசியல் முகவர் ஷாகர் பிரித்தானியருடன் இணைந்ததாக அறிவித்தது. பிரித்தானிய இராணுவம் கோட்டையின் மீது பீரங்கித் துப்பாக்கிகளை வைத்தது. ஷாகர் ராஜா ஏற்கனவே ஓடிவிட்டார், ஆனால் பலர் அவரது சர்தார்களை பிடித்து தூக்கிலிட்டனர். அதில் ஒன்று ராஜாவுக்கு அறிவுரை கூறிய ஒரு ஜோதிடர் பிடிபட்டார் அவர் ஒரு குறிப்பிட்ட நல்ல நேரத்தில் கலகம் செய்தார். ஆங்கிலேய ராணுவத்துடன் வந்த டாக்டர் லோ அங்குள்ளவர்களை இலகுவாக பிடித்தார். இந்த ஜோதிடர்களால் பரிந்துரைக்கப்பட்ட நல்ல நேரத்தில் இருந்து முன்னேறிய ஹக்ரோஸின் இராணுவத்தின் அந்த ∴பார்ட் பன்பூரின் பக்கம் மிகக் குறைவாகவே போராட வேண்டியிருந்தது. உடனே அவர் ஷாகர் வீழ்ந்த செய்தியைக் கேள்விப்பட்டு, அதன் ராஜா ஓடிப்போனார்.

அதாவது அவரது குடும்பத்துடன் சென்றார். ஹாமில்ஷன் மார்ச் 10 அன்று அதை அறிவித்தார் பன்பூர் பிரிட்டிஷ் அரசின் கீழ் வந்தது. இந்த மேஜர் மீது மார்ச் 11 அன்று, அரச அரண்மனையின் சில பகுதியை பைலோ வெடிக்கச் செய்தது பீரங்கி துப்பாக்கிகளுடன் மீதமுள்ளவை சுடப்பட்டன. நிறைய கிளர்ச்சியாளர்கள் அங்கு தங்கியிருந்தனர். பரந்த பிரிட்டிஷ் இராணுவத்தைப் பார்த்ததும், அவர்கள் குதிகால் தூக்கி ஓட்டம் ஓடினர்.

அதைக் கைப்பற்றிய பிறகு, ஹக்ரோஸ் அதைக் கடந்தார் மார்ச் 17 அன்று பெட்வா நதி மற்றும் பழமையான சாந்தேரி கோட்டையை கைப்பற்றியது. பின்னர் அவர் ஜான்சியை நோக்கி அணிவகுத்து சென்று முகாமிட்டார். மார்ச் 19 ஆம் தேதி ஜான்சியில் இருந்து 22 கிமீ தொலைவில் உள்ள சாந்தேரியை அடைந்தனர்.

ஜான்சி முற்றுகை

மார்ச் 20 அன்று, ஹக்ரோஸ் ஒரு பீரங்கி படையை அனுப்பினார் ஜான்சிக்கு செல்லும் சாலைகளை முற்றுகையிட சில குதிரைப்படை பிரிவுகள் இருந்தன. பிறகு அவர் செல்ல தன்னை தயார்படுத்தினார். அப்போதுதான் அவருக்கு ஒரு கடிதம் வந்தது கவர்னர் ஜெனரலிடமிருந்து வந்தது. அதில் அவர் தொடருமாறு முதலில் உத்தரவிட்டார் சர்க்காரிக்கு சர்க்காரியின் ராஜா ஒரு நண்பர். அவர் தாந்தியா தோப்பால் தாக்கப்பட்டார். அதனால், அவரை முதலில் பாதுகாப்பது முக்கியம் அரசியல் முகவர் பண்டேல்கண்ட், ஹாமில்டனுக்கும் இதேபோன்ற கடிதம் வந்துள்ளது. இது அவரை இரண்டு மனங்களில் வைத்தது. அவன் படை இருந்த இடம் ஜான்சியில் இருந்து 22 கிமீ தொலைவில் இருந்தது. சர்க்காரி சுமார் 129 கி.மீ. இப்போது ஹாமில்டன் ஜான்சியை முதலில் எடுப்பது மிக முக்கியமாக கருதப்பட்டது. எனவே, தெளிவுபடுத்துதல் ஜான்சியின் முக்கியத்துவம் குறித்து ஆளுநருக்கு கடிதம் எழுதினார் இதற்குப் பிறகு, ஹக்ரோஸ் ஜான்சியை நோக்கி நகர்ந்தார் அவரது அனைத்து படை மற்றும் இராணுவத்துடன் சென்றார்.

லட்சுமிபாயின் எதிர்வினை

இந்த செய்தி கிடைத்ததும் ஜான்சி திடுக்கிட்டாள். அரசவையினர். அங்கு மஹாராணிக்கு அமைதியின்மை மற்றும் பதற்றம் ஏற்பட்டது. அவள் பற்றாக்குறை அனுபவம் வாய்ந்த மக்களிடையே. இப்போது என்ன செய்ய? என்ற விவாதம் தொடங்கியது. நானா போபட்கரின் ஆலோசனையின் பேரில் சில நபர்கள் அனுபவம் வாய்ந்த நபர்களிடமிருந்து ஆலோசனை பெற குவாலியருக்கு அனுப்பப்பட்டனர். அங்குள்ள மக்கள் ஆங்கிலேயர்களுடன் சண்டையிட வேண்டாம் என்று அறிவுறுத்தினர். ஹக்ரோஸுக்கு அனுப்பப்பட வேண்டும், அவர் விளக்குவார் என்றனர். முழு சூழ்நிலையையும் ஆராய்ந்து நட்பைத் தேடுங்கள். அங்கே உள்ள சில நபர்கள் இந்த கருத்தை ஜான்சி நீதிமன்றம் முன்பு ஏற்கவில்லை. காரணம் ஜான்சியின் பெரும்பாலான மக்கள் அதிருப்தி அடைந்தனர். எனவே, போராட அறிவுறுத்தினர் மகாராணி.

அந்த நாட்களில் கோட்டையில் வாழ்ந்தார்கள். மேலே குறிப்பிடப்பட்டவர்கள் அனுபவமற்ற நபர்கள். அவளிடம் செல்ல அனுமதிக்கப்படவில்லை மகாராணி அவரது நம்பகமான ஆலோசகர்களுடன் இந்த கலந்துரையாடலை நடத்தினாள். இந்த விவாதம் நடந்து கொண்டிருந்த போது, அவர்களுக்கு ஒரு தகவல் தெரிவிக்கப்பட்டது.

ஆங்கிலேயர்களின் தூதுவர் வந்திருந்தார். அவர் அங்கு மரியாதையுடன் அடைக்கப்பட்டார். அவர் மகாராணியை மரியாதையுடன் வணங்கினார். ஹக்ரோஸ் கொடுத்த கடிதத்தை முன்வைத்தார். அமைச்சர் அதை எடுத்துக்கொண்டார் மற்றும் அதை படிக்க பின்வரும் அறிவித்தல் வழங்கப்பட்டது அந்த கடிதத்தில் மகாராணி:

இங்கு வந்துவிட்டதாக ராணி லட்சுமிபாய்க்கு தகவல் கிடைத்தது எங்கள் இராணுவத்துடன் வந்து விட்டார். நீங்கள் எங்களை சந்திப்பது உங்களுக்கு ஆர்வமாக இருக்கும் உங்கள் எட்டு அமைச்சர்களுடன் இரண்டு நாட்களுக்குள் ஆயுதங்கள் இல்லாமல் எங்கள் முகாமில் சில முடிவு எடுக்கப்படலாம் உங்கள் எதிர்காலம் பற்றி கூறலாம். எட்டு அமைச்சர்களின் பெயர்கள் உங்களுடன் பின்வருபவை:

1. திவான் லட்சுமண ராவ், மாநில அமைச்சர், 2. திவான் ஜவஹர் சிங், 3. திவான் ரகுநாத் சிங், 4. சர்தார் லாலா பாவ் பக்ஷி, 5. சர்தார் மோரோபந்த் தம்பே, 6. சர்தார் நானா போபட்கர், மற்றும் 7. சர்தார் குலாம் கவுஸ் கான்.

இந்த உத்தரவை மீறினால் கடுமையான தண்டனையைப் பின்பற்றுவோம்."

சர் ஹக்ரோஸ், தலைமை தளபதி

எட்டு நபர்கள் மட்டுமே அழைக்கப்பட்டனர் என்பதை தெளிவுபடுத்துவோம், ஆனால் எட்டாவது நபரின் பெயர் எந்த புத்தகத்திலும் காணப்படவில்லை.

ஹக்ரோஸ் அவர்களைக் கைது செய்ய விரும்புவதாக விளக்கப்பட்டது இந்த முறையில் அழைப்பதன் மூலம் தூதுவர் திரும்பிச் சென்றார். பிறகு இந்த மகாராணி தான் போராட வேண்டும் என்று முடிவு செய்தார். முன்பு நிராகரித்து ஹக்ரோஸுக்கு ஒரு கடிதம் அனுப்பினாள் அவரது முன்மொழிவை இந்தக் கடிதத்தின் பின்வரும் வரிகள் மேற்கோள் காட்டத் தகுந்தது.

"உங்கள் கடிதத்தில் எந்த காரணத்தையும் நீங்கள் குறிப்பிடவில்லை எங்களை வரச் சொல்வது, எங்களது நேரடி அவமானமாக எடுத்துக்கொள்கிறோம். தவிர, நீங்கள் போட்ட நிபந்தனை இருக்க முடியாது எந்தவொரு சுய மரியாதைக்குரிய துணிச்சலான நபராலும் இது ஏற்றுக்கொள்ளப்பட்டது. புரிந்து கொள்ளத் தவறுகிறோம் மற்றும் பழையதை இது அவமதிக்கிறது. நல்வாழ்த்துக்கள் நண்பர்களே! இப்படிப்பட்ட நிலையில் எப்படி நம்புவது உங்கள் முகாமில் எங்களுடன் நம்பிக்கை மீறல் ஏற்படாது என்று? அதனை முகலாயருடன் கேட்டனர். ஆனால் நாங்கள் உங்களுக்கு உறுதியளிக்கிறோம் நாங்கள் உங்களுடன் எந்த சர்ச்சையும் செய்ய விரும்பவில்லை என்று; எனவே, நீங்கள் விரும்பினால் நாங்கள் அனுப்ப தயாராக இருக்கிறோம் எங்கள் திவான்

சாஹேப் தனது ஆயுதமேந்திய மெய்க்காப்பாளர்களுடன் உங்கள் முகாமிற்கு, நமது மாநிலத்தின் பண்டைய பாரம்பரியத்திற்கு ஏற்ப, உடன்படிக்கையின் பொருத்தமான நிபந்தனைகளை உங்களுடன் முடிவு செய்யுங்கள்."

"நான் உங்கள் முகாமுக்கு வருவதைப் பொறுத்த வரையில் இந்த விஷயத்தினை நீங்கள் தெரிந்து கொள்ள வேண்டும். இந்து மதம் மற்றும் கலாச்சாரத்தை சந்திக்க எந்த பெண்ணும் முன் வர முடியாது என்றனர். எனவே, தயவு செய்து இதை எதிர்பார்க்க வேண்டாம் என்று உரைத்தனர். **ஆகவே, மகாராணி சண்டையிட முடிவு செய்தார்.**

மகாராணி ஹக்ரோஸ்க்கு அனுப்பிய பிறகு ஆங்கிலேயர்களுக்கு எதிராக போர் அறிவித்தார். அவள் வலுவான வார்த்தைகளில் சொன்னாள், " போராட்டத்தில் பங்கேற்க வேண்டாம் என்று முடிவெடுப்பவர் ஓடலாம் அவன் உயிரைக் காப்பாற்றிக்கொள்ள விரும்பும் இடத்திற்குச் சென்றுவிடு" என்றாள்.

பல்வேறு வரலாற்றாசிரியர்கள் பல்வேறு விஷயங்களைப் பற்றி எழுதியுள்ளனர் மகாராணியின் இந்த முடிவு. அவள் தான் எடுத்தாள் என்று சிலர் நினைக்கிறார்கள். இல்லையெனில், கைது செய்யப்படலாம் என்ற பயத்தில் உதவியற்ற நிலையில் இந்த முடிவு இருக்கலாம் என்றும் நினைக்கிறார்கள். முகத்தை வெண்மையாக்கிய நத்தே கானின் படைக்கும் மகாராணி சில நபர்களை அனுப்பியதாக எழுதியுள்ளனர். ஒப்பந்தத்திற்காக வந்தவர்களையும் ஆங்கிலேயர்கள் தூக்கிலிட்டனர். எனவே, அவள் போரை முடிவு செய்தாள். மகாராணி ஏன் சர்ச்சையில் இறங்குவது தேவையற்றது என்கிறோம் என எண்ணினாள். இவற்றில் முக்கியமான விஷயம் சண்டை என்பதால் இந்த முடிவை எடுத்தாள்.

ஒரு போர் என்பது முடிவு அல்ல. முடிவு எடுத்த பிறகு, மகாராணி போருக்கான தயாரிப்புகளில் மும்முரமாக ஈடுபட்டாள். அவள் கோட்டையின் பாதுகாப்புக்கு ஏற்பாடு செய்தார். கோட்டை என்பது ஜான்சிக்கு மேற்கே ஒரு சிறிய குன்றின் மீது அமைந்துள்ளது. அவள் அங்கு தான் பணியாற்றுகிறாள். அது கோட்டைக்கு ஒரு மூலோபாயம். அனைத்து சர்தார்களும் நியமிக்கப்பட்டனர். அவர்களுக்கு ஒதுக்கப்பட்ட பதவிகள். பிராச்சிர் கோட்டையின் சுவர் 16 லிருந்து 20 அடி அகலம். இருந்தது. அது சரியாகப் பழுது பார்க்கப்பட்டது. பீரங்கி துப்பாக்கிகள் இருந்தன. ஒவ்வொரு புர்ஜிலும் வைக்கப்பட்டுள்ளது (உயரும்) கோட்டையின் பரிமாணங்கள் மிக உயர்ந்த புர்ஜ் 20 மற்றும் 20 நீளம் மற்றும் அகலம் மற்றும் அதன் உயரம் 62 கெஜம் ஆகும். இங்கு ஜான்சியின் புகழ்பெற்ற பீரங்கித் துப்பாக்கிகள், கரக் பிஜி, பவானி சங்கர், கான் கைஜன் மற்றும் நால்தார் ஆகியோர் வைத்திருந்தனர். கோட்டையைச் சுற்றியுள்ள அகழியில் தண்ணீர் நிரம்பியது. நீரில் மூழ்கியதில் விஷம் கலந்த ஈட்டிகள் அதில்

பொருத்தப்பட்டன நல்ல அளவு வெடிமருந்துகளும் உணவுகளும் இருந்தன. அவை கோட்டையில் சேமிக்கப்பட்டது. தங்கம் மற்றும் வெள்ளி ஆபரணங்கள் அனைத்தும் இருந்தன உருக்கி நாணயங்களாக போடப்பட்டது அதனால் நிதி பற்றாக்குறை ஏற்பட்டது வேலைக்கு இடையூறு செய்ய வேண்டாம் என்றும் கிடைக்கும் இரும்பு, பித்தளை போன்ற அனைத்தும் இருந்தது. அவை போருக்கான துப்பாக்கிகள் மற்றும் குண்டுகள் தயாரிக்க பயன்படுகிறது. ஜான்சியின் பெண்கள் பணியிலும் கலந்து கொண்டனர்.

போர் தொடங்குகிறது

ஹுக்ரோஸ் காலையில் ஜான்சிக்கு அருகில் சென்றான் மார்ச் 21, 1858. உயரமான காளையின் மீது தொலைநோக்கியை அமைத்தார் மேலும் அங்கிருந்து கோட்டையையும், முழு நகரத்தையும் ஆய்வு செய்தார். எல்லாம் உதவி கோட்டையை அடையக்கூடிய இடங்களால் தடுக்கப்பட்டன. அனைத்து முக்கிய இடங்களிலும் பீரங்கி துப்பாக்கிகள் வைக்கப்பட்டன. பிரிகேடியர் சாந்தேரியில் இருந்து ஸ்டூவர்ட்டும் உடனே அங்கு வந்து சேர்ந்தார். ஹுக்ரோஸ் பதுங்கு குழிகளை வெவ்வேறு இடங்களில் தோண்டினார் கோட்டையைச் சுற்றியுள்ள இடங்கள், கம்பிகள் எங்கும் பரவியிருந்தன போர் செய்திகள் அடையும் வகையில் இராணுவம் இருந்தது ஆரம்பத்தில் வெவ்வேறு இடங்களில் ஹுக்ரோஸ் தொடர்ந்து இருந்தார் தொலைநோக்கி மூலம் கோட்டையின் செயல்பாடுகளை பார்த்தல். அவர்

"கோட்டையில் ஆண்களைப் போலவே பெண்களும் மும்முரமாக இருந்தனர்" என்று எழுதினார். முன்புறம் தயார் செய்து வெடிமருந்துகளை எடுத்துச் செல்லும் வேலை பல்வேறு இடங்களுக்கு பெண்களால் அனுப்பப்பட்டது. அங்கு இருந்த டாக்டர் லோ ஹுக்ரோஸுடன் சேர்ந்து, செயல்பாடுகளைப் பாராட்டினார்.

"அங்கே சென்றடைந்த பிறகு அங்கு தயாராகிக் கொண்டிருப்பதைக் கண்டோம். கிழக்குப் பகுதியில் உள்ள மூன்று பீரங்கித் துப்பாக்கிகளுக்கான முனைகள் விரைவாகச் சென்றன. கோட்டையின் தெற்கு வாயிலில் இருந்து சிறிது தூரத்தில் சுவர் இருந்தது. அவர்கள் தேனீக்களைப் போல தங்கள் வேலையில் சுறு சுறுப்பாக இருந்தார்கள். முன்னதாக நாங்களும், இந்தியர்களும் இவ்வளவு பக்தியுடன் வேலை பார்த்ததில்லை. அவர்கள் பொறியாளர்களைப் போலவே இருந்தனர்.

இவை இரு தரப்பினரும் ஒன்றுபட்டு செய்து கொண்டிருந்தனர் என்பதை சொல்லும் நோக்கமாகும். அவர்களின் சூழ்நிலைக்கு ஏற்ப அவர்களின் தயாரிப்புகளில் சிறந்தது. அவர்கள் விரும்பிய எதையும் விட்டுவிடுவது ஆகும். போர் தொடங்குவதில்தான் தாமதம் சமவெளி மற்றும் சிறிய குன்றுகளில் உள்ள அனைத்து இடங்களிலும் ஜான்சிக்கு அருகில் ஆங்கிலேயப் படைகள் போர்முனைகளில் நிலைகொண்டிருந்தன. மேலும்

கோட்டையின் உள்ளே ராணியின் படை முழுமையாக தயார் நிலையில் இருந்தது மற்றும் உறுதியாக இருந்தது. மார்ச் 23, 1858 அன்று சூரிய உதயத்துடன் ஆங்கிலேயப் படையின் சப்தங்கள் ஒலித்தன. விவரிக்கிறது அது போரின் ஆரம்பம் ஆகும், ஸ்ரீ சாந்தி நாராயண் தனது புத்தகத்தில் மகாராணி ஜான்சி பற்றி எழுதினார்.

"மார்ச் 23ஆம் தேதி சூரிய உதயத்தின் போது சலசலப்பு ஒலிக்கிறது. வளிமண்டலம் முழுவதும் எதிரொலிக்கத் தொடங்கியது, மற்றும் கனமான, அதிக எண்ணிக்கையிலான, வெறித்தனமான அளவில் வெற்றியை பறித்த இராணுவம் ஹுக்ரோஸ் அனைத்துப் பக்கங்களிலிருந்தும் போர்க்களத்தில் அணிவகுத்துச் சென்றார். போர்க் குமிழ்களின் இடி முழக்கங்களுக்கு இசைவாக அதன் படிகள் உலகத்தை விட்டு வெளியேறும் நோக்கத்துடன் எண்ணிக்கையில் சிலரே இருந்தாலும், துணிச்சலான கோட்டை ஜான்சி மகாராணியின் தேசபக்தி இராணுவம். ஏன கோட்டையை நெருங்கியதும், பீரங்கித் துப்பாக்கிகள் வீசத் தொடங்கின மழை குண்டுகள், மற்றும் அதன் பின்னால் கால் மற்றும் குதிரை வீரர்கள் நன்கு அமைக்கப்பட்ட கோடுகள் அனைத்து பக்கங்களிலும் நோக்கி கோட்டையும் நகரமும் முன்னேறத் தொடங்கின.

உத்தரவின் பேரில் பிரிட்டிஷ் இராணுவம் கோட்டையைத் தாக்கியது. ஆனால் கோட்டையிலிருந்து பீரங்கித் துப்பாக்கிகளின் அடி அவர்களை விட்டுச் சென்றது ஷெல்-அதிர்ச்சியடைந்தது. அந்த இரவே மூன்றாவது ஐரோப்பிய படைப்பிரிவு ஆங்கிலேயர்கள் கோட்டையின் சுவருக்கு அருகில் நிலைகொண்டனர் கான் என்ற பீரங்கி துப்பாக்கி கர்ஜன், கோட்டையில் வைக்கப்பட்டது. அது தனித்தன்மை வாய்ந்தது. அதைச் சுட்டபோது அதிலிருந்து புகை வெளியேறவில்லை. இதனால் பிரிட்டிஷ் எதிரிக்கு எந்த வாய்ப்பும் கிடைக்கவில்லை எச்சரிக்கையாக இருக்க வேண்டும். அதன் மூலம் அவர்கள் பெரும் பாதிப்புக்கு உள்ளாகினர்.

மார்ச் 24 அன்று, ஆங்கிலேயர்கள் மற்றொரு உத்தியை வகுத்தனர் நான்கு முன்னணிகளை உருவாக்குவதன் மூலம். 24 மற்றும் 18 பவுண்டு குண்டுகளின் தீ ஜான்சி கோட்டைக்குள் பல பீரங்கி வீரர்களைக் கொன்றது பீரங்கிகளை கையாளும் ஆட்கள் இல்லாததால் அவர்கள் சிரமத்தை உணர்ந்தனர். கோட்டையின் சுவரும் சேதமடைந்தது. பின்னர் ∴பிராங்க்ஸ் (ஆங்கிலேயர்கள்) அங்கு அவர்கள் வெற்றிபெறவில்லை. வேண்டாத சிலர் வெற்றியின் ரகசியத்தை அவர்களிடம் சொன்னார்கள். அவர் அளித்த தகவலின்படி, அவர்கள் நகரின் மேற்குப் பக்கத்திலும், அங்கிருந்து ஒரு முன்பக்கமும் திறக்கப்பட்டது நகரத்தைத் தாக்கத் தொடங்கியது. இதனால் அங்கு சலசலப்பு ஏற்பட்டது. அங்கே ஒரு மனிதனையும் பார்க்க முடியவில்லை. இதை அறிந்த மகாராணி மிகவும் வேதனைப்பட்டாள். அவள் தற்காப்புக்காக தன் முழு கவனத்தையும் அந்த திசையில்

செலுத்தினாள். அவளுடைய குடிமக்களுக்காக ஒரு குறிப்பிட்ட பீரங்கி துப்பாக்கி அதற்குள் நகர்த்தப்பட்டது. அப்பகுதியில், சர்தார் குலாம் கவுஸ் கானுடன், அங்கு கிர்னாலி ஆங்கிலேயர்களின் பீரங்கி துப்பாக்கியால் வாழ்வில் பெரும் இழப்பு ஏற்பட்டது. வீட்டின் கூரையில் இந்த துப்பாக்கியின் சூட்டால் ஓடு, மாடிகளிலும் நசுக்கப்பட்டது. இந்த துப்பாக்கியின் குண்டுகள் கூர்மையான கத்திகள் மற்றும் பிஞ்சர்களால் நிரப்பப்பட்டன, அவை சிதறின. அவை சுற்றி சுற்றி மக்களை கொன்றது. மகாராணி அங்கு வந்து சேர்ந்தாள். அவர்களுக்காக இலவச சமூக சமையல் கூடத்தை ஏற்பாடு செய்து, அவர்களுக்கான பாதுகாப்புக்கு வழி செய்தாள். மார்ச் 25 அன்று ஹக்ரோஸ் கோட்டையின் தெற்கே தனது முழு பலத்தையும் கொட்டியது. அச்சமயம் அங்கு சாந்தேரியில் வெற்றிபெறும் முதல் படைப்பிரிவும் நிலைநிறுத்தப்பட்டது. குண்டு சத்தம் ஒலித்தது. ஆனால் வெற்றி பெறவில்லை.

மார்ச் 26 அன்று, ஹக்ரோஸ் அந்தப் பகுதியை மேலும் பலப்படுத்தினார். இரு தரப்பிலும் கடும் துப்பாக்கிச் சண்டை நடந்தது. ஆங்கிலேயர்கள் தெற்கு பர்ஜ் மீது அதிக அளவில் துப்பாக்கிச் சூடு நடத்தி அதைக் கொன்றனர் பீரங்கி துப்பாக்கி ஆபரேட்டர், மற்றும் துப்பாக்கி அமைதியாக இருந்தது. ஜான்சியின் இராணுவத்தின் முன் மற்றொரு பிரச்சனை. பிரிட்டிஷ் ராணுவம் தொடர்ந்து குண்டுகள் மழையை பெய்து கொண்டிருந்தது. யார் அழைத்தாலும் தெற்கு புர்ஜை அடையும் தைரியம் அவரது உயிரை இழந்தது. எனவே, மக்கள் அங்கு செல்ல பயம். பின்னர் மகாராணியின் உத்தரவின் பேரில், அந்த பீரங்கித் துப்பாக்கி காரக் பிஜிலி மேற்குப் பகுதியில் வைக்கப்பட்டது புஜ், அங்கு அழைத்து வரப்பட்டார். குலாம் கவுஸ் கான் அதை நிலைநிறுத்தினார் ∴பிராங்ஸின் முன்பக்கங்களை ஆய்வு செய்தார் இந்த தொலைநோக்கி மூலம், பின்னர் குண்டுகள் அவர்கள் மீது இடைவிடாமல் மழையாக பொழிந்தன. இதன் முன்பகுதி சிதைந்து சிதறியது ∴பிராங்க்ஸ் கூடுதலாக, அவர்கள் முதல் பீரங்கியின் கட்டுப்பாட்டை மீண்டும் பெற்றனர்.

மார்ச் 29 இரவும் பீரங்கி துப்பாக்கிகள் இருந்தன. இந்த வகையான தாக்குதல் காரணமாக அவர்களின் வேலையை நிறுத்த வேண்டும். மார்ச் 29 அன்று, கோட்டைக்குள் இருந்து மதியம் வரை எந்த குண்டுகளும் வீசப்படவில்லை. பிற்பகல் 3.30 மணி முதல் மாலை வரை கடும் துப்பாக்கிச் சூடு நடைபெற்றது. அன்று இரவு ∴பிராங்க்ஸ் 50 கிலோ குண்டுகள் மழை பொழிந்தன பலத்த அழிவையும் சேதத்தையும் ஏற்படுத்திய கோட்டை ஆனது. எனினும், மகாராணி சிறிதும் கவலைப்படவில்லை. பெரும்பாலானவை அவளுடைய அனுபவம் வாய்ந்த மூத்த போர்வீரர்கள் தான் கொல்லப்பட்டனர் ஆனால் அவள் தைரியமாக தன் வீரர்களை உற்சாகப்படுத்தினாள். 31ம் தேதி வரை மார்ச் போர்

தொடர்ந்தது. இரு தரப்பிலிருந்தும் படைகள் மூலம் தைரியமாக போராடினார். ∴பிராங்ஸின் இராணுவம் நன்கு பயிற்சி பெற்றார் மற்றும் அதன் தளபதிகள் போரில் வல்லுநர்கள். என்றாலும் மகாராணி ஒரு துணிச்சலான பெண்மணி, அவருக்கு கொஞ்சம் அனுபவம் இருந்தது.

அவளுடைய சிப்பாய்களும் அதிகமாக பயிற்சி பெறவில்லை பரஸ்னீஸ் இதைப் பற்றி எழுதுகிறார்: "பிரிட்டிஷ் இராணுவத்தின் தளபதிகள் வல்லுனர்கள் தங்கள் கடமையை நிறைவேற்றுவது மற்றும் அவர்களின் வீரர்கள் கீழ்ப்படிதல் மற்றும் மேற்கத்திய போர்முறைகளை நன்கு அறிந்தவர்கள். எந்தக் கோளாறும் ஏற்படவில்லை பிரிட்டிஷ் இராணுவத்தில். ராணி தானே இருந்தாலும் விதிவிலக்காக துணிச்சலான மற்றும் உறுதியான, மேலாண்மை மற்ற இராணுவம் அது நன்றாக இல்லை. அவளுடைய இராணுவம் பெரும்பாலும் அப்பாவிகளை உள்ளடக்கியது, புதியவர்கள், போர்க் கலைக்கு வெளிப்படாத நபர்கள், மற்றும் கொள்ளையடிக்கும் நோக்கத்துடன் இராணுவத்தில் இணைந்த நபர்கள் ஆவர். அவளுடைய வயதான சர்தார்களும் அதிகாரிகளும் மத்தியில் இருந்து வந்தவர்கள் ஆங்கிலேயர்களுக்கு எதிராக கலகம் செய்தவர்கள். சாதாரண மாணவர்கள் தான். அதனால் முழு வேலை போரை நிர்வகிப்பது லட்சுமிபாய் தான். தைரியம் மற்றும் துணிச்சலுக்கு லட்சுமிபாய் மட்டும் தான் ஈடு கொடுக்க முடியும். முறையான நிர்வாகம் இல்லாததால் மகாராணி வீணாகிப் போனது போல் இருந்தாலும், ராணுவத்தில் கடமை விழிப்புணர்வு. அப்போதும் கூட சுமார் பத்து அல்லது பதினொரு நாட்கள் அவள் பலமான பிரிட்டிஷ் ராணுவத்தை கடுமையாக எதிர்கொண்டாள் கட்டாயப்படுத்திய அவளது உடல் மற்றும் மன வலிமையுடன் போர்க் கலையில் மேற்கத்திய வல்லுனர்கள் அவளது அரிய விதிவிலக்கான வீரம் மற்றும் துணிச்சலைப் பாராட்டினர்.

இராணுவ திசை மற்றும் தைரியத்தை விவரிக்கிறது மார்ச் 30 மற்றும் 31 தேதிகளில் நடந்த போரில் மகாராணி, டாக்டர் லோ, ∴பிராங்குடன் வந்தவர் இராணுவத்தை பற்றி எழுதினார். "மார்ச் 30 மற்றும் 31 ஆம் தேதிகளில் குண்டுகள் மற்றும் சேதங்களின் மழை கோட்டையின் சுவருக்குள் தடையின்றி தொடர்ந்தது. எதிரி எங்கள் மீது கடுமையான தீ மழை பொழிந்தனர். நாங்கள் பலத்த சேதம் அடைந்தாலும் அவளுடைய கோட்டை மற்றும் கோட்டையின் சுவர்களில் அனைத்து முகப்புகளும் இருந்தன.

போரைத் தொடர்வதற்கான அவளது கடுமையான உறுதியில் தளர்வு இல்லை. கடுமையான மற்றும் தினசரி வழக்கமான பராமரிப்பு இருந்தது. மேலும் அவர்கள் எப்போதும் போல் நிலையாக மற்றும் உறுதியுடன் இருந்தனர். இருப்பினும், நாம் ஏற்படுத்திய ஒவ்வொரு பயங்கரமும் தோன்றியது அவர்களின் எண்ணிக்கையை அதிகரிக்கச்

செய்தது தைரியம் மற்றும் முயற்சி" மேலும் அதிகரித்தது. ஆங்கிலேயர்களின் தந்திரங்கள் எதுவும் செய்ய முடியாதவாறு பார்த்துக்கொண்டாள். அவர்களின் முழு முயற்சி இருந்தபோதிலும், அந்தளவுக்கு அவள் அவர்களை கோட்டைக்கு அருகில் வர அனுமதிக்கவில்லை. 31ம் தேதி போர் மார்ச், எல்லாவற்றிலும் மேலாக கடுமையானது என்னவென்று வீரர்களில் ஒருவர் மகாராணியை பின்வரும் வார்த்தைகளில் விவரித்தார். "8வது நாள் போர் மிகக் கடுமையாக இருந்தது. தைரியசாலிகளாக இரு தரப்பு வீரர்களும் திறமையாகப் போரிட்டனர். அங்கு துப்பாக்கி சத்தம், கராபீன், மற்றும் பீரங்கி என நகரில் ஆயிரக்கணக்கான மக்கள் கொல்லப்பட்டனர். சிலர் உயிரைக் காப்பாற்றிக் கொள்ள மறைவிடங்களுக்கு ஓடினர். புல சிப்பாய்கள் மற்றும் பீரங்கி ஆபரேட்டர்கள் சுவர்களில் பதிக்கப்பட்டனர் நகரம் கொல்லப்பட்டது. அங்கு புதிய நபர்கள் நியமிக்கப்பட்டனர். மகாராணி போரை நிர்வகிக்க கடினமாக உழைக்க வேண்டியிருந்தது. அவள் எங்கிருந்தாலும் ஏதோ கோளாறு அல்லது ஏதோ குறை இருப்பதைக் கண்டால், அவளே அங்கு சென்று ஒழுங்கமைக்கப்பட்ட விஷயங்கள் ஏராளம். எனவே, அவளில் உள்ள நபர்கள் இராணுவத்தில் உற்சாகமாகவும் போரில் ஊக்கமாகவும் போரிட்டனர். ஆங்கிலேயர்கள் தைரியமாக போரிட்டதால் அவர்களால் கோட்டைக்குள் நுழைய முடியவில்லை.

மார்ச் 31 கோட்டைக்கு ஒரு துரதிர்ஷ்டமான நாள். கஹார்ஸ் கோட்டையில் உள்ள குளத்தில் தண்ணீர் எடுத்து வந்தனர். ஹக்ரோஸ் பார்த்தார் அவரது தொலைநோக்கியில் இருந்து அவர்கள் மீது குண்டுகளை பொழிந்தனர். நிறைய கஹர்கள் குண்டுகளால் காயமடைந்தனர் அல்லது கொல்லப்பட்டனர். இதைப் பார்த்ததும், ராணி கோபமடைந்தாள். அவர் அனைத்து பீரங்கி துப்பாக்கிகளையும் ஆர்டர் செய்தார் ஆங்கிலேயர்கள் மீது நெருப்பை பொழிவதற்காக மேற்கு புய்ஜில் வைக்கப்பட்டது. இதனால் பீரங்கி துப்பாக்கிச் சூடு நிறுத்தப்பட்டது. தண்ணீர் வசதி செய்து கொடுக்கப்பட்டது. பின்னர் ஆங்கிலேயர்கள் தங்களை நிலைநிறுத்திக் கொண்டனர். அவர்கள் பதிலடி கொடுத்தனர் கடுமையான துப்பாக்கிச் சூடுகளுடன். துரதிர்ஷ்டவசமாக ஒரு ஷெல் வெடித்தது. அது ஆயுதங்கள் மற்றும் வெடிமருந்துகளின் கடைக்கு மிக அருகில், தீப்பிடித்தது. அது பேரழிவையும் பாரிய அழிவையும் உருவாக்கியது. ஆனால் மகாராணியோ கலங்காமல் இருந்தாள்.

டாத்யா டோப் எபிசோட்

நானா சேப் கிளர்ச்சியின் தோல்வியால் ஓடிவிட்டார். அங்கிருந்து அவர் எங்கு சென்றார் என்பதைச் சொல்ல வரலாறு நமக்கு உதவவில்லை. முதல் அத்தியாயத்தில் எழுதப்பட்டுள்ளது பேஷ்வா பாஜி ராவுக்கு ராவ் சாஹேப் மற்றும் நானா என்ற இரு வளர்ப்பு மகன்கள் இருந்தனர். இந்த

நேரத்தில் நானா சாஹேப் பற்றிய எந்த தடயமும் கிடைக்கவில்லை. மகாராணி லட்சுமிபாய் ராவ் சாகேப்பிற்கு உதவி கேட்டு கடிதம் எழுதியிருந்தார். அவள் ஆங்கிலேயர்களுடன் போரிட முடிவு செய்த போது இப்போது மகாராணி ராவின் தரப்பிலிருந்து துணிச்சலானவர் தாந்தியா தோபே தான் என்பதை அறிந்துகொண்டார் சாஹேப் அவள் உதவிக்கு வந்து கொண்டிருந்தான். தாந்யா தோப் பணிபுரிந்தார் நானா சாஹேப்பின் தளபதி. இந்த 1857 சண்டையில் அவரது பங்கு சுதந்திரம் தனித்தன்மை வாய்ந்தது. நானா சாஹேப், போகும் போது கான்பூர், ராவ் சாகேப்பிடம் பொறுப்பை ஒப்படைத்தது. இப்போது தாத்யா தோபே கிளர்ச்சியை இயக்கினார். துணிச்சலான தாத்யா தோபே இருபதாயிரத்துடன் கல்பியை விட்டு வெளியேறினார்.

லக்ஷ்மிபாயின் உதவிக்காக வலுவான இராணுவம் ஜான்சியை அடைந்தது. ஹுக்ரோஸுக்கு இந்தச் செய்தி கிடைத்தது. இந்த நேரத்தில் இராணுவம் கோட்டையை முற்றுகையில் ஈடுபட்டது. அவர் போர்களை இயக்குவதில் மிகவும் திறமையாக இருந்தார். எனவே, மார்ச் 31 அன்று இரவில் அவர் 1 வது படைப்பிரிவின் சில வீரர்களை அமைதியாக அனுப்பினார் தாத்யா தோபே சென்ற பாதையை நோக்கி அனுப்பினார். இரண்டாக நிறுத்தப்பட்டது ஆர்ச்சாவுக்குச் செல்லும் சாலையில் பீரங்கித் துப்பாக்கிகள் 24 பவுண்டு குண்டுகளை வீசுகின்றன. முழு நடவடிக்கையும் மிகவும் கவனமாகவும் ரகசியமாகவும் மேற்கொள்ளப்பட்டது. அதை கோட்டையில் யாராலும் உணர முடியவில்லை. இவ்வாறு, ஹுக்ரோஸ் சாதுர்யமாக நடந்துகொண்டார். தாத்யாதோப்பின் துணிச்சலை அவர் நன்கு அறிந்திருந்தார். 1857 கிளர்ச்சியின் கிளர்ச்சியாளர்கள் பெரும் வெற்றி பெற்றனர். அவரது திறமையான தலைமையின் கீழ் உள்ளதைப் பற்றி புகழ்பெற்ற பிரிட்டிஷ் செய்தித்தாள் டெய்லி நியூஸ் எழுதியது:

"தாந்யா தோபே ஒரு மராட்டிய பிராமணர். ஆம், அவர் உயர் குடும்பத்தை சேர்ந்தவர். அவருக்கு சுமார் 25 வயது இருக்கும். அவர் ஒரு மிகவும் தைரியமான, ஆர்வமுள்ள, அமைதியான, தீவிரமான மற்றும் தைரியமான போராளி. அவர் ஒரு அழகான மற்றும் நன்கு வடிவமைக்கப்பட்ட உறுதியான உடல் அவரிடம் உள்ளது. அவர் நடுத்தர உயரம் கொண்டவர். அவரது நெற்றி பரந்தது மற்றும் உயரமானது மற்றும் அவரது நிறம் அழகானது. அவர் சாதாரணமாக உடைதான் அணிகிறார். அவருடைய உணவும் கூட எளியது. அவரது முக்கிய வேலை கொள்ளையடிப்பது, சண்டையிடுவது ஆகும். அவர் படிக்காதவராக இருந்தாலும், அவர் மிகவும் இராஜதந்திரம் கொண்ட புத்திசாலி. அவர் தனது கூட்டாளிகளை விசேஷமாக நேசிக்கிறார்: எனவே, ஆயிரக்கணக்கானவர்கள் துணிச்சலான போராளிகள் அவருடன் வாழ்கின்றனர். அவர் ஒருபோதும் தனியாக இல்லை; 20 அல்லது 25

வீரர்கள் அவரது மெய்க்காப்பாளர்களாக எப்போதும் இருப்பார்கள். அவர் பேசுவதே நுணுக்கமான கலைதான். அது அனைவரையும் ஊக்க வல்லது. மேலும், அவரது செல்வாக்கு யாரையும், எங்கும், எந்த நேரத்திலும். கவர்ந்திழுப்பதாகும். ஏழைகள் மற்றும் ஆதரவற்றவர்களிடையே பணத்தை விநியோகிப்பதில் விருப்பம் மற்றும் பணக்காரர்களை கொள்ளையடிப்பதை சமமாக விரும்புகிறார். ஆனால், எப்போதும் சோர்வடையவில்லை. இரவும் பகலும் ஒன்றாக குதிரை சவாரி செய்த பிறகு அவர் நூற்றி இருபத்தைந்து மைல்கள் ஓடுவது வழக்கம். நானா சாஹேப்பின் பிரதிநிதி."

டிசம்பர் 4, 1857 அன்று இந்தியரான ரஸ்ஸலின் கடிதம் லண்டனின் மற்றொரு பத்திரிகையான தி டைம்ஸின் நிருபர், வெளியிடப்பட்டது, இது தாத்யா தோபே பற்றிய பயங்கரவாதத்தை தெளிவாகக் கூறுகிறது இந்தியாவில் ஆங்கிலேயர்களிடையே பரவியது:

"எங்கள் விசித்திரமான நண்பர் தாந்தியா தோபே மிகவும் கடினமானவர் மற்றும் புத்திசாலி நான் அவரை பாராட்டாமல் இருக்க முடியாது. அவர் பலவற்றை அழித்துள்ளார். ஏனெனில் அவர்கள் எங்கள் நகரங்கள், கருவூலங்களை கொள்ளையடித்து, கடைகளை காலி செய்தனர். போர்ப் பொருட்கள், படைகளைச் சேகரித்து படுகொலை செய்தார். அவர் அரசர்களிடமிருந்து பீரங்கித் துப்பாக்கிகளைப் பறித்து அழித்தார். மீண்டும் கைப்பற்றி பிறகு அவற்றை இழந்தனர். அவரது அதிக வேகத்தில் அவர் வேகமாக இருக்கிறார் மின்சாரத்தை விட. பல வாரங்கள் ஒன்றாக அதே வேகத்தில் நடக்கிறார். அதாவது ஒரு நாளைக்கு 30 அல்லது 40 மைல்கள் உடன் முன்னணியில் சண்டையிட்டாலும் எதிர் இராணுவம், திடிரென்று ஒரு மின்னலில் அதன் பின்புறத்தை அடைகிறது. சிறந்த விமானங்கள் கூட, அதை நிரூபிக்க முடியாது. இயந்திரங்களை விட இவ்வளவு வேகமான வேகம். யாராலும் முடியாது மலைகளில் ஏறுவதிலோ, ஆறுகளின் ஓட்டத்திலோ அவரை மிஞ்ச முடியாது. அதாவது மலைகள், ஆறுகள், பள்ளத்தாக்குகள், சதுப்பு நிலங்கள், எங்கும் என்பதை மேலே அல்லது கீழே, முன் அல்லது பின், வருவது அல்லது போகிறது என்பது போல் தான் அவர் சுழலுவார். மிகவும் சிக்கலான சுற்றுச் சாலைகளை கை காட்டுவார். அதற்குள் பருந்து போன்ற வாகனங்கள் எங்கள் பம்பாய் போஸ்டுடன் பறந்து செல்கின்றன. சில சமயங்களில் ஒரு கிராமத்தை சூறையாடி தீ வைப்பார். யாராலும் முடியாது அவரது ஏமாற்றத்தைப் பிடிக்கவும் அல்லது மாற்றவும்" முடியாது. தாத்யாவைப் போல ஒரு ஆபத்தை எதிர்கொள்கிறேன் என்று நான் சொல்ல விரும்புகிறேன். ஆகையால் தோப் முதல் மற்றும் முதன்மையான படைப்பாகக் கருதப்பட்டார்.

தாந்யா தோப்பிற்கும் ஆங்கிலேயர்களுக்கும் இடையே போர் நடக்கும் போது ஹுக்ரோஸ் இராணுவத்தை அனுப்பினார். மறுபக்கம் தாந்யா

குவாலியரின் படையணியும் இருந்தது. தாந்யாவுக்கு தகவல் தெரிவிக்கப்பட்டது ஆங்கிலேயர்களிடம் மிகக் குறைந்த ராணுவமே இருந்தது. அவர் (தாந்யா) வைத்திருந்தார் கான்பூரில் ஆங்கிலேய இராணுவம் புத்திசாலித்தனத்தின் கீழ் மோசமாக தோற்கடிக்கப்பட்டது. எனவே, அவர் அதை நம்பினார் ஜான்சியிலும் ஆங்கிலேயர்களை தோற்கடிப்பார். அவரது தனிப்பட்ட இந்த நேரத்தில் இராணுவம் பெட்வாவின் கரையில் இருந்தது. அங்கு அதுவும் இருந்தது சர்க்காரியில் வென்றி பெற்றதன் மூலம் அதன் வலிமையைப் பற்றி பெருமிதம் கொள்கிறது. எனவே, நாங்கள் தாந்யா தோப்பின் மொத்த இராணுவமும் முழுமையாக இருந்தது என்று சொல்லலாம்.

ஏப்ரல் 1, 1858 அன்று தாந்யா தோப்பின் இராணுவத்தின் ஒரு பகுதி அணிவகுத்தது முழு பலத்துடன் ஜான்சியை நோக்கி. இந்தப் பக்கத்தில் ∴பிராங் இராணுவம் அனைத்து ஏற்பாடுகளுடன் தயாராக இருந்தது. இராணுவம் விரைவில் ஆங்கிலேயர்களின் பீரங்கிகளின் எல்லைக்குள் தாந்யா தோபே அங்கு சென்றடைந்தார். ஹக்ரோஸின் பீரங்கிகளால் இடது பக்கத்தில் தாக்கப்பட்டது. மற்றும் வலது பக்கத்தில் கேப்டன் லைட் ∴புட் மற்றும் கேப்டன் அழகான ஜான் இருந்தனர். தாந்யா தோப்பின் இராணுவத்தின் மீது இருந்த இருதரப்பு தாக்குதல்களும் பதட்டமாகவும், கலக்கமாகவும் இருந்தது. ஆனாலும், தாந்யா தோப்பின் இராணுவத்திற்கு ஒரு வாய்ப்பு கூட கிடைக்கவில்லை. அதாவது தன்னை நிலைநிறுத்திக் கொள்ள முடியவில்லை. தன் உயிருக்காக ஓடிப்போனார்கள் சில இராணுவம். மேலும் தாந்யா தோபே அதன் கரையோரம் உள்ள காட்டில் மறைந்து கிடந்தார். எதிர்பாராதவிதமாக ஹக்ரோஸுக்கும் இது தெரிய வந்தது. ஹக்ரோஸ் கேப்டன் லைட் ∴புட்டை நோக்கி அனுப்பினார். இங்க்லெட்டப் பீரங்கிகளுடன் பெட்வாவின் கரைக்கு அருகில் காடுகள் இருந்தன. துப்பாக்கிகள் மற்றும் கள பேட்டரி. ∴பிராங்கைப் பார்த்தல் என இராணுவம் நெருங்குகிறது. தாந்யா தோப்பின் இராணுவம் காட்டில் தீ வைத்தது. அதாவது அதன் முன்னேற்றத்தை நிறுத்துங்கள். பதிலுக்கு ∴பிராங் இராணுவ முனைகளை நிறுவியது பெட்வாவின் கரையில் பாதுகாப்பான இடங்களில் நிறுவியது. கடுமையான சண்டை நடந்தது. அதாவது இரண்டுக்கும் இடையில் நடந்தது. இருபுறமும் பீரங்கி குண்டுகள் பொழிந்தன. பிரிட்டிஷ் இராணுவம் பாதுகாப்பான இடத்தில் இருந்ததால், அது குறைவாகவே பாதிக்கப்பட்டது. ஆங்கிலேயப் படை மிகுந்த துணிச்சலுடன் ஆற்றைக் கடந்தது மற்றும், முன்னேறி தாக்குதலைத் தொடங்கியது. இது மிகவும் கடினமாக மாறியது தாந்பா தோப்பின் இராணுவத்திற்கு அதன் நிலைப்பாட்டை கடைபிடிக்க வேண்டும். எனவே, இந்த போரில் அவர்கள் பீரங்கிகளை இழந்தனர். பீரங்கித் துப்பாக்கிகள் மிகவும் கனமாக இருந்தன. அவற்றை அவசரமாக எடுத்துச்

செல்ல வேண்டாம். பீரங்கித் துப்பாக்கிகளின் சக்கரங்கள் ஆற்று மணலில் ஆழமாக மூழ்கியது. ஆங்கிலேயர்கள் தப்பியோடுவதைப் பின்தொடர்ந்தனர் பதினாறு மைல்கள் தாஞ்யா தோப்பின் இராணுவம் கைப்பற்றப்பட்டது. இந்த வழியில், தாஞ்யா தோப் வெற்றி பெறவில்லை என்றாலும் ஜான்சி கோட்டையை கைப்பற்றியதில் அவர் மிகவும் மகிழ்ச்சியடைந்தார் துணிச்சலான தாஞ்யா தோப்பை தோற்கடித்தார்.

தாஞ்யா தோப்புடன் போராடிய போது

மகாராணிக்கும் இது தெரிய வந்தது. ஏன் என்பது ஆச்சரியமாக இருக்கிறது இந்த நேரத்தில் அவள் ஆங்கிலேயர்கள் மீது பீரங்கி குண்டுகளை பொழியவில்லை. இதைச் செய்யும்போது ஜான்சிக்கு மிகவும் பயனுள்ளதாக இருக்கும். இதில் ஜான்ஸியின் ராணி என்ற புத்தகத்தில் ஒரு உரையாடலை மேற்கோள் காட்டியுள்ளார். தாஞ்யா தோபே மற்றும் மகாராணி லட்சுமிபாய் இடையே நடந்த இந்த உரையாடல், கல்பியிலோ அல்லது வேறு இடத்திலோ நடந்திருக்கலாம். தாஞ்யா தோபே: மகாராணி! பீரங்கி துப்பாக்கிகள் எதற்காக வந்தன என்றார். நாங்கள் ஆங்கிலேயர்களுடன் போரிட்டபோது உங்கள் கோட்டை அமைதியாகிவிட்டதா ? நாங்கள் இப்படி நடக்காமல் இருந்திருந்தால் இழந்திருக்காது. மகாராணி: துணிச்சலான தளபதி! அப்போது ஒரு பிராமணர், அது லலிதாவாடி என்று பெயரிடப்பட்டது, எங்கள் துப்பாக்கிகளில் இருந்து நெருப்பு மழையை நிறுத்தியது எங்களுக்கு முன்னால் இருக்கும் இராணுவம் பேஷ்வாக்களின் இராணுவம் என்று கூறுகிறார். அவர்களிடம் இருந்ததை கடைசி வரை எங்களிடம் தொடர்ந்து கூறினார்

எங்களை தாக்க வரவில்லை. அவர்கள் துப்பாக்கிச் சூடு நடத்தினால், அது வசதியாக இருந்தது கோட்டையிலிருந்து நாங்கள் வெளியேறுகிறோம். அங்கு லலிதாவாடி கோட்டையின் புர்ஜில் அமைக்கப்பட்டது. தாஞ்யா தோப்பின் தோல்வியானது,

ஒரு மனிதன் மகாராணியுடன் நம்பிக்கை மீறல் செய்தான். அப்போது முட்டாள்தனமாக பேஷ்வா இராணுவத்தை உதவியாக கேட்டனர். ஆங்கிலேயர்கள் பீரங்கியில் இருந்து தான் துப்பாக்கிச் சூடு நடத்தப்பட்டது என்று அவர் கூறியிருந்தார்.

கோட்டையில் இருந்து துப்பாக்கிகள் நிறுத்தப்பட்டன. இல்லையெனில், அது பிரித்தானிய இராணுவம் தீயை எதிர்கொள்வது மிகவும் கடினமாக இருந்தது ஆங்கிலேய ராணுவத்தின் மீது பீரங்கி குண்டுகள் வீசப்பட்டால் இரு தரப்பும் தாஞ்யா தோப்புடனான ஒப்பந்தத்தின் போது கோட்டையில் இருந்து முதல் தடவை இராணுவத்தை தோற்கடிக்க அவர்களுக்கு ஒரு நல்ல வாய்ப்பு கிடைத்தது. கோட்டையிலிருந்து துப்பாக்கிச் சூடு நிறுத்தப்பட்டால் தாஞ்யா தோபே. டாக்டர். சில்வெஸ்டர்,

ஹுக்ரோஸுடன் வந்திருந்தார். இந்த நடவடிக்கையில் ஆச்சரியத்தை வெளிப்படுத்தி, அவர் எழுதினார்:

"உள்ளே உள்ள மக்கள் ஏன் என்று கற்பனை செய்வது கடினம் பேஷ்வாக்களின் படைகள் எங்களை தாக்கிய போது கோட்டை திடீரென தாக்கப்படவில்லை. கோட்டைக்குள் சிக்கிய மக்களை வெளியில் இருந்து பாதுகாத்து வந்தார். அவர்கள் எண்ணிக்கையில் அதிகமாக இருந்ததால் அவர்கள் வெற்றி பெற வேண்டிய கட்டாயத்தில் தான் இருந்தனர்.

ஜான்சி டவுனில் நுழைவு

ஹுக்ரோஸ் மீண்டும் தனது கவனத்தை ஜான்சியின் மீது குவித்தார். தாந்யா தோப்பை தோற்கடித்த பிறகு ∴பிராங்க்ஸ் மேலும் வெல்ல முடியவில்லை. அவர்கள் சிறப்பாக முயற்சி செய்திருந்தாலும் கோட்டையைத் தாக்கும் உத்தியை மூன்று பக்கங்களில் அவர் வகுத்தார். மேற்குப் பக்கம் மேஜர் கால் வரை, தெற்கிலிருந்து லெப்டினன்ட் கர்னல் வரை லிடெல், பிரிகேடியர் ஸ்டூவர்ட் மற்றும் கேப்டன் ராபின்சன் மற்றும் இடது பக்கத்திலிருந்து லெப்டினன்ட் கர்னல் லோத் மற்றும் மேஜர் வரை ஸ்டூவர்ட். அவர்கள் ஒவ்வொருவரும் அவரவருக்கு ஒதுக்கப்பட்ட பதவியை அடைந்தனர். அவரது படையுடன். ஏப்ரல் 3 ஆம் தேதி, பிற்பகல் சுமார் 3.00 மணிக்குப் பிறகு மதியம் கோட்டை மூன்று பக்கங்களிலிருந்தும் ஒரே நேரத்தில் தாக்கப்பட்டது. அவர்களில் முதல் படை எப்படியோ அருகில் வந்து சேர்ந்தது கோட்டை, மற்றும் அது சுவரில் ஏற படிக்கட்டுகளையும் சரி செய்தது. இரண்டாவது மற்றும் மூன்றாவது இராணுவம், வாள்கள் மற்றும் துப்பாக்கிகளுடன் சண்டையிட்டு, நகருக்குள் நுழைய முயன்றனர். அப்பொழுது கோட்டையின் சுவரில் ரோந்து சென்ற துணிச்சலான வீரர்கள் அதைக் கண்டனர் எதிரி கோட்டையின் சுவரில் ஏற முயல்கிறார், அவர்கள் சத்தம் போட்டனர். இது கோட்டைக்குள் இருந்த ராணுவத்தை எச்சரித்தது. இதனால் கோட்டையின் நிலை மிகவும் மோசமாகிவிட்டது. கணக்கிட முடியாத அளவுக்கு உயிர் மற்றும் பண இழப்பு ஏற்பட்டது கடந்த பதினொரு நாட்களாக குண்டுகள் அனைத்தையும் தாக்கியது. அந்த கோட்டையின் சுவரும் பல இடங்களில் சேதமடைந்தது. அங்கு தாந்யா தோப்பின் தோல்வி பற்றிய செய்தியும் வெளியிடப்பட்டது. இருள் மற்றும் ஏமாற்றம் நிறைந்தது. இது உளவியல் தாக்கத்தை ஏற்படுத்தியது. மேலும், எந்த ஒரு சாதாரண இராணுவமும் ஒரு துணிச்சலான மனிதனை தோற்கடிக்க முடியாது. அதாவது தாந்யா தோப் போன்றவர்களை எதுவும் செய்ய முடியாது. எனவே தோல்வி தவிர்க்க முடியாதது என்ற முடிவுக்கு வந்தனர். மகாராணி லட்சுமிபாய்க்கு இந்த நிலை தெரியாமல் இல்லை. அவளுடைய வீரர்களின் மனதில். அப்போதும் அவள் மனம் தளரவில்லை என்பது புரிகிறது. ஏனெனில், ஆபத்து என்ற சத்தம் கேட்டவுடன், அனைவரும் உள்ளே கூடினர். அனைத்து முகங்களிலும் பயமும்

ஏமாற்றமும் தெளிவாகத் தெரிந்தது. ஒரு துணிச்சலானவரின் தர்மத்தை (கடமை) நிறைவேற்றுவது நமது கடமையாகும். அதுவும் பெண்ணே, என்று மகாராணி அவர்களிடம் கூறினாள்.

"துணிச்சலான வீரர்களே! நாங்கள் தொடங்கவில்லை என்பது உங்களுக்கு நன்றாகத் தெரியும்
பேஷ்வாக்கள் அல்லது பிறரிடமிருந்து உதவி கிடைக்கும் என்ற நம்பிக்கையில் இந்தப் போர் நடக்கிறது. பல்வேறு விஷயங்களில் நீங்கள் அடைந்தது வெற்றியும் இல்லை. பேஷ்வாக்களின் உதவியால் போர்கள் நடக்கிறது. நீங்கள் வெற்றி பெற்றீர்கள். அதாவது வீரத்தின் அடிப்படையில் போர் நடந்தது. எங்கள் செயல்பாட்டிற்காக இந்த போரின் நெருப்பில் குதித்தார். கடமை, சுதந்திரம் மற்றும் நமது சுயமரியாதையைப் பாதுகாப்பதற்காக தான். இப்போதும் அதே பொறுமையுடனும் தைரியத்துடனும் போராடுங்கள் நீங்கள் இதுவரை போராடி உங்களுக்கான பெயரை சம்பாதித்தீர்கள். பாதுகாப்பு உங்கள் தோள்களில் உள்ளது. இப்போது அந்த ஒருவேளையினை நாம் நம்மை தயார்படுத்த வேண்டிய நேரம் வந்துவிட்டது. நமது புனித நோக்கத்தை அடைவதற்கான இறுதி தியாகத்திற்காக" அதைச் செய்வோம்.

அதன் பிறகு மகாராணி ஆடைகள் மற்றும் ஆபரணங்களை வழங்கினார். அவளுடைய முக்கிய தளபதிகளுக்கு பரிசுகள் கொடுத்தார். இந்த வார்த்தைகள் மகாராணி படைவீரர்களின் இதயங்களில் புதிய நம்பிக்கையை நிரப்பியது. மகாராணி தன் படையை மூன்றாகப் பிரித்தாள். ஒவ்வொருவரும் தனக்கு ஒதுக்கப்பட்ட பதவியை அடைந்து எதிரியை எதிர்கொண்டனர். குலாம் கவுஸ் கான் ஆங்கிலேயர்கள் மீது குண்டுகளை பொழிந்தார் அவரது பீரங்கி துப்பாக்கியிலிருந்து. மகாராணி தன் பாதுகாவலர்களுடன் கோட்டையின் ஒவ்வொரு முனையிலும் போரை ஆய்வு செய்யத் தொடங்கினாள். தேவையான போர்ப் பொருட்களை எடுத்துச் சென்றனர். எதிரியின் படை கோட்டையின் ஒரு பகுதியில் தொடர்ந்து குண்டு மழை பெய்து கொண்டிருந்தது. அந்தத் திசையில் குண்டுகளைப் பொழியும்படி மகாராணி கௌஸ் கானைச் சுட்டிக்காட்டினார். இதன் காரணமாக கோட்டையின் சுவரில் பீரங்கி குண்டுகளால் பல ஓட்டைகள் ஏற்பட்டன. ஒருவரையொருவர் கடுமையாக ஷெல் தாக்குதல் நடத்தினர். யார் வெற்றி பெறுவார் என்று அப்போது யாராலும் சொல்ல முடியவில்லை. ∴பிராங்க்ஸ் நகரிலும் பலத்த குண்டுகள் மழை பெய்தது. அங்கு அர்சி மஹால் என்று அழைக்கப்படும் ஒரு பழங்கால விநாயகர் கோவில், அங்கு ஒரு ஆவணி மாதம் அன்று விழா ஏற்பாடு செய்யப்பட்டது விநாயக சதுர்த்தி விழா. இந்த விழாவில் அனைத்து சாதியினரும் கலந்து கொண்டனர். உயர்ந்தவர் தாழ்ந்தவர் என்ற உணர்வு இல்லாமல். இருந்தனர். திடீரென பீரங்கி குண்டுகள் வெடித்தன. அதை தரைமட்டமாக்கின. அங்கு நான்கு

பேர் உயிரிழந்தனர். இதனால் நகரில் பரபரப்பு ஏற்பட்டது. மகாராணி இந்த செய்தி கிடைத்ததும் கோபமடைந்தார். அவள் தன் வீரர்களுக்கு கட்டளையிட்டாள். "அனைத்து பீரங்கி துப்பாக்கிகளையும் சுட்டி, அதாவது கான் கர்ஜன், கரக் பிஜிலி, மஹாகாளி, பவானி சங்கர் போன்றவர்கள் பிரதான வாயிலை நோக்கி எதிரியை உயிருடன் கொல்லுங்கள்." என்றார். கட்டளைக்கு இணங்க அனைத்து துப்பாக்கிகளும் பலமுறை இடி முழக்கமிட்டன; இதன் விளைவாக, எதிரியை தோற்கடிக்க வேண்டிய கட்டாயம் ஏற்பட்டது. பின்னர் ஆங்கிலேயர்கள் கடுமையான தாக்குதலை நடத்தினர். அவர்கள் மீது குண்டுகள் மழையாக பொழிந்தன. அதாவது புர்ஜ் கோட்டையில் அதன் சுவர்களில். லெப்டினன்ட் பாக்ஸ் மற்றும் லெப்டினன்ட் போனஸ் உண்மையான துணிச்சலை வெளிப்படுத்தினார்.

அவர்கள் முயற்சி செய்து நகரத்தின் சுவரில் வைக்கப்பட்டுள்ள படிக்கட்டுகளில் ஏறுங்கள் என்றனர். ஜான்சியின் துணிச்சலான வீரர்கள் வீசிய குண்டுகள் அவற்றை முடித்தன. அதன் பிறகு லெப்டினன்ட் டிக் மற்றும் லெப்டினன்ட் மிக் எ.்.ப். ஜான், முன்னோடியில்லாத தைரியத்தை வெளிப்படுத்தி, சுவர் ஏறி, மற்றும் இராணுவத்தை அழைக்கத் தொடங்கினார். ஜான்சியின் படை முடிந்தது. இதற்குப் பிறகு லெப்டினன்ட் போனஸ் மற்றும் .்.பாக்ஸ் ஆகியோரும் தைரியமாக முயற்சித்தனர் அவர்களும் கொல்லப்பட்டனர்.

லெப்டினன்ட் டிக் தெற்கில் பெரும் பின்னடைவை சந்தித்தார். பின்னர் ப்ரோக்மேன் கட்டளையை ஏற்றுக்கொண்டார். பிரிகேடியர் ஸ்டுவேர்ட் மற்றும் கர்னல் லோத் 25 மற்றும் 26 வது காலாட்படை பிரிவின் உதவியுடன் வெற்றி பெற்றது நகரின் ஒர்ச்சா வாயிலைக் கட்டுப்பாட்டிற்குள் கொண்டு வர பார்த்தனர். இதைப் பார்த்ததும், ஜான்சியின் மற்ற இராணுவத்தினர் செய் அல்லது செத்து மடி என்ற மனப்பான்மையுடன் போராடினர். எதிரிக்கு பெரும் சேதத்தை ஏற்படுத்தியது. ஆனால் அவை எண்ணிக்கையில் சில, மற்றும் எவ்வளவு காலம் இந்த துணிச்சலான மனிதர்களை எதிர்கொள்ள முடியும். அதிக எண்ணிக்கையில் எதிரியா? இறுதியில் எதிரி தான் கைப்பற்றினான். இதற்குப் பிறகு எதிரிகள் கைப்பற்ற திட்டமிட்டனர்.

அதன் அடுத்த முன்னேற்றத்தில் அரச இடத்திற்கு மேல் என இருந்தது. இந்த வெற்றியில் இலாஜி பண்டேலா ஜான்சியின் மீதான நம்பிக்கையை உடைத்து ஆங்கிலேயர்களுக்கு உதவினார். அவனுடைய உதவியால்தான் எதிரிகளை அடக்கி வெற்றி கண்டான். சுவர் அருகே படிக்கட்டு. இந்த உதவிக்கு வெகுமதியாக இரண்டு கிராமங்களில் ஜாகிர் கொடுப்பது உறுதியானது. இந்த போரை நேரில் பார்த்தவர் தனது தி சென்ட்ரல் புத்தகத்தில் டாக்டர் லோ எழுதினார்: "எங்கள் இராணுவம் அந்த பாதையில் முன்னேறியவுடன் முழு வளிமண்டலமும் ஒலியுடன் எதிரொலித்தது எதிரி வீரர்களின் கொப்புளங்கள் மற்றும் அதனுடன்

கடுமையான மழை குண்டுகள், தோட்டாக்கள், ஈட்டிகள், அம்புகள் மற்றும் பிற வான்வழிப் போர் வீச்சுகள் கோட்டையின் சுவரில் இருந்து எங்களை வரவேற்றது, அதன் விளைவாக முடியும் நமது இராணுவத்தின் மொத்த அழிவைத் தவிர வேறு எதுவும் இருக்கக்கூடாது. இந்த மரணத்தில் நாம் சுமார் இருநூறு அடிகள் முன்னேற வேண்டியிருந்தது. அவர்கள் விழுந்து இறந்தாலும், எங்கள் துணிச்சலான ஆக்கிரமிப்பு வீரர்கள் தங்கள் முன்னேற்றத்தைத் தக்க வைத்துக் கொண்டனர். இறுதியாக அவர்கள் மூன்று வெவ்வேறு இடங்களில் மூன்று படிக்கட்டுகளை அமைத்தனர். எங்கள் தலையில் குண்டுகள் மற்றும் தோட்டாக்களின் பலத்த மழை இதயத்தை பிளக்கும் அழுகைகளுக்கு மத்தியில் இறந்த மற்றும் காயமடைந்த துணிச்சலான வீரர்கள் மற்றும் பிற காது கேளாத சத்தங்கள் அவர்களை தங்குமிடம் தேட நிர்ப்பந்தித்தன, மேலும், தைரியத்தை கைவிட்டு உயிருக்கு அங்கிருந்து ஓடுகின்றனர். அப்போதும் நம் ராணுவத்தின் சில துணிச்சலான வீரர்கள் மேலே ஏறி வெற்றி பெற்றார். அவர்களைப் பார்த்து மற்றவர்களும் மேலே ஏற முயன்றனர். இந்த அதிகப்படியான சுமை படிக்கட்டுகளின் சமநிலையை சீர்குலைத்தது, அது உடைந்தது, மேலும் அவை அனைத்தும் ஒருவர் மீது ஒருவர் மயக்கம் கொண்டு கீழே விழுந்தனர். அந்த நேரம் யாரோ குண்டு வீசினர். அது திரும்பவும் ஒலித்தது. எங்கள் துணிச்சலான வீரர்கள் அங்கு இருந்தனர் போர்க்களத்தை விட்டு வெளியேற வேண்டும்.

"எங்கள் வீரர்கள் பின்வாங்கி ஓடுவதைப் பார்க்கிறோம். மேஜர் ப்ரோக்ஹாம் மகாராணியின் இராணுவத்தின் மூலம் துளைத்தார் மறுபுறம், பிரிகேடியர் ஸ்டுவர்ட் மற்றும் கர்னல் லோத் அவர்களின் 25 மற்றும் 26 உடன் ஓர்ச்சா கேட் நோக்கி படைப்பிரிவுகள் முன்னேறியது. ஒரு சில ஜான்சி வீரர்கள் மட்டுமே எஞ்சியிருந்தனர். ஆனால் அவர்கள் தொடர்ந்து சண்டையிட்டனர். ஆனால் ஏழைகளால் எவ்வளவு காலம் முடியும்? இறுதியாக, அவர்கள் ஒரு பெரிய பின்னடைவைத் தோற்கடிக்க வேண்டியிருந்தது. இதற்கிடையில் தெற்குப் போர்க்களத்தில், வீரமான வீரர்கள், மிகுந்த தைரியத்துடன் செயல்பட்டு, அங்கு படிக்கட்டுகளை சரி செய்தனர். மற்றும் மேலே ஏற முயன்றனர். இந்த முறையும் பண்டேலா போன்ற துணிச்சலான மனிதர்கள்.

வாள்களைப் பயன்படுத்துவதை நன்றாகக் காட்டினார். வெள்ளையர்களும் உள்ளூர் வீரர்களும் குதித்தனர் சுவரைத் தாண்டி நகரத்திற்குள் நுழைந்தான்.

எனவே, இந்த வழியில், 12 ஆம் நாள் எதிரி இராணுவம் நகருக்குள் நுழைவதில் வெற்றி பெற்றது. மகாராணிக்கு அது பெரிய அடி. ஆங்கிலேயர்கள் பாதி வெற்றி அடைந்தனர் அவர்கள் நகரத்திற்குள் நுழைந்தனர். இப்போது கையகப்படுத்த திட்டமிட்டுள்ளனர்.

ஜான்சியின் தோல்வி

மகாராணியின் அரண்மனையைக் கைப்பற்ற ஹக்ரோஸ் நகர்ந்தார். நகரத்திற்குள் நுழைந்த பிறகு. ரோந்து காவலர்கள் சுவரின் நகரத்தை பார்த்தார்கள். ஆயிரக்கணக்கான வெள்ளையர்களைக் கண்டார்கள். அங்கே சுற்றித் திரிந்து பார்த்தால் அங்கே ஒரு சாயல் மற்றும் அழுகை இருந்தது. இதைப் பார்த்ததும் மகாராணி ஒரு கணம் திகைத்தாள், ஆனால் அடுத்தது

அவள் தன்னைக் கட்டுப்படுத்திக் கொண்ட தருணம். அவரது மன நிலையினை வார்த்தை படமாக்கி பரஸ்நீஸ் எழுதினார்: "அவள் நகரத்தின் தெற்குப் பகுதியைப் பார்த்தபோது, அங்கு ஆயிரக்கணக்கான வெள்ளையர்களும் குடிமக்களும் தங்கியிருப்பதைக் கண்டார். அங்கு புலம்பி அழுது கொண்டே இருந்ததால் ஒரு கணம் பொறுமை இழந்தாள். ஏமாற்றம் மற்றும் பயத்தின் தடயங்கள் அவள் முகத்தில் தெரிந்தன. பின்னர் இந்த விமர்சனத்தில் தன்னை வலுப்படுத்திக் கொள்ளும் முயற்சியில் ஈடுபட்டாள். ஒரு நாள் அதை விட்டுவிட வேண்டும். அதாவது அதில் கோழைத்தனம் மிகவும் அவமானகரமான விஷயமாக இருக்கும். யார் அந்த போர்க்களத்தில் தங்கள் முதுகைக் காட்டுங்கள் என்று கூறுவார்.

எனவே மகாராணி தன் மெய்க்காப்பாளர்களிடம், கொடூரமான எதிரியின் கைகளில் இறப்பதற்குப் பதிலாக, கைதியாக தூக்கிலிடப்பட்டால், அது மிகவும் சரியானதாகவும் விரும்பத்தக்கதாகவும் இருக்கும் தன்னைத் தியாகி ஆக்கி சிங்கத்தைப் போல எதிரிகளின் கூட்டத்தைத் தாக்குங்கள். எனவே, வாருங்கள், முன்னோக்கிச் சென்று உங்களை அழியாதவர்களாக ஆக்குங்கள் என்றாள். எதிரிகளை அழிக்கும் செயல்முறையைக் காணுங்கள். அதனால் உங்கள் கவிஞர்கள் உங்கள் போர்வீரர் போன்ற செயல்களைப் பாடுவதில் பெருமையாகவும் மகிழ்ச்சியாகவும் உணருங்கள். அதன் பிறகு, அவள் விரைவாக ஆயுதங்களை ஏந்தினாள் கோட்டையிலிருந்து இறங்கி வந்தாள். சுமார் ஒன்றரை ஆயிரம் ஆப்கான் வீரர்கள் அவளைப் பின்தொடர்ந்தனர். வெளியே வந்த உடனே கோட்டையின் வாசலில் இருந்த பிரிட்டிஷ் வீரர்களைத் தாக்கினாள். தெற்குப் பக்கத்திலிருந்து நகரத்திற்குள் நுழைந்தாள். மகாராணி முன்னேறிக் கொண்டிருந்தாள்.

குதிரையின் மீது உறையில்லாத வாளுடன் கை, மற்றும் ஆப்கானிய வீரர்கள் அவளைப் பின்தொடர்ந்தனர். ஆப்கன் வீரர்கள் வெள்ளையர்களைக் கொன்று அவற்றைத் தரையில் பரப்பினர் வெள்ளையர்கள் தங்கள் மரணத்தை ஆப்கானிஸ்தான வீரர்கள் வடிவத்தில் பார்த்தார்கள். அங்கும் இங்கும் ஓடி, பாதைகளில் ஒளிந்து கொண்டனர் மற்றும் பைலேன்கள் மற்றும் தங்கள் துப்பாக்கிகளால் அங்கிருந்து சுட்டனர். மகாராணி மற்றும் அவரது வீரர்கள் இருந்தனர். இதற்கிடையில் பிரிட்டிஷ் இராணுவம் அங்கு வந்தது. இதைத் தொடர்ந்து இந்த ராணுவமும் சுடத் தொடங்கியது. பொருட்களை மறைக்க அவற்றை பின்னால் நிலைநிறுத்துதல் செய்ய வேண்டும். இத்தகைய சாதகமற்ற சூழ்நிலையில் மகாராணியின் 75 வயதான சர்தார் அவளிடம், "இப்படி வாழ்க்கையோடு விளையாடுவது விரும்பத்தக்கதல்ல. திறந்த நிலத்தில் வெள்ளையர்கள் பின்னால் இருந்து சுடுகிறார்கள். ஆயிரக்கணக்கான ∴பிராங்ஸ் ஊருக்குள் நுழைந்தனர்.

எனவே, நீங்கள் மீண்டும் கோட்டைக்குச் செல்வது நல்லது எதிர்கால உத்தியை வரையவும்" என்றனர். முதியவரின் அறிவுரையை மகாராணி பொருத்தமானதாகக் கருதினார். எனவே, எதிரிகளைக் கொன்று, அவள் திரும்பி வந்தாள். தனது சில வீரர்களுடன் பாதுகாப்பாக கோட்டைக்கு திரும்பி செல்ல ஆரம்பித்தாள். எதிர்கால திட்டங்களைப் பற்றி சிந்தியுங்கள். கல்பிக்கு புறப்படும் மகாராணியின் முடிவு கோட்டைக்குள்

மகாராணிக்கு தகவல் வந்து கொண்டிருந்தது நகரத்தின் அனைத்து செயல்பாடுகள் குறித்தும் வந்தது. அதைப் பார்த்ததும் அவளுடைய இராணுவம் தோற்கடிக்கப்பட்டது, அவள் கோட்டையில் உள்ள அரண்மனைக்கு சென்றாள். அங்கு அந்த நேரத்தில் அவளுடைய வலிகளுக்கு முடிவே இல்லை.

திவான்கானா (மாநாட்டு அறை) அறைக்குள் சென்றாள். அங்கே அமர்ந்து யோசிக்க ஆரம்பித்தாள்.
எதிர்கால திட்டங்கள் பற்றி யோசித்தாள் நகரத்தின் நிலையைக் கண்டு பரிதாபமும் கோபமும் கொண்டவளாக இருந்தாள். அரை மணி நேரம் யாரிடமும் பேசவில்லை. சூழ்நிலைகள் அவளுக்கு எதிராக திரும்பின. இந்த நேரத்தில் அவளுக்கு ஒரு செய்தி கிடைத்தது.

கவுஸின் மரணம்

கான், மற்றும் குன்வர் குதபக்ஷ், பிரதான வாயிலின் காவலர் ஆவர். இது அவளை மேலும் காயப்படுத்தியது. கண்களில் கண்ணீர் வழிந்தோடியது. இனி என்ன செய்வது, என்ன செய்வது என்ற சந்தேகம் அவளுக்குள் எழுந்தது. இதை செய்ய கூடாதா? ஆனால் இந்த மாதிரியான சந்தேகம் எதையும் தீர்க்கப் போவதில்லை. பிரச்சனை தராது அவள் உடனடியாக ஏதோ முடிவு செய்தாள்: அவள் அனைவரையும் அழைத்தாள். இன்னும் எஞ்சியிருந்த அவரது ஆலோசகர்கள் மற்றும் கூட்டாளிகள்; எல்லோருக்கும் செய்திகளைக் கூறினாள். அவர்கள் தனது கடைசி செய்தி:

"இன்று வரை கடுமையாக போராடி ஜான்சியை பாதுகாத்து வந்தீர்கள் எதிரிக்கு எதிராக; ஆனால் இப்போது அதை பரிந்துரைக்க எந்த அறிகுறியும் இல்லை நாம் வெற்றி பெறுவோம். எங்கள் மிகப்பெரிய போராளிகள் துப்பாக்கி மற்றும் பீரங்கி ஆபரேட்டர்கள் போராடி உயிரைக் கொடுத்துள்ளனர். அனைத்து காவலர்களும் கோட்டையின் வாயில்கள் மற்றும் சுவர்களில் கொல்லப்பட்டனர். அங்கு ஆங்கிலேயர்கள் நகரத்தை தங்கள் கட்டுப்பாட்டுக்குள் கொண்டு வந்தனர் அனைத்து இடங்களிலும் காவல் நிலையங்களை அமைத்துள்ளனர். இப்போது அவர்கள் கோட்டையைத் தாக்குவதும் அதைத் தங்களுக்குள் எடுத்துக்கொள்வதும் எளிது. காலையில் கோட்டைக்கு வந்து கைது செய்வார்கள். எங்களை எப்படி கொன்று விடுவார்கள் என்று தெரியவில்லை. அதனால் முடிவு செய்துவிட்டேன் நான் வெடிமருந்துகள் பதுக்கி வைத்திருக்கும் அறைக்கு செல்வேன் மேலும் தீக்குளித்து தற்கொலை செய்து கொள்கிறேன் என்றால் நான் அனுமதிக்க மாட்டேன். எனவே, இத்துடன் வாழ்க்கையை முடிக்க விரும்புபவர்கள் நான் இங்கேயே இருக்க வேண்டும்; மீதமுள்ளவர்கள் கோட்டைக்கு கீழே செல்லலாம் மற்றும் அவர்களின் உயிரைக் காப்பாற்ற முயற்சி செய்யுங்கள். மகாராணியின் இந்த வார்த்தைகளைக் கேட்டு மக்கள் அதிர்ச்சியடைந்தனர். இதைப் பற்றி ஒரு முதியவர், "பாய் சாஹேப்! தயவுசெய்து நீங்களே எழுதுங்கள். அதற்கான பரிகாரம் எங்களிடம் இல்லை. அதாவது ஜான்சிக்கு காத்திருக்கும் அழிவுக்கான பரிகாரம் இந்த உலகில் உள்ள அனைத்து செயல்களும் முந்தைய செயல்களின் விளைவான பலன்கள் ஆகும். இந்து மதத்தின் தரவரிசைப்படி தற்கொலை என்பது புனித நூல்கள் மிகவும் கொடிய பாவங்களில் ஒன்றாகும்.

இவை அனைத்தையும் கருத்தில் கொண்டு, ஒரு தைரியமான பெண் மற்றும் ராஜ்மாதாவின் ஒரு பகுதி உங்களைப் போன்றது. அது தற்கொலை செய்து கொள்கிறது. இந்த வாழ்க்கையில் நாம் அனைவருக்காகவும் துன்பப்படுகிறோம் முந்தைய வாழ்க்கையில் செய்த தீய செயல்கள் அதை நாம் சேகரிக்க கூடாது இந்த ஜென்மத்தில் பாவங்களைச் செய்வதன் மூலம் எதிர்கால வாழ்க்கைக்கு அதிக பாவங்கள் வந்து சேரும். நாங்கள் இந்த துன்பத்தை பொறுமையாக தாங்க வேண்டும். நீங்கள் ஒரு துணிச்சலான பெண்மணி. நீங்கள் தற்கொலை எண்ணத்தை மகிழ்விக்க வேண்டாம், ஆனால் சிலவற்றைக் கண்டுபிடிக்கவும் இந்த நெருக்கடியிலிருந்து விடுபட மற்ற மாற்று நடவடிக்கை நீங்கள் செய்தால் கோட்டையில் தங்குவது சரியானது என்று கருதவில்லை, பிறகு நீங்கள் வெளியேற வேண்டும் இன்றிரவு கோட்டை மற்றும் எதிரி முற்றுகையிலிருந்து வெளியேறும். இராணுவம் பேஷ்வாக்கள் கல்பியில் முகாமிட்டுள்ளனர். நீங்கள் அங்கு சென்று சந்திக்கவும் துரதிர்ஷ்டவசமாக உங்கள் வழியில் நீங்கள் கொல்லப்பட்டால், அது போர்க்களத்தில் அதிகம் உயிரைக் கொடுத்து சொர்க்கத்தை அடைவது விரும்பத்தக்கது. அதாவது தற்கொலை செய்வதை விட" மிகச் சிறந்த ஒன்று. மகாராணி இந்த வார்த்தைகளில் உண்மையான நிலையினை அறிவுப்பூர்வமாக கூறினார். அதனால் அவள் அவ்வாறு செய்ய முடிவு செய்தாள். மாலையில் மகாராணி அவளுடைய கூட்டாளிகள் மற்றும் வேலைக்காரர்கள் அனைவரையும் அவளிடம் அழைத்து அதை கொடுத்தாள். அவர்களுக்கு பரிசுகளை வழங்கி இரசிய வழியில் கோட்டையை விட்டு வெளியே செல்லும்படி அறிவுறுத்தினாள். மகாராணியும் அந்த இடத்தை விட்டு வெளியேற முடிவு செய்தாள்.

ஒரு தொடும் பிரியாவிடை

தனக்கு நெருக்கமானவர்கள் மற்றும் அன்பானவர்கள் அனைவருக்கும் விருது வழங்கிய பிறகு, மகாராணி, அங்கிருந்து புறப்படுவதற்கு முன், அவர்களிடம், "நீங்கள் வேண்டும் தயக்கமின்றி உங்கள் பைகளில் வைக்கவும், அல்லது பின்னால் கட்டவும், அல்லது உங்கள் குதிரைகளின் மூட்டைகளிலோ அல்லது இரட்டைப் பைகளிலோ அதை மறைக்கவும் உங்களிடம் உள்ள ஒளி அல்லது மதிப்புமிக்க ஆபரணங்கள் அல்லது நகைகள் எதுவாக இருந்தாலும் தெரியாத நிலம் அல்லது நாட்டில் நீங்கள் உயிருடன் சென்றடையும் பணத்திற்காக நீங்கள் கஷ்டப்பட வேண்டாம் என்றாள்.

அதற்குப் பிறகு, மகாராணி வெளியேறத் தயாராகும் போது, ஒரு முன்னோடியில்லாத மற்றும் தொடுகின்ற காட்சி அங்கு தோன்றியது. அவளை பிரிவதற்கு தாங்காமல் வயதான பணிப்பெண்கள் இந்த நேரத்தில் தங்கள் உணர்வுகளை கட்டுப்படுத்த முடியாமல் அழ ஆரம்பித்தனர். பின்னர் அனைவரும் தொட்டனர் அவள் பாதங்கள். பின்னர் அவர்கள் அனைவருக்கும் விடைபெற்று, விடைபெறுகிறேன்.

அவளுடைய அன்பான ஜான்சி, ஜான்சியின் மகாராணி, காலவரையின்றி என்றென்றும் சுதந்திரத்திற்காக போரிடும் நோக்கோடு கோட்டையை விட்டு வெளியேறினாள். அவளுடன் அனுமதியளித்து அவளது வேலையாட்கள் சிலரும் அவளுடன் புறப்பட்டனர். அவளுடன் மோரோபந்தும் சென்று கொண்டிருந்தார். அனைவரும்

கிளம்பிக்கொண்டிருந்தனர் குதிரையில், ஆயுதம். கிளம்பும் முன் அனைவரும் பைகளை எடுத்துக் கொண்டனர் கருவூலத்தில் இருந்து ரூபாய்களை அவர்கள் முதுகில் கட்டினர். அது ஹவுடாவில் வைக்கப்பட்டது

ஒரு யானையின் மீது ஒரு சிறிய இராணுவக் குழுவும் உடன் சென்றது. மகாராணியின் தந்தை மோரோபந்த் சுமார் இருநூறு பேர் மகாராணியுடன் புறப்பட்டனர். இந்த நேரத்தில் மகாராணி வேடமணிந்து ஒரு ஆண் போல உடையணிந்தாள். அவள் உடல், தலைப்பாகை அல்லது தலையில் அவள் முதுகில் தொங்கும் வாள். பின் அவள் ஒரு வெள்ளை நிறக்குதிரையில் அமர்ந்தாள். மகாராணியோ அதை வைத்துக்கொள்வது சரியென்று கருதவில்லை. அவளிடம் தேவைக்கேற்ற பணம் மற்றும் அவரது வளர்ப்பு மகன் தாமோதர் ராவ், அவனுக்கு ஏழு அல்லது எட்டு வயது இருக்கும். அவள் முதுகில் துணியால் கட்டிக் கொண்டாள். விரைவில் கோட்டையை விட்டு வெளியே வந்ததும் அனைவரும் "ஹர்-ஹர்" என்று கூச்சலிட்டனர். மகாதேவ்," "ஜெய் சங்கர்" என்று முன்னோக்கிச் சென்றாள். யாருக்கு தகவல் கிடைத்தது என்றே தெரியவில்லை. மகாராணி புறப்படும் செய்தி தெரிந்து ஒரு கூட்டம் காத்திருந்தது. அவர்கள் கண்களில் கண்ணீர் வழிய, அவளை கடைசியாக தரிசனம் செய்ய நின்றனர். (பார்வை). இவர்களை பார்த்ததும் அவள் உள்ளம் உருகியது, ஆனால் இங்கே நிற்கும் நேர தாமதமும் மிகவும் ஆபத்தானது தான். அதனால், மகாராணி அமைதியாக இருந்து, குதிரையை முன்னால் நகரும்படி சைகை செய்தாள்.

இதற்குப் பிறகு, மகாராணி, ஒரு வேலைக்காரி, ஒரு சைஸ் பத்து-பன்னிரெண்டு குதிரை வீரர்கள், ஒரு வழியில் முன்னேறினர். அனைத்து நபர்களும் ஒரே நேரத்தில் வெளியேறுவது விரும்பத்தக்கதாக கருதப்படவில்லை. நகரின் வடக்கு வாசலில் காவலர்கள் இருக்கும்போது அவர்களைத் தடுத்து, "அங்கு தெஹ்ரியின் இராணுவம், சென்று கொண்டிருந்தது ஹுக்ரோஸுக்கு உதவ வேண்டும். இதைச் சொல்லி, ராணி தன் குதிரையைத் தூண்டினாள் மற்றும் அவை முன்னால் ஓடியது. தெஹ்ரி ராணுவமும் உதவிக்கு வந்துள்ளது. சில வீரர்கள் அவர்களைப் பின்தொடர்ந்தனர். ஆனால் அவர்கள் கொல்லப்பட்டனர்.

மகாராணி தப்பியோடியதை ஹுக்ரோஸ் அறிந்ததும், அவன் திகைத்தான். அவனால் மகாராணியைப் பாராட்டாமல் இருக்க முடியவில்லை. அவளுடைய தைரியம் மற்றும் புத்திசாலித்தனத்திற்காக பாராட்டினான். அவர் உடனடியாக லெப்டினன்ட்டுக்கு உத்தரவிட்டார் மகாராணியைத் துரத்தி பிடிக்க அனுப்பினான். நிஜாம்ஷாஹி இராணுவத்தின் ஒரு படைப்பிரிவால் பிடிக்கப்பட்டது. அவர் 20-25 மைல்கள் இரவில் ஓடியிருக்க வேண்டும் ஆனால் அவளைப் பிடிக்க முடியவில்லை.

எனவே, முற்றுகையிலிருந்து மகாராணியின் இந்தத் தப்பித்தலை எதிரி உண்மையில் ஆச்சரியமாக உணர்ந்தான். இந்த வகையில் அங்கு புகழ்பெற்ற பிரிட்டிஷ் வரலாற்றாசிரியர் மெடோஸ் டெய்லர் எழுதினார்:

"அந்த இரவில் இந்த பயணம் ரிஸ்க் எடுப்பது போல் இருந்தது. அனைவரின் வாழ்க்கையும், 14 டிராகன் பிரிட்டிஷின் தொகுதிகள் படை இவைகளில் ஹைதராபாத் அணிகள் கவனமாக இருந்தன. மற்றும் கவனத்துடன் நகரத்தை பாதுகாக்கிறது. அவர்களுடன் ஒரு சந்திப்பு என்றாலே எங்கும் நிச்சய மரணம் தான். ஆனால் எப்படி இவர்களின்

குழுவிலுள்ள துணிச்சலான நபர்கள் தங்களின் பாதுகாப்பாலிருந்து தப்பிக்கும் ஏமாற்றத்தை உருவாக்குகிறார்கள் என வியந்தனர்.

வெளிவராத ரகசியம்

இதுவரை. ராணியின் ஆலோசகர்கள் என்பதில் சந்தேகமில்லை கடினமான பணிகளில் மிகவும் புத்திசாலி மற்றும் புத்திசாலி. தவிர, ராணி மிகவும் அச்சமற்றவள் மற்றும் அற்புதமானவள் குதிரை சவாரி அற்புதமாக செய்பவள். எனவே, அவள் மின்சாரத்தின் வேகத்தில் முன்னேறினாள். அவளால் முடிந்ததைத் தாண்டி அந்த பரந்த நிலத்தை நோக்கி தனக்கான பாதுகாப்பை எதிர்பார்க்கிறாள்." ஆங்கிலேயர்கள் கோட்டையைக் கைப்பற்றினர். அடுத்த நாள் காலை, அதாவது ஏப்ரல் 5 ஆம் தேதி, லெப்டினன்ட் பிராக்கி கோட்டையைத் தாக்கத் தொடங்கினார். ஆனால் அவர் யாரிடம் சென்றார் தாக்க? முந்தின இரவே எல்லாரும் கோட்டையை விட்டு கிளம்பிட்டாங்க. அன்று கோட்டைக்குள் நுழையும் போது இராணுவம் எங்கும் பயங்கர அமைதியை சந்தித்தது. அங்கே ஒரு மனிதர் கூட இருக்கவில்லை. நாடாமல் எந்த வகையான போராட்டத்திலும் ஆங்கிலேயர்கள் கோட்டையை கைப்பற்றினர் ஏப்ரல் 5, 1858 அன்று ஜான்சி அவர்களின் கட்டுப்பாட்டில் இருந்தது கடந்த பதின்மூன்று நாட்களாக அவர்களின் இடைவிடாத போராட்டத்திற்கு மத்தியிலும், மகாராணி அவர்களை அடையும் அளவுக்கு அனுமதிக்கவில்லை.

மோரோபந்தின் வலிமிகுந்த முடிவு

மகாராணி ஜான்சியிலிருந்து பாதுகாப்பாக வெளியே வந்தாள், ஆனால் வீரர்கள் அவளுடன் கோட்டையை விட்டு வெளியே வந்தவர்கள் சூழ்ந்து கொண்டனர். அவர்களில் அவளது ஆப்கானிஸ்தான் வீரர் மற்றும் புந்தேலாவும் இருந்தனர் இந்த துணிச்சலான மனிதர்கள் கவலைப்படாமல் எதிரியுடன் போரிட்டனர். ஆனால் அவர்கள் மிகக் குறைவாகவே இருந்தனர். ஆங்கிலேயர்களின் அக்குறுகிய போராட்டத்தில் அவர்கள் அனைவரையும் இரக்கமின்றி கொன்றனர்.

மகாராணியின் தந்தை மோரோபந்த் பின்தொடர்ந்து ஓடிக்கொண்டிருந்தார் யானை மீது ஏற்றப்பட்ட செல்வம் மற்றும் கருவூலத்துடன் அவள். வழியில் பல இடங்களில் எதிரிகளை எதிர்கொண்டார். அது ஒரு கடினமான ஜெல்ட். யானையுடன் ஓட வேண்டும். அவருடைய நண்பர்கள் பலர் எதிரியுடன் போராடி இறந்தனர். மோரோபந்தும் அவதிப்பட்டார். அவரது காலில் ஒரு வாள் காயம். அப்போதும் அவர் தைரியமாக நகர்ந்தார் மறுநாள் தாந்தியாவை அடைந்தார். அங்கு அவர் தஞ்சம் அடைந்தார் (வெற்றிலை விற்பவர்). அப்போது ராஜா தாதியாவுக்கு இது தெரிய வந்தது, அவர் அவரைக் கைது செய்து அனுப்பினார். ஜான்சியில் இருந்த ஆங்கிலேயர்கள், அவருடைய சொத்துக்கள் அனைத்தையும் கைப்பற்றினர். அடைந்ததும் புந்தேல்கண்டின் அரசியல் முகவர், ராபர்ட் ஹாமில்டன் மற்றும் ஹக்ரோஸ் அவரை ஒரே நாளில் தூக்கிலிட்டனர். அரச மாளிகை முன்பு மதியம் 2.00 மணி அளவில் ஆங்கிலேயர்கள் ஜான்சியை கொள்ளையடித்தனர்.

அவர்கள் நகருக்குள் நுழைந்தவுடன், ஆங்கிலேயர்கள் மகிழ்ந்தனர் வன்முறை மற்றும் கொள்ளையின் வெறித்தனமான நடனத்தில் மகிழ்ச்சியடைந்தனர். ஏனெனில் லக்ஷ்மிபாய் ஜான்சியிடம் இருந்து

தப்பித்தது அவர்களின் கோபம் வெடித்தது ஜான்சியின் விரோதி. இந்த நேரத்தில் ஜான்சி பரிதாபமாக இருந்தாள். 1857ல் ஆங்கிலேயர்களின் படுகொலைக்கு பழிவாங்குதல் ஜான்சியில் ஏழை குடிமக்கள் யாராக இருந்தாலும் அவர்கள் ஜான்சியில் வசிப்பவர் என்ற சந்தேகத்தில் அவரை சுட்டுக் கொன்றனர். அங்கே பின்னர். அவர்கள் ஜான்சியின் பல பகுதிகளை எரித்தனர்.

நான் சொல்ல வருவது வெள்ளையர்கள் யாரையாவது கொன்றார்கள் என்றால் ஜான்சியில் அவர்கள் சந்தித்த ஆண் ஆகும். மேலும், தீ வைக்கப்பட்டது. எனவே, ஆதரவற்ற நிலையில், பாதுகாப்புக்காக மக்கள் தங்களால் இயன்ற இடங்களில் மறைந்தனர். வெள்ளை வீரர்கள் நகரத்தை கொள்ளையடிக்க ஆரம்பித்தனர். வீட்டுக்காரர் கட்டாயப்படுத்தினார் ஒரு சிப்பாய் உள்ளே காட்டிய அவனுடைய அனைத்து செல்வத்திலும் அவர் பங்குக்கு எதிர்த்தார்கள், வெள்ளை வீரர்கள் அவரது தலையை வெட்டினார்கள், அல்லது தூக்கிலிட்டனர் பக்கத்து மரம் மற்றும் கொள்ளையடித்த பிறகு வீட்டை அமைத்தது. அவர்கள் ஏற்கனவே இருந்த ஒருவரை மீண்டும் சந்தித்தால் கொள்ளையடித்தார்கள், அவர்கள் அவரை சுட்டுக் கொன்றனர். ஆனால் வெள்ளையர்கள் கொலை செய்யவில்லை. வெள்ளையர்களால் அவமானப்படுவோமோ என்ற பயத்தில் தற்கொலை செய்தனர். வெள்ளையர்கள் ஒரு மனிதனைச் சுட முடிவு செய்தபோது, அவரது மனைவி வந்தார்கள் அவனைக் காப்பாற்ற அவன் முன்னால், அவள் சுட்டுக் கொல்லப்பட்டாள். அதற்கு பிறகு அவர்கள் சம்பந்தப்பட்ட நபரை சுட்டுக் கொன்றனர். எதிரியாக இருந்தாலும் சரி நண்பனே என்று ஒரு மனிதன் நற்பண்புகளை வெளிப்படுத்தினால் அவனைப் போற்ற வேண்டும் என்ற நடவடிக்கை தெரியாத ஒரு வெள்ளை அதிகாரியை நாம் பாராட்டக் கடமைப்பட்டுள்ளோம் என்ற சூழ்நிலையில் உள்ளனர்.

சில மனிதர்கள் அவர்கள் உயிரைக் காப்பாற்ற ஒரு தோட்டத்திற்குச் சென்றனர் வெள்ளை வீரர்கள் அங்கு சென்றதும், பயந்தவர்கள் அவர்களிடம், "நாங்கள் இங்கு வசிப்பவர்கள் இந்த நகரம். எங்களுக்கும் கிளர்ச்சிக்கும் எந்த சம்பந்தமும் இல்லை. நாங்கள் முற்றிலும் அப்பாவி தயவுசெய்து எங்கள் உயிரைக் காப்பாற்றுங்கள் என கதறுவர். இந்த மனிதர்களின் வார்த்தைகள் ஆங்கிலேயர்களின் இதயத்தை நிரப்பியது இரக்கம் கொண்ட இராணுவ அதிகாரி. அவர் தோட்டத்தின் கேட்டை பூட்டினார். வெளிப்படையாக, நிகழ்வுகள் வரலாற்றில் இத்தகைய அருள் அரிதானது. இருந்தாலும் என்றும் கூறப்படுகிறது. கொள்ளையடிப்பதிலும் தீ வைப்பதிலும் வெள்ளையர்களுக்கு சுதந்திரம் வழங்கப்பட்டது உயர் அதிகாரிகள் பெண்களிடம் தவறாக நடந்து கொள்ளக் கூடாது என கடுமையான உத்தரவு பிறப்பித்துள்ளனர். வெள்ளை வீரர்களின் ஒவ்வொரு தொகுதியிலும் இரண்டு இந்தியர்கள் என்ற தெளிவான அறிவுறுத்தலுடன் படையினரும் இணைக்கப்பட்டனர் ஒரு வெள்ளை ராணுவ வீரன் ஒரு பெண்ணை கற்பழிக்க முயன்றால், அவன் உடனடியாக சுட்டுக் கொல்லப்பட்டார். அவன் மீது எந்த நடவடிக்கையும் எடுக்கப்படாது. ஒரு வெள்ளைக்காரனை சுட்டுக் கொன்றதற்காக இந்திய

ராணுவ வீரர் மேலே குறிப்பிட்டுள்ள இறந்தவர்களில். ஆங்கிலேயர்கள் பல கோடி ரூபாய் மதிப்பிலான சொத்துக்களை சேகரித்தனர்.

இந்த கொள்ளையில் தங்கம், வெள்ளி, வைரம் மற்றும் நகைகள் கிடைத்தன. கோவில்கள் மற்றும் மசூதிகள் கூட விடப்படவில்லை. இதை விவரிக்கிறது. அதை ஹென்றி சில்வெஸ்டர்ன் ஒரு நையாண்டி செய்தார்:

"போர் முடிந்த உடனேயே, எங்கள் அதிகாரிகள் மற்றும் வீரர்கள் தங்கள் ஆர்வத்தை பூர்த்தி செய்ய சுற்றி பார்க்க ஆரம்பித்தனர். இந்த தேடுதலின் பேரார்வம், அவர்கள் ஒவ்வொரு வீட்டிற்குள்ளும் நுழைந்தனர் இருண்ட மூலைகளிலும் பார்த்தேன், கொள்ளையடிக்க அல்ல, ஆனால் ஆராய்ச்சிக்கான அவர்களின் தாகத்தைத் தணிக்க. அவர்கள் எங்கு சந்தேகப்பட்டாலும், அவர்கள் தரையையும் சுவர்களையும் தோண்டினார்கள். இதில் என் கருத்து பல்வேறு பொருட்களை கொள்ளையடிப்பது ஆகும். ஒரு வகையான பொருட்களின் கொள்ளை முற்றிலும் நியாயமானதாகவும் இயற்கையாகவும் கருதப்படும் பொருட்கள் - கடவுளின் சிலைகள், அவை கிடப்பில் காணப்பட்டன.

மூன்று நாட்கள் நகரத்தை கொள்ளையடிக்கும் வாய்ப்பு வழங்கப்பட்டது. அதாவது வெள்ளையர்களுக்கு, நான்காவது நாளில் இது ஒரு வாய்ப்பு மெட்ராஸ் படைப்பிரிவுக்காக இருந்தது. இப்போது மக்கள் பணமின்றி தவித்தனர். அதனால் செம்பு, பித்தளை போன்றவற்றை மெட்ராஸ் படைப்பிரிவு கொள்ளையடித்தது. அதன் மீது கை வைக்க முடியும். இந்த பேரழிவு நடனம் ஜான்சி நகரம் முழுவதும் வரலாறு காணாத சலசலப்பை ஏற்படுத்தியது. அங்கு பெரிய மொஹல்லா, ஹல்வாய்புரா, நகரத்தின் பணக்காரர்கள் வாழ்ந்த இடம் தீ வைப்பில் சாம்பலாக்கப்பட்டது. பிறகு மறுபக்கம் ஹுக்ரோஸ் மற்றும் கர்னல் லோத் நகரைக் கைப்பற்றி முன்னேறினர். 86வது படைப்பிரிவுடன் அரச அரண்மனையின் கட்டுப்பாட்டைக் கைப்பற்றியது. மேலும் சிலர் மகாராணியின் நம்பிக்கைக்குரிய துணிச்சலான வீரர்களை அங்கு நிறுத்தினர். அவர்கள் எதிரி படையை முன்னோடியில்லாத துணிச்சலுடன் எதிர்கொண்டனர், ஆனால் அவர்கள் மிகக் குறைவான உறுப்பினர்களாக இருந்தனர். ஆங்கிலேயர்கள் அவர்கள் மீது துப்பாக்கிச் சூடு நடத்தினர்.

தூரத்தில் இருந்து, மறைவை எடுத்து, அருகில் வீடுகளை அமைத்தனர் அரச அரண்மனை தீப்பிடித்தது. அரச மாளிகைக்கும் தீ பரவியது மேலும். அதனால், மகாராணியின் அடியார்களால் நிற்க முடியவில்லை. அதாவது எதிரிக்கு முன் நீண்ட நேரம் நிற்பது பிடிக்கவில்லை. மகாராணியின் அரண்மனை அங்கு எழும்பிய தீப்பிழம்புகளால் விழுங்கப்பட்டது. ஆங்கிலேயர்கள் அங்கேயே கொல்லப்பட்டனர். அவர்கள் நுழையும்போது அங்கு ஐம்பது வீரர்கள் மறைந்திருந்தனர். ஒருமுறை அங்கு ஆங்கிலேயர்கள் தங்கள் முன்னிலையில் மிகவும் பதற்றமடைந்தனர். ஆனால் எவ்வளவு காலம் தான் அவர்களால் ஒரு கனமான படைப்பிரிவை எதிர்கொள்ள முடியும். பிரிட்டிஷ் படைகள் அனைவரையும் கொன்றன. அவைகள்

மகிழ்ச்சியுடன் நடனமாடுகிறது, ∴பிராங்க்ஸ் ஒன்றியத்தை அவிழ்த்தார். அரச அரண்மனையின் மீது ஜாக் கிட்டத்தட்ட முழுமையான இடிபாடுகளில் இருக்கிறார். அரச அரண்மனை மீதான இந்த தாக்குதல்

இரண்டாவது நாளில் செய்யப்பட்டது. மேலும் கொள்ளையடிக்கும் நாள். அதைக் கைப்பற்றிய பிறகு, அரண்மனையும் சூறையாடப்பட்டது. கருவூலத்தில் பல மதிப்புமிக்க நகைகள் வைக்கப்பட்டன பல தலைமுறைகளாக ஜான்சி அரச குடும்பத்தில் பொக்கிஷமாக பாதுகாக்கப்படுகிறது. பன்னா சுரங்கங்களில் இருந்து பல விலைமதிப்பற்ற வைரங்கள் இருந்தன. அங்கு மிகுந்த கவனத்துடன் சேமிக்கப்பட்டது. ஆங்கிலேயர்கள் பொருட்களை கொள்ளையடித்தனர். மீதமுள்ளவை அழிக்கப்பட்டன. மீண்டும் சம்பாதிக்கக்கூடிய பணமும் செல்வமும் கொள்ளையடிக்கப்பட்டன. ஆனால் நூலகம், பல மதிப்புமிக்க கையால் எழுதப்பட்ட மனு ஸ்கிரிப்ட்களை சேமிக்கிறது. அவை எரிந்து சாம்பலானது. அதில் புத்தகங்களின் டோம்கள் இருந்தன. முதல் மராட்டிய ஆட்சியாளர் முதல் மன்னர்களால் அவை சேகரிக்கப்பட்டது. ரகுநாத் ராவ் முதல் கங்காதர் ராவ் வரை, இந்த ஆட்சியாளர்கள் வரம்பற்ற செலவுக்குப் பிறகு அங்கொன்றும் இங்கொன்றுமாக பணம் வசூலித்தனர் கோவில்களின் இடிபாடுகள்" எட்டு நாட்கள் சொல்லப்படாத படுகொலை மற்றும் பேய் கொள்ளைக்குப் பிறகு, மேளா தாளத்தில் ஆங்கிலேயர்கள் மன்னிப்பு அறிவித்தனர். அப்போதுதான் அந்த சாலையில் கிடக்கும் உடல்களை தகனம் செய்ய முடியும். பின்னர் குடிமக்களில் ஆயிரக்கணக்கானோர் சாலைகளை சுத்தப்படுத்தினர். மொஹுல்லாக்களில் எரியும் நெருப்பு நசுக்கப்பட்டது. அங்குள்ள இடங்களில், அங்கும் இங்குமாக மணிகள் கிடந்த விலங்குகள் புதைக்க வெளியே கொண்டு செல்லப்பட்டன.

மேளா தாளத்திற்குப் பிறகு மறுநாள் அறிவிப்பு வந்தது. மன்னிக்கவும், அரச அரண்மனைக்கு முன்னால் ஒரு பஜார் ஏற்பாடு செய்யப்பட்டது. பின்னர் மக்கள் தேவையான பொருட்களை வாங்கினர். ஊரில் எல்லாம் கொள்ளை நடந்தது. இராணுவத்தின் உத்தரவின் பேரில் நடத்தப்பட்டது. அதனால் அனைத்தும் கொள்ளையடிக்கப்பட்டன பிரிட்டிஷ் கன்டோன்மென்ட்டில் ஒவ்வொரு நாளும் பொருட்கள் ஏலம் விடப்பட்டன. யானைகள், குதிரைகள் மற்றும் போர்ப் பொருட்கள் வாங்கப்பட்டன. மற்ற பொருட்கள் மற்றும் ஜாகிர்தார்கள் எடுத்துச் செல்லப்பட்டன. ஜான்சி மீது பிரிட்டிஷ் அதிகாரத்தை மீண்டும் நிறுவிய பிறகு, ஹக்ரோஸ் கோட்டையை மேஜரின் பொறுப்பில் வைத்தார் ராபர்ட்சன். ஆங்கிலேயர்கள் சிகிச்சைக்காக ஒரு மருத்துவமனையைத் தொடங்கினர் போரில் காயமடைந்த அவர்களது வீரர்கள் மற்றும் இறந்த உடல்கள் ஒரு முழுமையான மத பாரம்பரியத்தில் அகற்றப்பட்டன.

இதில் 36 அதிகாரிகளையும் 307 வீரர்களையும் ஆங்கிலேயர்கள் இழந்தனர். ஜஸ்னி 500 பேரை இழந்தது. அநேகமாக, அதுவும் இதில் அடங்கும். அவை ஆங்கிலேயர்களின் கொள்ளையில் கொல்லப்பட்டவர்களின் எண்ணிக்கையாகும்.

105

6. கல்பி போர்

மகாராணி லக்ஷ்மிபாய் " பந்தர் " கிராமத்தை அடைந்தார் ஏப்ரல் 5, 1858 காலை, ஜான்சியிலிருந்து தப்பி ஓடிய பிறகு. குளித்து முடித்ததும் சின்ன தாமோதருக்கு சாப்பாடு ஊட்டினாள். கல்பிக்கு செல்ல தயாராகி கொண்டிருந்தாள். இந்த நேரத்தில் அவளிடம் இருந்ததுஒரு வாளைத் தவிர எந்த இராணுவமும் அல்லது எந்த ஆயுதமும் இல்லை. பின்னர் அவள் அவளைத் துரத்திக் கொண்டிருந்த லெப்டினன்ட் போக்கர் இருப்பதை அறிந்தாள் மிக அருகில் " பந்தர் " அடைந்தது. எனவே, மகாராணி மீண்டும் கட்டிக்கொண்டார் தாமோதர ராவ் அவள் முதுகில் வந்து செல்ல தயாரானான். அந்த பக்கத்தில், எதிரி அவளை வேகமாக துரத்தினான். மகாராணி இனி அங்கேயே தங்குவது தற்கொலை என்று எண்ணி, அங்கிருந்து வெளியேறினாள். ஆங்கிலேயர்கள் அவளது கூடாரத்தை அடைந்ததும், அவர்கள் அதை காலியாகக் கண்டார்கள். இதில் போக்கர் காயமடைந்தார். மேலும் துரத்துகிறார்கள். எனவே கட்டாயத்தின் பேரில் அவர் திரும்பி வர வேண்டியதாயிற்று. மார்ட்டின் "தி பிரிட்டிஷ் இந்தியா"வில் எழுதுகிறார் :

"லெப்டினன்ட் போக்கர் தனது படைகளுடன் மகாராணியைத் தொடர்ந்தார் ஜான்சியிலிருந்து 21 கிலோமீட்டர் தொலைவில் அவளைச் சுற்றி வளைத்தார். தூரத்திலிருந்து அவர்கள் ஒரு கூடாரத்தைக் கண்டார்கள், ஆனால் அவர்கள் அடைந்தபோது அங்கே, கூடாரம் காலியாக இருப்பதைக் கண்டார்கள். சிலவற்றைப் பார்த்தார்கள். அது காலை உணவின் மிச்சம் ஆகும். அவள் காலை உணவை உண்டதும் அங்கிருந்து மறைந்தாள். லெப்டினன்ட் போக்கர் மீண்டும் அவளைத் துரத்த ஆரம்பித்து சிறிது தூரம் சென்றான். ராணி தன் நான்கு கூட்டாளிகளுடன் குதிரையில் பந்தயம் செல்வதைக் கண்டாள். ஆனால் இந்த துரத்தலில் அவரே பலத்த காயம் அடைந்தார்.

எனவே, அவர் தனது தேடலை கைவிட்டு திரும்பினார். மஹாராணியின் இந்த சாதனை அவளை நிரூபிக்கிறது விதிவிலக்காக கூர்மையான நுண்ணறிவு. பரஸ்னீஸ் அவளைப் பற்றி எழுதினார் பாராட்டு:

"உண்மையில் அது மகாராணியின் திறமையை சோதிக்கும் காலம் தான் போர்முறை. ஒருபுறம் துணிச்சலான மற்றும் அனுபவம் வாய்ந்த ஆங்கிலேயர் போக்கர் போல இருந்தார். அவரது தேர்ந்தெடுக்கப்பட்ட ரைடர்களுடன் ஓடிக்கொண்டிருந்தார் காற்றின் வேகம், மறுபுறம் ஒரு பலவீனமான பிராமணன் அவரை எதிர்கொண்ட பெண் ஒரு முயற்சியை மேற்கொண்டார். அங்கிருந்து பத்திரமாக ஓடிவிடு. இது மிகவும் ஆச்சரியமான காட்சியாக இருந்தது. இந்த சந்தர்ப்பத்தில் ஒரு வெற்றியை எதிர்பார்க்கலாம் என்றாலும் மகாராணிக்கு சாத்தியமற்ற முயற்சி, ஆனால் அவளது இயற்கைக்கு அப்பாற்பட்டது தைரியம், கடுமையான உறுதிப்பாடு, அரிய வீரம் ஆகியவை ஈடு இணையற்றது. அவர் ஒரு போர் வீரரான ஆங்கிலேயரை வீழ்த்தினார். போக்கர் தனது குதிரையை ஓட்டியவுடன்,

கட்டாயப்படுத்துகிறார் லக்ஷ்மிபாய் இன்னும் வேகமாக ஓட, முன்னோக்கி நகர்ந்தார், அப்போதுதான்..."

மகாராணி கல்பியை அடைகிறாள்

மலைகள், காடுகளை கடந்து, மேலும் பள்ளத்தாக்குகள், அணுகக்கூடிய மற்றும் அணுக முடியாத பேச்சுவார்த்தை பாதைகள், மற்றும் 24 மணி நேரம் தொடர்ந்து குதிரை ஓட்டம் என அங்கு மகாராணி இரவு 12.00 மணியளவில் கல்பியை அடைந்தாள். ஜான்சியின் மகாராணி, தைரியசாலி என்பது இப்போது ஒரு கேலிக்கூத்தானது. சில நாட்களுக்கு முன்பு வரை, எஜமானியாக இருந்தாள். அரச மாளிகையின் ஆடம்பரங்கள் அங்கும் இங்கும் ஓடிக்கொண்டிருந்தன.

அவளது சிறிய வளர்ப்பு மகனை முதுகில் கட்டிக்கொண்டு தங்குமிடம்! இல்லாது கடந்த இருபத்தி நான்கு மணி நேரத்தில் அவள் ஒரு பயணத்தை மேற்கொண்டாள். நூற்று எழுபத்தைந்து கிலோமீட்டர்கள் சென்றாள். அங்கு கல்பி என்று அழைக்கப்படும் இந்த சிறிய, வரலாற்று நகரம் அமைந்துள்ளது யமுனை நதிக்கரையின் முன்பு நகரம் அதன் கீழ் இருந்தது. பந்தேலாவின் ஆட்சி. பின்னர் அது ஜாகிர் ஆனது அவரது வழித்தோன்றல் நானா கோவிந்த் ராவ். அங்கு ஆட்சி செய்தார் ஜலானின். 1806 இல், அவருடன் ஒரு ஒப்பந்தத்தின் கீழ், பிரிட்டிஷ் அரசாங்கம் அதை தங்கள் கட்டுப்பாட்டில் எடுத்துக்கொண்டது. பின்னர் அது அவர்களுடன் தொடர்ந்தது. இடையில், 1825 இல் கிளர்ச்சி மூலம் நானா பண்டிட் அதை எடுத்துக் கொண்டார். ஆனால் ஆங்கிலேயர்கள் உதவியுடன் ஜான்சியின் அப்போதைய ஆட்சியாளர் ராம் சந்திர ராவ் அவர்களின் கட்டுப்பாட்டை திரும்பிப் பாருங்கள் என்றார். இது இரண்டாவது அத்தியாயத்தில் விவாதிக்கப்பட்டுள்ளது. 1857 ஆம் ஆண்டு ஜூன் மாதம் வாயில், கிளர்ச்சி வீரர்கள், பிறகு ஜான்சி மற்றும் கான்பூரில் கிளர்ச்சிக் கொடியை ஏற்றி, வந்தனர். பின்னர் கல்பியில் இராணுவமும் கிளர்ச்சி செய்தது. துணை ஆட்சியர் அப்பகுதியை சேர்ந்த முன்ஷி சிவ பிரசாத் வெளியேற்றப்பட்டார். அங்கு, கிளர்ச்சி தொடங்கிய போது அந்த பகுதி கிளர்ச்சியாளர்களின் கட்டுப்பாட்டில் இருந்தது. இங்குள்ள கோட்டை மிகவும் பாதுகாப்பாக இருந்தது. எனவே, நானா சாஹேபின் சகோதரர் ராவ் சாகேபும் இங்குதான் வாழ்ந்தார். அந்தக் காலத்தில் கல்பிதான் மையமாக இருந்தது. அது கிளர்ச்சியாளர்களை வணங்கும் தாய்நாட்டின் சுதந்திரம் ஆகும். அவர்கள் நல்ல பாதுகாப்பு ஏற்பாடுகளைச் செய்து, போதுமான அளவு போர் பொருள் திரட்டப்பட்டது அதனால்தான் மகாராணி அங்கு சென்றாள். எதிர்கால போராட்டத்தை அவளால் சரியாக வழிநடத்த முடியும்.

பேஷ்வா ராவ் சாஹேப் மகாராணி முறைப்படி நீட்டினார். அது கல்பியை அடைந்ததற்கு மரியாதை. அவளின் சரியான ஏற்பாடு தங்க வைக்கப்பட்டது. மகாராணி அன்று பேஷ்வா சாகேபை சந்தித்தார் இங்கு வந்து சேர்ந்த இரண்டாவது நாள். அவள் கண்களில் கண்ணீர் அந்த நேரத்தில் வழிந்தது. தன் எதிரி-கொலை வாளை அவன் முன் வைத்தாள். "உங்கள் முன்னோர்கள் இந்த வாளை எங்களிடம் கொடுத்தார்கள். என் முன்னோர்கள் மற்றும் அவர்களின் அருளால் நான் எப்போதும் சரியாகப் பயன்படுத்தினேன். அதாவது நல்ல செயல்களுக்காக மட்டுமே. ஆனால் இப்போது உங்கள் அருளையும் உதவியையும் நான் அனுபவிக்கவில்லை.

எனவே தயவுசெய்து இந்த வாளைத் திரும்பப் பெறுங்கள். இந்த அறிக்கை ராணி ஜான்சி போரை குறிப்பிட்டார், அதற்காக ராவ் சாகேப் அவள் உதவிக்காக தாந்யா தோப்பை அனுப்பியிருந்தாள். துரதிர்ஷ்டம் காரணமாக ஜான்சிக்கு தாந்யா தோப்பே அங்கு செல்லக்கூட முடியவில்லை. இந்த அறிக்கை மீது மகாராணியின் ராவ் சாஹேப் கூறினார்:

"உங்களுக்கு ஏற்ப தைரியத்தை வெளிப்படுத்தியுள்ளீர்கள் ஜான்சியின் ஆட்சியாளர்களின் பாரம்பரியம், மற்றும் அதன்படி அவர்களின் புகழ். புறக்கணிக்கத்தக்கது என்று எடுத்துக் கொண்டு கடுமையான போரை நடத்தியுள்ளீர்கள் வழக்கத்திற்கு மாறாக வலுவான பிரிட்டிஷ் இராணுவம். இந்த நேரத்தில் எல்லோரும் இருக்கிறார்கள் உனது வீரம் மற்றும் புத்திசாலித்தனமான போர் ஆகியவற்றைப் பாடுகிறேன். என்றால் உங்களைப் போன்ற தைரியமும் சுயமரியாதையும் உள்ளவர்கள் நமது ராணுவத்தின் தளபதிகள், அப்போதுதான் நமது நோக்கம் விரைவில் உணரப்பட்டது. நம் முன்னோர்கள் காலத்தில், சர்தார் சிந்தியாஸ், ஹோல்கர்கள், கெய்க்வாட்ஸ் மற்றும் பண்டேலாஸ் போன்றவர்கள் போர்களில் தங்கள் உயிரைக் கொடுக்க எப்போதும் தயாராக இருக்கிறார்கள். அதாவது நாட்டின் பாதுகாப்புக்காக அதனால், மராட்டியர்களின் கொடி பறந்தது. வானத்தில் உயர்ந்தது. உங்களைப் போன்ற துணிச்சலானவர்களின் உதவி கிடைத்தால் அப்போதைய பழைய காலம் திரும்பும் என்பதில் சந்தேகமில்லை. எனவே, நீங்கள் மீண்டும் இந்த வாளை ஏற்று எங்களுக்கு உதவுங்கள் நீங்கள் கடந்த காலத்தில் செய்தது போல்" செய்யுங்கள் என்றாள். ராவ் சாகேப்பின் வேண்டுகோளின் பேரில், மகாராணி எடுத்தாள்.

மீண்டும் வாள் அதன் உறையில் போடப்பட்டது. நானா சாகேப் உடன், ராவ் சாஹேப் ராணியின் சிறுவயதில் நண்பராகவும் இருந்தார் அவள் நன்றாக பேசும் அண்ணன் ஆவார். எனவே, சகோதரியான அவளுக்கு உறுதியளித்தார் அனைத்து வகையான உதவியை எதிர்காலத்தில் செய்வேன் என்று உறுதி கூறினார். இரு தரப்பிலும் தவறான புரிதல் இருக்காது. தாந்யா தோபே என்று அவரது குறிப்பு இருந்தது. ஆங்கிலேயர்களின் நண்பர் என்று தவறாகப் புரிந்து கொள்ளப்பட்டார்.

ஜான்சி கோட்டை.

தன் சகோதரனிடம் இருந்து ஒரு உறுதிமொழி உதவியைப் பெற்றபோது, மகாராணி மீண்டும் ஆங்கிலேயர்களுடன் போரிடத் தயாராகிக்கொண்டாள். இந்த சூழலில் பரஸ்னீஸ் எழுதுகிறார்:

"மகாராணி வாளை எடுத்து அதில் போட்டாள் ராவ் சாஹேப்பின் உதாரணத்தில் உறையினைப் பற்றி அவளுக்கு என்ன தெரியும் என்றாலும் பின்விளைவுகள் வீரம் மிக்கவர்களுடன் சண்டையிடுவதாக தான் இருக்கும் என்பது தெரியும். அதாவது ஒரு பழமொழி இதற்கு பொருத்தமாகும். அதாவது "நீங்கள் இறந்தால் நீங்கள் சொர்க்கத்தை அடைகிறீர்கள், நீங்கள் வென்றால் பூமியில் அனுபவிப்பீர்கள்", அங்கு மகாராணி பேஷ்வாவின் கட்டளைகளை வெளிப்படையாகவே ஏற்றுக்கொண்டார். மேலும் போரில் ஈடுபட முடிவு செய்தேன்" என்றும் கூறினாள். ஆங்கிலேயர்களுக்கு எதிரான கிளர்ச்சி நெருப்பு வளரவில்லை. குளிரால் அணைக்கப்படவும் இல்லை. சுதந்திரத்தை விரும்பும் இந்தியர்கள் வந்ததும் மகாராணியின் இந்த உறுதி

அப்போது பலருக்கும் தெரியும். இந்த புண்ணியத்தில் அவளுக்கு உதவ ராஜாக்களும் மகாராஜாக்களும் முன் வந்தனர். பன்பூரின் ஆட்சியாளர், பண்டாவின் நவாப் மற்றும் பலர் ஜாகிர்தார்கள் அவளுக்கு உதவ தங்கள் படைகளை அனுப்ப ஆரம்பித்தனர். ஒரு சிலவற்றில் அவர்கள் அனைவரின் படைகளும் கல்பியை அடைந்த நாட்களில். அவர்களின் பயிற்சி தொடங்கியது. மகாராணி தாந்யா தோப்பை தளபதியாக நியமித்தார்.

லோஹாரி மற்றும் கோஞ்சில் ஆங்கிலேயர்கள் வெற்றி பெறுகிறார்கள் என்ற ஏற்பாடுகள் இருப்பது ஹக்ரோஸ் அறிந்ததும் மகாராணி கல்பியை தாக்க முடிவு செய்தாள். இதற்காக அவர் தனது படையை பல பகுதிகளாகப் பிரித்து ஒப்படைத்தார். மேஜர் போன்ற பல்வேறு அதிகாரிகளுக்கு வெவ்வேறு பகுதிகளின் கட்டுப்பாடு லோஹாரி கோதில் ஆகியவற்றிற்கு முதலியன பிறகு கல்பி மீது தாக்குதல் நடத்த உத்தரவிட்டார் 25 ஏப்ரல், 1858. அவர்களிடம் தான் லட்சுமிபாய் என்று அறிந்தார் ஒரு பெரிய இராணுவம், கட்டுப்பாட்டை திரும்பப் பெறுவதற்காகப் புறப்படவிருந்தது ஜான்சியின் மற்றும் பன்பூர் ராஜா மற்றும் அங்கிருந்த பண்டாவின் படைகளின் நவாப் கோஞ்ச் என்ற கிராமத்தை அடைந்தார். அதனால் 1858ஆம் ஆண்டு மே 5ஆம் தேதி ஆங்கிலேயப் படைகள் அணிவகுத்துச் சென்றன கோன்ச். லோஹாரி கோட்டை சுமார் 15-16 கிலோமீட்டர் தொலைவில் இருந்தது கோன்ச். மராட்டியர்களால் கட்டப்பட்ட இந்தக் கோட்டை மிகவும் பாதுகாப்பாக இருந்தது. அதனால் ஆங்கிலேயர்கள் தங்கள் கட்டுப்பாட்டை எடுத்துக்கொள்வது நல்லது என்று நினைத்தார்கள். கோஞ்சைக் கைப்பற்றுவதில் அவர்களுக்கு முன்னால் சிக்கல் ஒன்று உள்ளது. எனவே, ஹக்ரோஸ் இந்த கோட்டையை முதலில் தாக்க மேஜர் கேலை அனுப்பினார்.

கல்பியில் ஏற்பாடுகள்

அந்த நேரம் அது கிளர்ச்சி வீரர்களின் கட்டுப்பாட்டில் இருந்தது அதன் பாதுகாப்புக்காக ஆப்கானிஸ்தான் வீரர்களை நியமித்தது. அவர்களின் உத்தரவின் பேரில், காலின் இராணுவம் இந்த கோட்டையைத் தாக்கியது. அது ஒரு உக்கிரமாக இருந்தது இரு தரப்பிலிருந்தும் போரிட்டாலும் இறுதியில் ஆங்கிலேயர்கள் வென்றனர். அங்கு நடந்த இந்த போரில் பிரிட்டிஷ் ராணுவம் இரண்டு அதிகாரிகளையும் பல வீரர்களையும் இழந்தது. இந்த கோட்டையை கைப்பற்றிய பிறகு, ஹக்ரோஸ் தனது இராணுவத்திற்கு உத்தரவிட்டார் கொஞ்ச் தாக்குதல். இந்த உண்மையை எதிரி சாதாரணமாக அறிந்தான் ஹக்ரோஸ் தனது இராணுவத்தின் முன் பகுதியை பலமாக வைத்திருந்தது. ஒரு கிணற்றைத் தொடர்ந்து வியூகத்தை யோசித்து அவர் தனது இராணுவத்தோடு எதிர்த்தரப்பினரைத் தாக்க உத்தரவிட்டார் பின்னால் இருந்து ஆங்கிலேயர்கள் தங்களின் உத்தியை வளர்த்தனர் இந்த வடிவத்தில் மறுநாள் ராணுவம் திரும்பப் பெறப்பட்டது 14 கிலோமீட்டர் தொலைவில் முதல் படைப்பிரிவு என நிலைநிறுத்தப்பட்டது இடதுபுறம் நிலையான புள்ளி பின்னர் மீதமுள்ள வீரர்கள் நாக்புரா கிராமத்தில் பணியமர்த்தப்பட்டனர். இரண்டாவது படையணி இருந்தது சுனர் கிராமத்தில் அவர்களுக்கு இடையே நிலைநிறுத்தப்பட்டது. வலப்பக்கம் மேஜர் தலைமையில் நிஜாமின் படை இருந்தது. அங்கு சுருக்கமாக, ஆங்கிலேயர்கள் கொஞ்ச் கிராமத்தை

முற்றுகையிட்டனர். அதாவது அனைத்து பக்கங்களிலும். இந்த பக்கத்தில், ஆங்கிலேயர்கள் தங்கள் வேலைகளை செய்தனர். உத்தி நன்றாக வேலை செய்தது. அதேசமயம் எதிர்க்கட்சி முற்றிலும் அறியாமையில் இருந்தது அதில் ராணுவம் வரும் என்று காத்திருந்தனர் அவர்களின் உதவிக்கு குவாலியர் இருந்தனர். அவர்களுடன் ஒரு சிறிய இராணுவம் இருந்தது, ஒரு சிறிய இடத்தில் முகாமிட்டு, மிகவும் திருப்தியாக அமர்ந்திருந்தது. ஓய்வெடுக்கும் வீரர்கள் வருகையைப் பற்றி அறிந்ததும் ஆங்கிலேயர்கள், அவர்கள் மீது கவனம் செலுத்தி அவர்களைச் சுடத் தொடங்கினர்.

இந்த துப்பாக்கிகள் அவர்களுக்கு முன்னால் தாக்கிக்கொண்டிருந்தன. ஆங்கிலேயர்கள் அவர்களை நாலாபுறமும் சுற்றி வளைத்தனர். ஆங்கிலேயர் படைகள் தங்கள் பீரங்கிகளால் எல்லாப் பக்கங்களிலிருந்தும் அவர்களைத் தாக்கத் தொடங்கினர். எதிரில் உள்ள இராணுவம் தயாராக இல்லை நான்கு பக்கங்களிலிருந்தும் இந்த தாக்குதல். இதன் விளைவாக, தப்பி ஓடுகிறது தொலைவு என்பதே அவர்களுக்கு முன் எஞ்சியிருந்த ஒரே வழி.

அந்த நேரத்தில் வானிலை வழக்கத்திற்கு மாறாக வெப்பமாக இருந்தது, ஆனால் ஆங்கிலேயர்கள் சாதுர்யமாக செயல்பட்டு கிளர்ச்சியாளர்களை ஓட ஓட விரட்டினர். கிளர்ச்சியாளர்களால் ஓடுவதற்கு முக்கிய காரணம் பற்றாக்குறை. அவர்கள் 2000 பேர் மட்டுமே உறுப்பினர்களாக இருந்தனர். அப்பொழுது கிளர்ச்சியாளர்கள் ஓடிவிட்டனர், ஆங்கிலேயர்கள் கொஞ்ச கோட்டையை கைப்பற்றினர் மேலும். ஹுக்ரோஸ் தனது அன்றைய போர் தொடர்பான அறிக்கையில் குறிப்பிடுகிறார் மிக அதிக வெப்பநிலை காரணமாக அவர்கள் எதிர்கொள்ள வேண்டிய சிரமங்கள் அதிகம். ”நம் இராணுவம் இழப்புகளைச் சந்திக்கவில்லை என்றால், அதற்கு காரணமாக இருந்தது விதிவிலக்கான வெப்பத்திற்கு தான், நாங்கள் முழுமையாக எதிரியை முடித்திருப்போம் என்றனர். பதினொரு இராணுவ வீரர்கள் தாடைக்குள் நுழைந்தனர்

வெப்பம் காரணமாக மரணம். பலர் மயங்கி விழுந்தனர். அவர்களின் நிலை விவரிக்க முடியாது. நானே என் குதிரையை நிழலில் அழைத்துச் செல்ல வேண்டியிருந்தது. அதுவும் நான்கு முறை வெப்பம் காரணமாக. டாக்டர்கள் குளிர்ந்த நீரை ஊற்றினர் என் தலை மற்றும் கொடுக்கப்படும் மருந்துகள் வெப்பத்தை தணிக்கும் (பழ ஜூஸ்) குடித்த பிறகு எனக்கு சுயநினைவு வந்தது.” என அவர் மேலும் எழுதினார்:

"இந்த நல்ல வீரர்கள் எதையும் குறை கூறவில்லை. வெப்பம் காரணமாக அவற்றின் ஆற்றல் அளவு குறைந்து கொண்டிருந்தாலும் மற்றும் சோர்வு, அவர்கள் தங்கள் அதிகாரிகளை கவலைப்பட வைக்கவில்லை அவர்களிடம் புகார் செய்தனர். அவர்கள் சோர்வாக இருந்தாலும் அல்லது குறைவாக தூங்கினாலும், அவர்கள் உடனடியாக மகிழ்ச்சியுடன் துருவியவுடன் தயாராகிவிட்டனர். மீண்டும் போரொலி ஒலிக்கப்பட்டது. தங்களைக் காட்டுவதை அவர்கள் அவமானமாகக் கருதினர் எதிரிக்குத் திரும்பு அல்லது அவன் கைகளில் தோற்கடிக்கப்படு. அவர்கள் அனைவருக்கும் இருந்த ஒரு தீர்மானம், அவர்களின் உடல் ஆற்றல் குறையலாம், ஆனால் அவர்களின் உற்சாகம், உறுதிப்பாடு மற்றும் கீழ்ப்படிதல் போன்ற உணர்வு ஒருபோதும் தளர்ச்சி அடையாது.

பெரும்பாலும் அவர்கள் மிகவும் பலவீனமாகிவிட்டனர். அவர்களால் நடப்பது கூட அவர்களுக்கு கடினமாக இருந்தது. அதை கவனித்துக்கொள். எங்கள் வீரர்கள் கடமைக்கு கட்டுப்பட்டு, அமைதியாகவும், அவர்களுக்கு இணங்கியும் இருந்தனர்.

பரஸ்னீசின் கருத்து ஏனெனில் மகாராணி அதில் பங்கேற்கவில்லை. நவாப் பண்டா மற்றும் பேஷ்வா ராவ் சாஹேப்பின் அனைத்து உரிமைகளையும் வைத்திருந்தனர். தங்களுடன் போர் மேலாண்மையை அவர்களும் உருவாக்கவில்லை. ஏதோ நல்ல ஏற்பாடு அல்லது அவர்கள் மகாராணியை அனுமதிக்கவில்லை லட்சுமிபாய் அதைச் செய்ய வேண்டும். இதன் விளைவாக, அவர்கள் படைகளை இழந்தனர்.

கல்பி மீதான தாக்குதலுக்கான ஏற்பாடுகள்

கல்பியை வெல்வதே ஹக்ரோஸின் முக்கிய நோக்கமாக இருந்தது. அவர் கல்பியைத் தாக்கும் முன் இந்தப் பிரச்சினையை கவனமாகச் சிந்தித்தார். அதற்கான முடிவு செய்யும் நிலையில் சில காலம் அவர் இல்லை. எந்தப் பக்கம் தாக்க வேண்டும் என்ற போதுமான யோசனைக்குப் பிறகு, அவர் ஹர்டோய் மற்றும் ஓராய் வழியாக கல்பியை அடைவது சரியானதாக கருதப்பட்டது. எனவே அவர் இந்தப் பாதையில் ராணுவத்தை முன்னேற உத்தரவிட்டார். இந்த பாதையிலும் பல இடங்களில் கிளர்ச்சியாளர்களை எதிர்கொள்கின்றனர். இதையெல்லாம் எதிர்கொள்கிறேன். அவர் தனது படையுடன் தனது முன்னேற்றத்தைத் தொடர்ந்தார். மேலும் கோபத்தின் வெப்பம் உச்சத்தில் இருந்தது. அதன் விளைவுகளை ஆங்கிலேயர்கள் அனுபவித்தார்கள். தலைமை தளபதி செல்லும் வழியில், அவர் ஒரு கடிதம் எழுதினார். கர்னல் மேக்ஸ்வெல்லை இராணுவம் அனுப்பும்படி கட்டளைத் தளபதி கூறினார். எனவே 88 வது படைப்பிரிவின் இரண்டு பகுதிகள், ஒரு படைப்பிரிவு சீக்கியப் படைப்பிரிவு மற்றும் ஒட்டகப் படை வீரர்களின் ஒரு படைப்பிரிவு ஹக்ரோஸின் உதவிக்காக அனுப்பப்பட்டனர். அனைத்து பக்கங்களில் இருந்து கல்பியை சுற்றி திட்டமிட்டார்.

மகாராணியின் ஏற்பாடுகள்

கோஞ்சில் தோல்விக்குப் பிறகு, அனைத்து வீரர்கள் மற்றும் தளபதிகள் அனைவரோடு ராவ் சாஹேப் கல்பியை அடைந்தார். சாஹேப்புக்கு அதிகாரம் வழங்கப்படவில்லை மகாராணி அங்கு போராட்டத்தில் ஈடுபட்டதால், அது இயற்கையானது தான் என்று கோபப்பட்டாள். எதிர்கால சண்டைகள் என்பதை அவளால் தாங்க முடியவில்லை. அதே விதியை சந்தித்தாள். அதனால் அவள் ராவ் சாகேபிடம், "உங்கள் கொஞ்ச் போரில் ஏற்பாடுகள் சரியாக இல்லை. இப்போது நீங்கள் கவனமாக ஏற்பாடு செய்ய வேண்டும். இது சாத்தியமற்றது போதிய ஆயத்தங்கள் இல்லாமல் இராணுவம் வெற்றி பெற வேண்டும். ஆங்கிலேயர்கள் அவர்களின் சிறந்த நிர்வாகத்தால் இந்த போர்களில் வெற்றி பெறுகிறார்கள். அவர்களின் வீரர்கள் போர் கலையில் நிபுணர்கள் மற்றும் உத்தரவுக்கு கீழ்ப்படிகிறார்கள். அவர்களுக்கு தலைமை அதிகாரி ஒருவர் உள்ளார். எல்லோரும் விஷயங்களை நிர்வகிக்கிறார்கள் அவரது உத்தரவின்படி. எனவே, நீங்கள் செய்யாத வரை நல்ல ஏற்பாடுகள், வெற்றி பெறுவது

சாத்தியமில்லை. முதலில், நீங்கள் சரியான இடங்களில் முனைகளை நிறுவ வேண்டும் மிகவும் திறமையான நபர்களை அங்கு இடுங்கள்.

மகாராணியின் ஆலோசனையை பேஷ்வா ராவ் சாஹேப் பரிசீலித்தார். எனவே, சரியான இடங்களில் முகப்புகளை ஆய்வு செய்தார். அன்று ஒரு முன் பண்டா நவாப் தனது படையுடன் நிறுத்தப்பட்டார். அன்று இரண்டாவது முன்னணியில் இருந்து வந்த கிளர்ச்சியாளர் ருஹேலாஸ் ருஹெல்கண்ட் மற்றும் வங்காள பூர்வீக காலாட்படையின் கிளர்ச்சி வீரர்கள் பதிவிடப்பட்டனர். பீரங்கி துப்பாக்கிகள் நிலைநிறுத்தப்பட்டன. அவை முன்னணிகள். பண்டேலாக்களின் இராணுவத்திற்கு பணி ஒதுக்கப்பட்டது ஆங்கிலேயர்களை வழியில் நிறுத்துவது என்பதாகும்.

ராவ் சாஹேப் முழு ஏற்பாடுகளைச் செய்திருந்தாலும், இன்னும் அது மகாராணி விரும்பிய அந்த வகையானது அல்ல. அங்கு உள்ளதை அந்த நேரத்தில் மகாராணி நிரூபிக்க முடியும் என்பதில் சந்தேகமில்லை. மிகவும் திறமையான மற்றும் அனுபவம் வாய்ந்த தளபதியாக இருங்கள். ஆனாலும் அது ராவ் சாகேப் அல்லது பண்டா நவாப் அல்லது யாராக இருந்தாலும் சரி மற்றொன்று, அவர்கள் அனைவரும் ஆண் ஆதிக்கத்தின் உறுப்பினர்கள் சமூகம். எப்படி அவர்களால் இயக்கும் பொறுப்பை ஒப்படைக்க முடியும் ஒரு பெண்ணிடம் சண்டையா? ராவ் சாஹேப் இந்த வேலையைத் தன் கைவசம் வைத்திருந்தார். மஹாராணியை திருப்தி படுத்துவதற்காக ஒரு பெயரளவிலான படை மட்டுமே 250 சிவப்பு சீருடை அணிந்த குதிரை சவாரி வீரர்கள் அதில் போடப்பட்டனர். பின்னர் அவள் தன்னை நோக்கி இருக்குமாறு கட்டளையிடப்பட்டாள் யமுனை நதியில் மகாராணி அதில் திருப்தி அடையவில்லை. ஆனால் அதிக வற்புறுத்தலின் பேரில் அவள் அதற்கு ஒப்புக்கொண்டாள். தாந்யா தோபே அங்கு இல்லை அந்த நேரத்தில் அவர் தனது அப்பாவை பார்க்க சர்க்காரிக்கு சென்றிருந்தார்.

முக்கிய போர்

பிரிட்டிஷ் இராணுவம், குவாவலி கிராமத்தின் ஒரு சிறிய பகுதியை அடைந்தது. கல்பியிலிருந்து காலை 9-10 கி.மீ மே 15, 1858 கல்பியைத் தாக்க முயன்றது. உடனே சாபினி, அது பேஷ்வாவின் சர்தாருக்கு இந்தத் தகவல் கிடைத்தது, அவர் முடிவு செய்தார் அவர்களை எதிர்கொள்ள செய்தார். மிகவும் புத்திசாலித்தனமாக நடித்தார். உடனே எதிரி இராணுவம் போர்க்களத்திற்குள் நுழைந்தது, சாபினி அதன் வழியைத் தடுத்தது பின்பக்கத்தில் நிறுத்தியது. அது போர்ப் பொருட்களைப் பெறுவதை நிறுத்தியது. இந்த போராட்டத்தில் 25 வது காலாட்படையின் பல வீரர்கள் பிரிட்டிஷ் இராணுவத்தால் கொல்லப்பட்டனர். பலர் காயமடைந்தனர். பரந்த பிரிட்டிஷ் இராணுவத்தைப் பார்த்து, இந்த இழப்பு எந்த வகையிலும் அவர்களுக்கு முக்கியமில்லை. இந்த செயல் என்றாலும் சாபினி பாராட்டத்தக்கது, ஆனால் அது பெரிய சாதனையாக இல்லை. தனிப்பட்ட முறையில் இது அவரது முதல் வெற்றியாக இருக்கலாம். ஆனால் இந்த வெற்றி அவரை வீக்கம் கொள்ள செய்தது. சில நேரங்களில், தன் ஈகோவால் தூண்டப்பட்ட மனிதன் அதிக முக்கியத்துவம் கொடுக்கிறான். இது சாபினியுடன் நடந்தது. அவர் விளக்கம் அளித்தார் இந்த வெற்றி முழு பிரிட்டிஷ் இராணுவத்தையும் முடித்தது போல. இந்த வெற்றியைக்

கொண்டாடும் வகையில், அந்த ஏழைச் சிறுவன் தனக்குத்தானே உதவினான் நல்ல அளவில் கஞ்சா சாப்பிட்டு, சொந்த ட்யூனைப் பாட ஆரம்பித்தார் சத்தமாக, "நீ ஜான்சியை கொள்ளையடித்தாய், இப்போது நீ கல்பிக்கு வருகிறது. சரி, வாருங்கள், நாங்கள் உங்களுக்கு கற்பிக்க காத்திருக்கிறோம். இது ஒரு பாடம்." என்று பாடினர்.

மறுபுறம், ஹக்ரோஸ் வெறுப்பாகவும் கோபமாகவும் இருந்தார். அவரது வீரர்களின் தோல்வியுடன். அடுத்த நாளே, அன்று 16 ஆம் தேதி, அவர் போர்களை எதிர்த்துப் போராடுவதற்கு ஒரு புதிய கொள்கையை உருவாக்கினார். அவரே தயாபூர் கிராமத்தின் அருகே பலத்த ஆயுதங்களுடன் சென்றடைந்தார். அது தன் படைக்கு ஏற்ற இடம் என்று நினைத்தார். எனவே அவர் அதை தனது ராணுவ முகாமாக பயன்படுத்தினார். பின்னர் அவர் இரண்டாவதாக கிளர்ச்சியாளர்களை எதிர்கொள்ள மேஜர் ஆரின் கீழ் படைக்கு மேஜர் அர்-ஜ தாக்கினார். கிளர்ச்சியாளர்களை தோற்கடிக்க விரும்பினர். இருவருக்குள்ளும் கடும் சண்டை ஏற்பட்டது. ஆனால் தராசு ஆங்கிலேயர்களுக்கு சாதகமாக சாய்ந்தது. நிறைய பேர் கல்பி பக்கத்தின் வீரர்கள் கொல்லப்பட்டனர், மீதமுள்ளவர்கள் கட்டாயப்படுத்தப்பட்டனர் போர்க்களத்தை கைவிட வேண்டும். அப்போதும் முடிவை அறிவிக்க வேண்டும் இந்தப் போரில் வெற்றி தோல்வி என்பது நியாயமன்றது.

ஏனெனில் உண்மையான தோல்வி அல்லது வெற்றி வரையறுக்கப் போகிறது கல்பியில் ஆங்கிலேயர்களின் தோல்வி அல்லது வெற்றியால் ஆங்கிலேயர்கள் ஜான்சி, கொஞ்ச் போன்ற இடங்களில் வெற்றி பெற்றனர். இதற்கு ஊக்கமளித்தது அவர்களின் மன உறுதி தான். ஹக்ரோஸ் கல்பிக்கு செல்லும் வழியைக் கண்டார் கடினமான மற்றும் அணுக முடியாத கல்பியை தாக்க வேண்டாம் என்று முடிவு செய்தார். உடனடியாக குலாவலியில் முகாமிட விரும்பினார். கல்பி அங்கிருந்து வெகு தொலைவில் யமுனை நதியுடன் இருந்தது.

தவிர, சில இணைப்புகள் வழக்கத்திற்கு மாறாக சீரற்றதாக இருந்தது. மேலும் அந்த வழியாக பீரங்கி துப்பாக்கிகளை கொண்டு செல்ல முடியும். அந்தப் பகுதி கிளர்ச்சியாளர்களுக்கு ஆங்கிலேயர்கள் மீது பாய்வதற்கு மிகவும் பொருத்தமானது. மறுபுறம், கல்பியின் வீரர்கள் மனம் தளரவில்லை மீண்டும் மீண்டும் தோல்விகள் இருந்தாலும். மாறாக, அது மேலும் தீவிரமடைந்தது ஆங்கிலேயர்களை பழிவாங்க வேண்டும் என்ற அவர்களின் உணர்வும் உறுதியும் தான்.

எனவே, ஆங்கிலேயர்களை முற்றிலுமாக அழிக்க முடிவு செய்தனர். இந்த உணர்வை விவரித்து, ஸ்ரீ சாந்தி நாராயண் எழுதுகிறார்: ஆங்கிலேயர்களால் மீண்டும் மீண்டும் தோற்கடிக்கப்பட்டாலும் கிளர்ச்சி முகாமின் ஆத்திரமும் ஆவேசமும் முடிவுக்கு வரவில்லை. கூடிய விரைவில் அவர்கள் கல்பியை அடைந்தனர், அவர்கள் உறுதியான முடிவை எடுத்தார்கள், பின்விளைவுகள் எதுவாக இருந்தாலும், இந்த முறை அவர்கள் பழிவாங்குவார்கள் ஆங்கிலேயர்களிடம் இருந்து அவர்களின் தோல்வி என அவர்கள் ஓயவில்லை அவர்கள் அவர்களை (பிரிட்டிஷர்களை) முற்றிலுமாக துடைத்துவிட்டனர். அதேபோல், பரஸ்னீஸ் எழுதுகிறார்:

கொஞ்சில் கிளர்ச்சியாளர்கள் பெற்ற அடிகள் எழுந்தன அவர்களுக்குள் அதிக அவமானம் மற்றும் கோப உணர்வு இருந்தது. கல்பியில் மிகுந்த உற்சாகத்தில் இருந்தார் மற்றும் சத்தியப்பிரமாணம் செய்தார் யமுனை நதியின் பெயரை அவர்கள் ஒன்று என்று முடிவு செய்தனர் ஆங்கிலேயர்களை தோற்கடிக்கவும் அல்லது அவர்கள் தங்கள் இன்னுயிர்களை போர்களில் தியாகம் செய்வார்கள் என நம்பினர். இந்த பக்கம், இந்த இராணுவம், கோபம் மற்றும் பைத்தியம் மற்றும் சுயமரியாதை போன்றவை, ஆங்கிலேயர்களை தோற்கடிப்பதில் உறுதியாக இருந்தது. அவர்களை இந்தியாவிலிருந்து வெளியேற்றவும், மறுபுறம் அரச அதிகாரிகள் மற்றும் பிரிகேடியர் போன்ற போர் வீரர்கள் ஸ்டுவர்ட், லெப்டினன்ட் கர்னல் ராபர்ட்சன் மற்றும் லெப்டினன்ட் கார்டன் ஆகியோர் இருந்தனர் இராணுவத்துடன் கெல்பியை நோக்கி அணிவகுத்துச் செல்கிறது.

இரு தரப்பினரும் முழு தயார் நிலையில் இருந்தனர் எதிர் கட்சியினரின் பெருமையையும் பெயரையும் முடிக்க வேண்டும். ஹக்ரோஸ் குலாவலியில் இருந்தார், திறமையும் அனுபவமும் பெற்றவர் பிரிகேடியர் ஸ்டுவர்ட், லெப்டினன்ட் கர்னல் ராபர்ட்சன் போன்ற பிரிட்டிஷ் அதிகாரிகள் மற்றும் லெப்டினன்ட் கார்டன் அவர்களின் படையுடன் கல்பிக்கு புறப்பட்டது. அதைப் பிடிக்க பார்வை வைத்தனர். கல்பியின் படைக்கு தெரிந்ததும் அது, பிறகு ஒரு நொடி கூட தாமதிக்காமல், அது பாய்ந்தது அதை முடிக்க எதிரி மீது உற்சாகம் குறையவில்லை. ஆனால் உற்சாகம் என்பது ஒரு உணர்வு, அது பலனைத் தரும் உளவுத்துறை ஆதரவுடன் செய்தனர். கல்பியின் சேனை அதை செய்யவில்லை புத்திசாலித்தனத்துடன் செயல்படுங்கள். அது முன்பக்கத்தை விட்டு முன்னால் சென்றது. அவற்றின் பின்னால் இருப்பது வெற்று தான். முன்னணியில் இருந்த வீரர்கள் இதை மறந்துவிட்டனர் அத்தகைய நடவடிக்கை தற்கொலையாக இருக்கலாம். பிரிட்டிஷ் ராணுவம், முழுமையாக தயாராகி, அதற்காகக் காத்திருந்தேன். அதை அவர்கள் கவனித்த போது எதிர் இராணுவம் அவர்களின் பீரங்கிகளின் எல்லைக்குள் வந்திருந்தது. இந்த துப்பாக்கிகள் சுட ஆரம்பித்தன. கல்பியின் வீரர்கள் துப்பாக்கியால் மட்டுமே சண்டையிட்டனர். நீங்கள் வசதியாக கற்பனை செய்யலாம் விளைவுகள் என்னவாக இருக்கும் என்று கல்பியின் சேனை என்றாலும் விதிவிலக்கான துணிச்சலுடன் போராடியது. அது நீண்ட நேரத்திற்கு அதன் முன்பு நிற்க முடியவில்லை. அதாவது பீரங்கி துப்பாக்கிச் சூடு தாங்க முடியவில்லை.

ரஞ்சந்தி ரூப் (போர் தெய்வத்தின் சாயலில்)

முதல் கட்டத்திலேயே கல்பி பலத்த காயம் அடைந்தார் மற்ற இராணுவத்தினர் செய்தியைக் கேட்டபோது இராணுவம் முன்னணியில் இருந்தது, அது தைரியத்தை இழந்தது. அங்கு பேஷ்வா ராவ் சாஹேப்பும் பண்டா நவாப்பும் ஓடத் திட்டமிட்டனாள் போர்க்களத்தில் இருந்து ஓடினர். மகாராணி லட்சுமிபாய் எதிர்பார்க்கவில்லை அவளுடைய பெரிய மற்றும் மூத்த கூட்டாளிகளிடமிருந்து இந்த வகையான நடத்தை ஏற்படுவதை நம்பமுடிவதில்லை. இதையெல்லாம் பார்த்து அவள் மிகவும் வருத்தப்பட்டாள். அப்போதும் அவள் புத்திசாலித்தனமாக அவர்களின் கடமையை நினைவூட்டி ஊக்கப்படுத்தினாள். இது அவர்களுக்குள்

தைரியத்தை நிரப்பியது, மற்றும் அவர்களின் கால்கள் தயாராக இருந்தன போர்க்களத்தில் இருந்து பின்வாங்க, நிறுத்தப்பட்டது. எனவே அவர்களை உற்சாகப்படுத்திய பிறகு, அவளே, குதிரை சவாரியுடன் குதிரையில் சவாரி செய்தாள் போர்க்களத்தில் முன்னோக்கிச் செலுத்தப்பட்ட வீரர்கள் ரஞ்சந்தி பிரிட்டிஷ் இராணுவத்தின் வலது பக்கத்தை அடைந்தாள் மின்னல் வேகத்தில் அதன் மீது பாய்ந்தது. அவளுடைய தாக்குதல் அப்படி இருந்தது விரைவான மற்றும் திடீர் மற்றும் அது செய்யாத வேகத்துடன் பிரித்தானியர்களுக்கு எந்த ஒரு பதிலளிப்பு நேரத்தையும் அனுமதிக்கவும் என்பது போலிருந்தது. மஹாராணி தாக்கியது வேகத்தில் மட்டுமல்ல மிகவும் ஒழுங்கமைக்கப்பட்ட முறையிலும் இருந்தது. இந்த நிபுணத்துவம் அவளது போரில் பிரிட்டிஷ் பீரங்கிகளை மழுங்கடித்தது. மகாராணி தன்னை ஒரு உயிருள்ள சிலையாக நிரூபித்துக் கொண்டிருந்தாள்.

அவள் முன்னும் பின்னும் நடந்தாள். ஒருமுறை அவள் அப்படி இருந்தாள். பீரங்கி துப்பாக்கிகளுக்கு 20 அடிக்கு அருகில் அவளை இன்று இந்த வடிவத்தில் பார்த்தேன் என்று கல்பியின் வீரர்கள் விழித்துக் கொண்டதாகத் தோன்றியது. அவர்களின் தூக்கம் அவர்கள் தங்களைப் பற்றி வெட்கப்பட்டார்கள். இந்த வீராங்கனையில் மகாராணி ரூப் ஒரு விதிவிலக்கான துணிச்சலான பெண்ணின் வடிவம். அவர்களுக்குள் இருந்த ஆண் விழித்துக் கொண்டான். அதனால், அவர்கள் எதிரி மீதும் பாய்ந்தனர். கடுமையான சண்டை நடந்தது இருபுறமும் இருந்து நடந்தது. மகாராணி எதிரிப் படைகளைக் கொன்று கொண்டிருந்தாள். அதுவும் மின்னல் வேகத்துடன் அவள் குதிரையின் கடிவாளத்தைப் போட்டிருந்தாள். அவளுடைய பற்களுக்கும் வாள்களுக்கும் இடையில், இரத்த தாகம் கொண்ட எதிரிகள். இரு கைகளிலும் ஜொலித்தார் மற்றும் இந்த வாள்கள் ∴பிராங்குகளை அழித்துக் கொண்டிருந்தனர். முற்றிலும் ஆங்கிலேயர்கள் பார்த்தார்கள் அவர்களின் முடிவு (இறப்பு) இந்த ரூப்பில் மகாராணியின் (வடிவம்) செயல்பாடாக இருந்தது. அவர்களது பீரங்கி கன்னர்கள் போர்க்களத்தை விட்டு வெளியேறத் தொடங்கினர்.

அந்த குதிரையில் ஏற்றப்பட்ட பீரங்கி தரையில் விழுந்தது. தனது துப்பாக்கி ஏந்திய வீரர்கள் ஓடுவதைப் பார்த்து, பிரிகேடியர் ஸ்டுவர்ட் அவரது பீரங்கிக்கு அருகில் சென்றடைந்தது. அவர்களை பல்வேறு வகையில் ஊக்கப்படுத்தினார். பின்னர் துப்பாக்கி ஏந்தியவர்கள் மீண்டும் துப்பாக்கிகளை இயக்கத் தொடங்கினர். அது ஆங்கிலேயர்கள் நிச்சயம் செய்வார்கள் என்று தோன்ற ஆரம்பித்திருந்தது.

போரில் தோல்வி. ஸ்ரீ பரஸ்னீஸ் எழுதினார்: "அவளுடைய மூர்க்கமான தாக்குதல் பிரிட்டிஷ் இராணுவத்தை கட்டாயப்படுத்தியது உடனடியாக பின்வாங்க வழி வகுத்தது. பல உயரமான மற்றும் துணிச்சலான பிரிட்டிஷ் அதிகாரிகள் தரையில் கொல்லப்பட்டனர். ஒருமுறை மகாராணி மிகவும் புத்திசாலித்தனமாகப் போராடினாள். அதுவும் மிகவும் ஒழுங்கமைக்கப்பட்ட முறையில் போராடினாள். அவளது வீரத்தின் முகம் "லைட் ∴பீல்ட்" பீரங்கி துப்பாக்கிகள் சுடுவதை நிறுத்தியது முற்றிலும் சிறிது நேரம் அங்கு துப்பாக்கி ஏந்தியவர்கள் திகைத்துப்போயினர். அவர்களின் இடங்களில். இதுமட்டுமின்றி, மகாராணியை நெருங்கிவிட்டார் 20 அடி பீரங்கி துப்பாக்கிகள், வலது மற்றும் இடதுபுறத்தில் தாக்கி

கொல்லப்படுகின்றன. இந்த விதிவிலக்கான வீரத்தைக் கண்டு கல்பியின் மற்ற படைகளும் இருந்தன மேலும் ஊக்குவித்தனர், மேலும் அவர்கள் அவளுக்கு எதிராக போராடினர். அவர்கள் வீரியமும் வேகமும் கொண்ட பிரித்தானியர்கள் ஆவர். அது ஒரு பயங்கரமாக இருந்தது இரு தரப்பிலிருந்தும் சண்டை. மகாராணி, அவளைத் தூண்டும்போது வேகமான குதிரை முன்னோக்கி சென்று விதிவிலக்காக அவளை கையாளுகிறது. கைகளில் வாள்களுடன், பிரிட்டிஷ் பீரங்கி மீது ஏறினார். பிறகு அவளுடைய அற்புதமான வீரம், அவளது வெறி, அவளைப் பார்த்தேன் ஆண்மை மற்றும் அவரது தனித்துவமான துணிச்சல், மற்ற தளபதிகள் பேஷ்வா இராணுவம் மிகவும் கிளர்ந்தெழுந்து நகர்ந்தது. வெட்டுக்கிளிகளின் கூட்டம் போல் பிரிட்டிஷ் இராணுவத்தின் மீது பாய்ந்தது. பார்லி வயலில் அது பாய்ந்தது.

"அதைத் தொடர்ந்து நடந்த கடுமையான போரிலிருந்து இது தோன்றியது கலவரக்காரர்களின் வெற்றி நிறைவேற அதிக காலம் எடுக்காது. மஹாராணி, குதிரையின் கடிவாளத்தை தனக்கு இடையில் பிடித்துக் கொண்டாள் பற்கள், இடைவிடாமல் தன் வாள்களை திறமையாகப் பிரயோகித்துக்கொண்டிருந்தன. அவளது இரண்டு கைகள்."

ஹக்ரோஸ் அறிந்ததும் மகாராணியும் சேர்ந்து

கல்பியின் படைகள் ஆங்கிலேயர்களின் மரணம் என்று நிரூபிக்கப்பட்டது. போர்க்களத்தில் அவள் செயல் காரணமாக பிரிட்டிஷ் பீரங்கியிலிருந்து சுடுவதை நிறுத்தினான், அவனே போர்க்களத்திற்குச் செல்ல ஆயத்தமானான். அவர் தனது ஒட்டகப் படையை எடுத்துக்கொண்டு உடனே போர்களம் உள்ளே நுழைந்தார். ஆங்கிலேயர்களின் நிலை சற்று மேம்பட்டது. கல்பியின் படை ஒட்டகச் சவாரி வீரர்கள் மீது துப்பாக்கிச் சூடு நடத்தத் தொடங்கினர். இது கல்பியை பலவீனப்படுத்தியது. கல்பி பக்கம் வென்ற போர் தொடங்கியது தோல்வியாக மாற்ற வேண்டும் என்று மகாராணி மிகவும் வருத்தப்பட்டாள். கல்பியின் படை போர்க்களத்தை விட்டு வெளியேற வாய்ப்புள்ளது. அப்போதும் அவர் அவர்களை சண்டையிட ஊக்குவித்தார் போர்க்களத்தில் ஒட்டிக்கொள்ள அவர்களை ஊக்கப்படுத்தியது. ஆனால் அவள் வெற்றி பெறவில்லை. கொரில்லாவை நாடுவது மகாராணியின் உத்தி போர், பின்னர் முன்னேறி பின்னர் தப்பிப்பதை தடுக்கவும் பிரிட்டிஷ் இராணுவத்தின் பாதை, அது முழுவதுமாக முடிக்கப்படலாம். ஆனால் பேஷ்வா வீரர்கள் எந்த தைரியமும் இல்லாமல் போய்விட்டனர். அவர்கள் முன்னேற மறுத்ததால் கட்டாயம், மகாராணியும் பின்வாங்க வேண்டியதாயிற்று. அவர்கள் இருந்தால் அங்கு இராணுவம் இருப்பது மிகவும் பயங்கரமானது முற்றிலும் அழிவுதான். ஒரு ஆங்கிலேயர், ஒப்புக்கொள்கிறார் இந்த உண்மையை எழுதினார், "வெறும் பதினைந்து நிமிடங்கள் இருந்தால், கிளர்ச்சியாளர்கள் நம் அனைவரையும் கொன்றிருப்பார்கள். அன்று ஒரே ஒரு நாள் நூற்றைம்பது ஆரோக்கியமான மற்றும் வலிமையான ஓட்டங்கள் எங்களைக் காப்பாற்றின என்றனர்.

மகாராணி, உண்மையில், அவரது ராஞ்சந்தியில் தோன்றினார். (ரூப்பாக) அவளது ஈடு இணையற்ற துணிச்சலை விவரிக்கிறார், வீர விநாயக் தாமோதர் சாவர்க்கர், தனது 1857 கா ஸ்வதந்த்ரதா புத்தகத்தில் இதைப் பற்றி எழுதினார்:

"மகாராணி தன் கையில் வாளுடன் முன்னோக்கி குத்தினாள். அதாவது மின்னல் வேகத்துடன், சிவப்பு நிற சீருடை அணிந்த குதிரையேற்றத்துடன் பிரிட்டிஷ் இராணுவத்தின் வலது பக்கத்தில் வீரர்கள் வெடித்தனர். முன்னேறிக் கொண்டிருந்த பிரிட்டிஷ் ராணுவத்தின் வலது பக்கம் மற்றும் இதுவரை வெற்றி பெற்றதை உடனடியாக திகைக்க வைத்தார். மேலும் இந்த தாக்குதல் மகாராணி மிகவும் வலிமையானவர் என்பதாகும். இருபத்தி ஒருவரின் மின்னல் கட்டணம் - வயது, இளம் துணிச்சலான பெண், வலிமையான அவளது பறக்கும் குதிரை வேகம் மற்றும் எதிரியை வலதுபுறமாகத் தாக்கிய அவளது வெட்டும் வாள் வெட்டு அவளையும் இதையும் பார்த்ததும், யார் கலக்கத்தை உணர மாட்டார்கள் அவரது உடலில்? மேலும் சுழலும் பிரிட்டிஷ் பீரங்கிகளின் கன்னர்கள் ஹக்ரோஸ் போரில் மூழ்குகிறார் ஒவ்வொருவராக கொல்லப்பட்டனர்.

மகாராணியின் நடத்தையில் மிகவும் வெறுப்படைந்தனர் பேஷ்வா வீரர்கள். இதன் விளைவாக, அவள் பின்வாங்க வேண்டியிருந்தது, அவள் பேஷ்வா ராவ் சாஹேப்பின் கண்டோன்மென்ட் திரும்பினாள். விரைவில் அவள் திரும்பியதும் கல்பியின் படை நரம்பு இழந்தது. எதிரி அவர்களை கொல்ல ஆரம்பித்தான். யார் வேண்டுமானாலும் கைகளை வைக்கலாம் என்பது போல் கொல்லப்பட்டனர். ஆயிரக்கணக்கான வீரர்கள் அடர்ந்த பகுதிக்குள் சென்றனர். யமுனை நதிக்கரையை ஒட்டிய காடுகள் தங்கள் உயிரைக் காக்க தேவைப்பட்டது. ஆங்கிலேயர்கள் கல்பி கோட்டையைக் கைப்பற்றினர்

எதிர்க்கட்சியின் துணிச்சலான மனிதர்களை தோற்கடித்த பிறகு

போர்க்களத்தை கைப்பற்றுவது மட்டுமே ஆங்கிலேயர்களுக்கு மிச்சமிருந்தது. அதாவது கல்பி கோட்டையாகும். ஹக்ரோஸ் அதற்கான வேலைத் திட்டத்தை உருவாக்கினார். திட்டத்தின் படி, அவர் பிரிகேடியர் ஸ்டூவர்டைத் தொடருமாறு பணித்தார் தோற்கடிக்கப்பட்ட கிளர்ச்சியாளர்கள் யமுனைக் கரையில் இருந்து தஞ்சம் அடைந்தார், அவரே கல்பியை நோக்கிச் சென்றார். கல்பி கோட்டை பேஷ்வாவின் கட்டுப்பாட்டில் இருந்தது. போதுமான அளவு போர் பொருட்கள் அங்கு சேகரிக்கப்பட்டன.

பேஷ்வாக்கள் அங்கு ஒரு பெரிய படையைக் கொண்டிருந்தனர். மேலே இருந்து தப்பி ஓடிய வீரர்களும் இதில் அடங்குவர். ஆங்கிலேயர்களின் படை கல்பிக்குள் நுழைந்தது. 24 மே, 1858. உள்ளே நுழைந்ததும், கர்னல் மேக்ஸ்வெல் பிரிட்டிஷ் பீரங்கி பேஷ்வா ராவ் சாஹேப்பின் வீரர்களைத் தாக்கியது. அவரது பீரங்கி துப்பாக்கிகளுடன். பதிலுக்கு பேஷ்வா இராணுவமும் பீரங்கித் தாக்குதலைப் பயன்படுத்தினார். ஆனால் அவர்களால் வழி நடத்த முடியவில்லை. ஆங்கிலேயர்கள் முதலில் தங்கள் படையில் நான்கு யானைகளை அழைத்துச் சென்றனர். அதைக் கட்டுப்படுத்தி பின்னர் ஒரு தரை முகப்பில் தங்கள் முகாமை நிறுவினர். இதற்குப் பிறகு, அவர்களின் படை நகருக்குள் நுழைந்தது. இதைப் பார்த்ததும், கல்பி படை போர்க்களத்தை விட்டு ஓடத் தொடங்கியது. கர்னல் அவருக்கு உதவிய ஹைதராபாத் அணியுடன் அவர்களை துரத்தினார். கல்பியின் படை ஓடுவதில் வெற்றி பெற்றது, ஆனால் அதன் பல யானைகள், குதிரைகள், ஒட்டகங்கள் மற்றும் போர்ப் பொருட்கள்

இருந்தன ஆங்கிலேயர்களால் கைப்பற்றப்பட்டது. மே 24ம் தேதி பிறந்தநாள். அதாவது இங்கிலாந்து ராணியின் பிறந்த நாள். இதை ஆங்கிலேயர்கள் கொண்டாடினார்கள். பீரங்கி துப்பாக்கிகளை சுடுவதன் மூலம் மகிழ்ச்சியின் இரண்டு சந்தர்ப்பங்கள் கிடைத்தன.

முகாம் மைதானம். ஆங்கிலேயர்கள் கல்பியில் வெற்றியை மட்டும் சந்திக்கவில்லை கோட்டையில் ஒரு பெரிய போர்ப் பொருள் களஞ்சியமும் உள்ளது. கூடிய விரைவில் ஆங்கிலேயர்கள் நகருக்குள் நுழைந்தனர், ராவ் சாஹேப், மகாராணி.

லட்சுமிபாய், பண்டா நவாப் மற்றும் பல தளபதிகள் அந்த இடத்தை விட்டு பதுங்கி விட்டனர். எனவே, ஆங்கிலேயர்கள் கைப்பற்றினர் கல்பி நகரம் மற்றும் அதன் கோட்டையைக் கைப்பற்றினர். டெல்லி, மீரட், ஜான்சி போன்ற இடங்களில் கிளர்ச்சி ஒடுக்கப்பட்டது. கல்பியில் பேஷ்வாக்களின் எஞ்சியிருந்த இராணுவம் நினைத்தது எந்த ஒரு சந்திப்பையும் நடத்தாமல் இருப்பது நல்லது. உண்மையான வகையில் அது இவற்றை இராணுவம் என்று அழைப்பது சரியாக இருக்காது. மூத்த மற்றும் துணிச்சலான போராளிகள் கொல்லப்பட்டனர். மேலும் அவர்கள் பிடிபட்டுவிடுவோமோ என்ற பயத்தில் ஓரிடத்திலிருந்து இன்னொரு இடத்திற்கு ஓடுகின்றனர். மேலும் அவர் கைது செய்யப்பட்டார். சிலர் மாறுவேடத்தில் அலைந்து கொண்டிருந்தனர்; மற்றவர்களுக்கு இருந்தது மாற்றப்பட்ட பெயர்களில் வாழ்வாதாரத்திற்கான பிற தொழில்களை ஏற்றுக்கொண்டது மற்றும் வேஷங்கள் இட்டு திரிந்தனர். எனவே, இப்போது ராவ் சாகேப் பேஷ்வாவின் படையில் உள்ள வீரர்கள் அனுபவம் இல்லாத புதியவர்கள். அத்தகைய நபர்கள், வாய்ப்பு இருந்தால் தன்னை முன்னிறுத்தி, கொள்ளையடிப்பதிலும், மிரட்டி பணம் பறிப்பதிலும் பின் நிற்கவில்லை இந்தச் சூழலில் பரஸ்னீஸ் எழுதினார்:

"புதிதாக ஆட்சேர்ப்பு செய்யப்பட்ட வீரர்களுக்கு விதிகள் தெரியாது மற்றும் போரின் விதிமுறைகளும் புதியவர்களாக இருந்ததால் அவர்களால் ஒட்டிக்கொள்ள முடியவில்லை. போரில் அவர்களின் துப்பாக்கிகள் இருந்தன. கல்பியின் சேனை செய்ததுதான் உண்மை நல்ல மற்றும் பாதுகாப்பான மற்றும் துணிச்சலான வீரர்கள் இல்லை. அவர்களுள் பெரும்பாலானோர் திருடர்கள் மற்றும் கொள்ளையர்கள். அவர்கள் எதிலும் கவனம் செலுத்தவில்லை. அவர்கள் தங்கள் கொள்ளை முதலியவற்றில் அதிக ஆர்வம் காட்டினர் அதை அறிந்தவுடன் கல்பியில் மூன்று நாட்கள் சண்டை நடந்தது. ஆங்கிலேயர்கள் வென்றனர், பேஷ்வாக்கள் ஆயிரக்கணக்கானோர் தோற்றனர்

படைவீரர்கள் சண்டையை கைவிட்டு கொள்ளையடித்தனர். நகரில் கொலை நடந்தது. அவர்கள் சர்க்கரை ஆலைகளை சூறையாடினர் மிகவும் மோசமான முறையில் தயாரிப்புகள் செய்தனர். இதற்கிடையில் அன்று மூன்றாம் நாள் ஆங்கிலேயர்கள் நகருக்குள் நுழைந்தனர். அவர்கள் இந்த கொள்ளைக்காரர்கள் அனைவரையும் கொன்றனர். கொள்ளையடித்ததை ஆங்கிலேயர்கள் பொருள் சிரமமின்றி பெற்றனர். கடந்த ஒரு வருடத்தில் ராவ் சாஹேப் மற்றும் தாந்யா தோபே கோட்டையில் ஒரு பெரிய போர்ப் பொருட்களை சேகரித்தார். ஒரு ஆங்கிலேயர் அது அப்போதைய மதிப்பிடப்பட்ட மதிப்பு என்று அவரே எழுதியுள்ளார்.

கோட்டையில் கண்டெடுக்கப்பட்ட போர்ப் பொருட்கள் ரூபாய் இரண்டு லட்சத்திற்கும் மேல் உட்பட மொத்தம் பதினைந்து பீரங்கி துப்பாக்கிகளை கண்டுபிடித்தனர். பெரிய அளவில் இரண்டு ஆங்கில ஆணி நிரப்பப்பட்ட தோட்டாக்களின் பெரிய குவியல் கண்டறியப்பட்டது. உற்பத்தி செய்ய பல பட்டறைகள் மற்றும் தொழிற்சாலைகள் ஓலையின் கீழ் பீரங்கி குண்டுகள் நிறுவப்பட்டன.

கூரைகள். உலைகள் போன்ற அனைத்து கருவிகள் மற்றும் உபகரணங்கள் அங்கு காணப்படுகின்றனர். கனமான போலி சுத்தியல், ஊதுகுழல் போன்றவை பயன்படுத்தப்படுகின்றன ஆயுதங்கள் ஆங்கிலத்தில் தயாரிக்கப்பட்டவை. கொஞ்சம் பித்தளை அச்சுகளின் வார்ப்பு செயல்முறை மூலம் செய்யப்படுகிறது மேலும் கண்டுபிடிக்கப்பட்டன. இவை அனைத்தும் உற்பத்தி என்பதைக் குறிக்கிறது ஆயுதங்கள் முழு வேகத்தில் நடந்து கொண்டிருந்தன. கல்பியில் கிடைத்த வெற்றியை மிக அதிகமாக ஒப்புக்கொள்கிறேன் 24 ஆம் தேதி ஹக்ரோசின் செயல்களைப் பாராட்டுவதும் முக்கியமானது ஆகும். மே தானே, லார்ட் கேனிங் எழுதினார்: "அனைத்து பாராட்டுக்களுக்கும் மத்தியில் இதுவரை நடந்த போர்களில் நீங்கள் வெற்றி பெற்றுள்ளீர்கள், கல்பியில் உங்கள் வெற்றி அதி முக்கியமானதாகும். உங்களுக்கும் எனது நன்றியைத் தெரிவித்துக் கொள்கிறேன் இந்த வெற்றிக்கு துணிச்சலான வீரர்கள்" தான் காரணம்.

கமாண்டர்-இன்-சீ:ப் கொலின் கேபல் இதை அனுப்ப விரும்பினார். ஹக்ரோஸ், தனக்குக் கீழ் இருந்த இராணுவத்தை இழுத்துச் சென்ற பிறகு, மேலாண்மை மற்றும் ஒழுங்குக்காக குவாலியர் மற்றும் ஜான்சிக்கு. ஹக்ரோஸ் இடைவிடாத போராட்டங்களால் வழக்கத்திற்கு மாறாக சோர்வாக இருந்தது. அதனால் அவர் முடிவு செய்தார் விடுமுறைக்கு பம்பாய்க்கு வர வேண்டும். முக்கிய காரணம் அமைப்பு இல்லாததே எதிர்க்கட்சிகளின் தோல்வி மற்றும் ஒழுக்கம் இல்லாமை ஆகும். அதேசமயம் பிரிட்டிஷ் வீரர்கள் முற்றிலும் ஒழுக்கமான மற்றும் ஒழுங்கமைக்கப்பட்ட முறையில் செய்ததாகும்.. எனவே, ஜூன் 1ஆம் தேதி, 1858, ஹக்ரோஸ், அவரது இந்த குணங்களைப் பாராட்டினார். "இந்த வெற்றிகள் சாத்தியமானது தான். கீழ்ப்படிதல் உணர்வு மற்றும் சிறந்த மேலாண்மை.

பிரிட்டிஷ் இராணுவம்." ராவ் சாஹேப்பின் இராணுவம் ஒழுக்கமாக இருந்திருந்தால், தளபதிகள் திறமையானவர்கள், பின்னர் அனைத்து போர் பொருட்களையும் கொண்டு வென்றிருக்கலாம். ஆனால், இந்த குணங்கள் இல்லாததால் அவர்கள் தோற்கடிக்கப்பட்டனர் மேலும் கல்பியை விட்டு வெளியேற வேண்டிய கட்டாயம் ஏற்பட்டது. இந்த வகைக்குள் நுழைவதில் பயனில்லை. இப்போது விவாதம், ஏனெனில் வரலாறு நல்லெண்ணத்தைக் கொண்டிருக்கவில்லை. அதாவது "அது நடந்திருந்தால்" போன்ற வார்த்தைகளைக் குறிக்கிறது. அவனுடையது ஒரு கணக்கு உண்மைகள் உள்ளன. நமது குணச்சித்திர நாயகி வீராங்கனை மகாராணி தோல்வியால் கூட லட்சுமிபாய் ஏமாற்றம் அடையவில்லை. கல்பியில் அதுவரை போராடுவதற்கு சுதந்திரத்தின் சுடரை அவளுடைய கடைசி மூச்சுவரை ஏற்றி வைத்திருந்தாள்.

★★★★★

119

7. வீராங்கனைக்கு குவாலியரில் விழுந்த கடைசி இடி

பிரிட்டிஷ் பேரரசின் சூரியன் ஜூன், 1857 இல் மறைந்தது கல்பி, பண்டா, சாகர் போன்ற இடங்கள். ஆங்கிலேயர்கள் அவர்களின் இந்த தோல்விக்கு கோபம் தான் காரணம் என்றனர். எனவே, அவர்கள் தங்களிடமிருந்த அனைத்தையும் பயன்படுத்தினார்கள். இந்த இடங்களின் கட்டுப்பாட்டை மீண்டும் பெற வேண்டும். இதன் விளைவாக சுதந்திரத்தை விரும்பும் கிளர்ச்சியாளர்களின் ஆட்சி இதுவாக இருக்க முடியாது இந்த இடங்களில் நிரந்தரமானது. மிகவும் திறமையான தளபதிகள் தான். அதில் ஹுக்ரோஸ் மற்றும் விட்லாக் முக்கிய பங்கு வகித்தனர். ஆங்கிலேயர்கள் இந்தப் பகுதிகளை மீட்டனர். ஹுக்ரோஸ் மீண்டும் கைப்பற்றினார் நர்மதை நதிக்கரையை ஒட்டிய நிலப்பரப்பு முழுவதும், ஜான்சி மற்றும் கல்பி, அதேசமயம் அவரது வெற்றிக்குப் பிறகு விட்லாக் பண்டா மற்றும் கர்வி, கல்பியிலும் வெற்றிக்கு பங்களித்தனர். அவர்கள் கைப்பற்றிய பிறகு பகுதிகள் மீது முழு கட்டுப்பாட்டை நிறுவினர் அவை முடிந்துவிட்டன. கல்பியில் ஆங்கிலேயர்களின் வெற்றிக்குப் பிறகு, ராவ் சாஹேப், லக்ஷ்மிபாய், பண்டாவின் நவாப் கல்பியை விட்டு வெளியேறினார் மீண்டும் அவர்களின் போராட்டப் பாதையில் பாதைகள் வகுத்தனர்.

கோபால்பூரில் முகாம்

ஆங்கிலேயர்களால் கல்பி கைப்பற்றப்பட்டது தவிர்க்க முடியாததாக உணர்ந்தேன். ராவ் சாகேப் மற்றும் மகாராணி லக்ஷ்மிபாய் இருவரும் சேர்ந்து அதைக் கருதினர் அங்கிருந்து தப்பி ஓடுவதுதான் சரியானது என்று கல்பியை விட்டு ஓடிய பிறகு, பேஷ்வா மற்றும் மகாராணி லட்சுமிபாய் ஒரு கிராமத்தை அடைந்தனர். கோபால்பூர், குவாலியரிலிருந்து 75 கிலோமீட்டர் தொலைவில் உள்ளது. அதில் குறிப்பிடப்பட்டுள்ளது கல்பியின் தோல்வியின் போது துணிச்சலானது என்றிருந்தது. தாந்யா தோபே, ஜலானுக்கு அருகிலுள்ள சர்க்காரிக்கு அப்பாவை பார்க்கச் சென்றிருந்தார். இந்த விவரங்கள் எல்லாம் தெரிந்ததும் அவரும் வந்தார் கோபால்பூருக்கு. சில நாட்களில் பண்டா நவாபும் ஓடினான் அங்கும் இங்கும் ஒளிந்து கொண்டு, அங்கு சென்றடைந்தான். கல்பி அவர்கள் அனைவருக்கும் ஒரு கசப்பான அனுபவம், ஆனால் அவர்கள் இன்னும் ஏமாற்றம் அடையவில்லை. என்ற நம்பிக்கை அவர்களுக்குள் எங்கோ இருக்கிறது வெற்றி இன்னும் மீதம் இருந்தது என்று நினைத்தனர். இந்த நேரத்தில் சூழ்நிலைகள் இருந்தன முற்றிலும் பாதகமான; ஆதாரம் வறண்டுவிட்டதாகத் தோன்றியது; அப்போது பலமான எதிரி அவர்களை நரகம் போல் துரத்திக்கொண்டிருந்தான்; அத்தகைய சூழ்நிலையில் அவர்கள் சும்மா உட்கார்ந்தால் தீங்கு என்று கருதி எல்லாவற்றையும் ஒன்றாக எடுத்தனர். ஆனாலும் ஒரு நிச்சயமற்ற நிலை அவர்களுக்கு ஏற்பட்டது.

எதிர்காலத் திட்டங்கள் தொடர்பான ஆலோசனைகள்

மகாராணி லட்சுமிபாய், ராவ் சாஹேப், தாந்யா தோபே மற்றும் பண்டா நவாப் மற்றும் பிற முக்கிய கூட்டாளிகள் மத்தியில் கலந்துரையாடப்பட்டது அது தொடர்பான அனைத்து பிரச்சினைகளையும

தாங்களே தீர்த்துக் கொள்ள வேண்டும். மகாராணி ஆங்கிலேயர்களுடன் போரிடுவது லட்சுமிபாய்க்குத் தெரியும் அந்த நேரத்தில் அவளுக்கு எளிதானது அல்ல. அவ்வாறு தன் கருத்தை முன்வைத்து, அவர் தெளிவுபடுத்தினார், "வரலாற்றை உருவாக்கிய அனைத்து துணிச்சலான நபர்கள் இன்றுவரை வலுவான கோட்டைகளின் உதவியை நாட வேண்டியிருந்தது. சிவாஜி மகாராஜ் அதற்கு ஒரு உறுதியான உதாரணம்." துரதிர்ஷ்டவசமாக அந்த நேரத்தில் அவர்கள் அவர்களின் கட்டுப்பாட்டில் எந்த கோட்டையும் விடவில்லை. எனவே, மகாராணி முதலில் அவர்களின் கீழ் ஒரு கோட்டை இருக்க வேண்டும் என்று முன்மொழிந்தார் கட்டுப்பாடு.

மகாராணியின் இந்த முன்மொழிவுக்கு அனைவரும் ஒப்புக்கொண்டனர். அது இருந்தது கடினமான நேரத்தில் அவர்கள் அவ்வாறு செய்வது முற்றிலும் அவசியம். மெல்லிசனின் வார்த்தைகள் மேற்கோள் காட்டுவது மதிப்பு:

"கிளர்ச்சித் தலைவர்களுக்கு இந்த முறை மிகவும் முக்கியமானதாக இருந்தது. மற்றும் தீவிர பரிசீலனைக்கான நேரம் அது. ஆனால் தீர்வுகளும் உள்ளன நெருக்கடி நேரத்தில் தூக்கி எறியப்பட்டது. இந்த தீர்வு வந்தது அறிவாளி மகாராணியின் மனம். என்று பரிந்துரைப்பது சந்தேகமே, ராணி இந்தத் தீர்வைக் கொண்டு வரவில்லை என்றால், யாராவது இந்த தீர்வை கொண்டு வந்தார்களா இல்லையா அது ஒரு பார்வையாக உள்ளது. இந்த நால்வரின் முந்தைய செயல்பாடுகள் குறைந்தபட்சம் ராவைக் குறிக்கிறது சாஹேப்பும் பண்டா நவாப்பும் ஒருபோதும் வரவே முடியாது. இது நடத்தை மற்றும் புத்திசாலித்தனத்தில் இருந்து தெரியவில்லை இந்த இரண்டு நபர்களின் இந்த நெருக்கடியை அவர்கள் தீர்க்க முடியும் பிரச்சினை தான். இப்போது மீதமுள்ள இருவரில், நாம் தாந்யாவை வைத்திருக்கலாம் சிறிது நேரம் படத்திலிருந்து வெளியேறு. நாங்கள் சொல்ல விரும்பவில்லை. தாந்யா தோப் இந்த தீர்வைக் கண்டுபிடிக்க இயலாது அல்லது சிந்திக்கக் கூடிய அறிவாற்றல் அவரிடம் இல்லை என்று தீர்வுகள் எடுத்தனர். இது தாந்யா தோபேயின் சுயசரிதையில் இருந்து அறியப்படுகிறது. மகாராணியிடம் இருந்ததை அவரே ஒப்புக்கொண்டார் அந்த நேரத்தில் அங்கு இல்லை, இந்த தீர்வு சாத்தியமில்லை வேறு யாருடைய தலையிலிருந்தும் வரும்."

சொந்த முகாமைச் சேர்ந்தவர்களின் பாராட்டுக்கள் கூடும் ஒரு சம்பிரதாயமாக அல்லது ஒரு பாரபட்சமான கருத்தாகக் கருதப்படுகிறது, ஆனால் எப்போது அது எதிர் பக்கத்தில் இருந்து ஒரு நபர் பாராட்டுகிறார், அது இருக்க முடியாது புறக்கணிக்கப்பட்டது. உண்மையில், ஒரு முக்கியமான நேரத்தில் புதியதைச் சுட்டிக்காட்டிய திசையில், மகாராணி தன் ஆயத்த புத்தியை நிரூபித்தார் அல்லது உடனடி நுண்ணறிவை பயன்படுத்தினார். எனவே, அதில் எந்த சந்தேகமும் இல்லை அனைவரும் அவளது ஆலோசனையை மகிழ்ச்சியுடன் ஏற்றுக்கொண்டனர். அது உறுதியானது குவாலியர் தாக்கப்படும் என்று கூறியது உண்மை தான்.

குவாலியர் மாநிலம்

இந்த சூழலில், நிலைமையை கணக்கில் எடுத்துக்கொள்வது அவசியம் அப்போது குவாலியர் மாநிலம் மற்றும் அது வகித்த பங்கு 1857 கிளர்ச்சி இத்தகைய எதிரான போரில் வெற்றியின் விளைவாக 1844 இல்

குவாலியர் மாநிலத்தில் ஆங்கிலேயர்கள் தோண்டினார்கள். குதிகால் வரைக்கும் இதன் பின்னர் கையெழுத்திடப்பட்ட ஒப்பந்தத்தின்படி போரில் ஆங்கிலேயர்கள் தங்கள் அதிகாரத்தை நிலைநாட்டினர் குவாலியர் தர்பார் மற்றும் குவாலியர் கோட்டையும் அவர்களுக்கு கீழ் வந்தது. 1853ல் அனைத்து உரிமைகளும் மீண்டும் ஜெயஜி ராவுக்கு மாற்றப்பட்டன. ஆனால் அவர் ஆலோசனையுடன் அனைத்து செயல்பாடுகளையும் செய்ய வேண்டியிருந்தது பிரிட்டிஷ் அரசாங்கத்தின் குடியிருப்பாளருடன் இந்த நேரத்தில் 1858 ஜெயஜி ராவ் 23 வயது இளைஞராக இருந்தார். அனைத்தும் அவரது சார்பாக தினகர் ராவ் ராஜ்வாடே நிகழ்த்தினார். 1857-ல் டெல்லியில் சுதந்திரத்திற்கான வெளிப்படையான போராட்டம் தொடங்கியது மற்றும் பிற இடங்களிலும், அதன் செய்தி பின்னர் குவாலியரையும் அடைந்தது. அதனுடன் பத்தாயிரம் வலிமையான இராணுவத்தையும் கொண்டிருந்தது குவாலியரை தளமாகக் கொண்ட பிரித்தானியர்களின் படை. அந்த நேரத்தில் லெப்டினன்ட்டின் உதவிக்காக சிந்தியா தனது படையை ஆக்ராவுக்கு அனுப்பினார் கவர்னர் மற்றும் மராட்டிய இராணுவத்தின் ஒரு படைப்பிரிவுக்கு எட்டாவா. ஆனால் ஜூன் 14, 1857 அன்று குவாலியரை தளமாகக் கொண்ட குழு இராணுவம் கண்டோன்மென்ட்டில் கிளர்ச்சி செய்தது. அதில் தீ வைக்கப்பட்டது கண்டோன்மென்ட். சிந்தியா ஆங்கிலேயர்களைக் காப்பாற்ற தீவிர முயற்சிகளை மேற்கொண்டார். வீரர்கள் அப்போதும் பல ஆங்கிலேய வீரர்கள் மற்றும் அதிகாரிகள் கொல்லப்பட்டனர். இதனால் பதற்றமடைந்த கேப்டன் மேக்பெர்சன் சிந்தியாவுக்கு வந்து ஆங்கிலேயப் பெண்கள் மற்றும் குழந்தைகளைப் பரிந்துரைத்தார் ராணுவ துணையுடன் ஆக்ராவுக்கு அனுப்ப வேண்டும். எனவே, அவை பரிந்துரைக்கப்பட்டபடி செய்யப்பட்டது. இதனால் ஜெயஜி ராவ் சிந்தியாவும் கவலைப்பட்டார்.

இராணுவ கிளர்ச்சிக்காக அவர் மேக்பெர்சனுக்கும் அனுமதி வழங்கினார் ஆக்ரா செல்ல வேண்டும் என்று அதற்கு அப்பால் உள்ள ஹிங்கோனா என்ற கிராமத்தில் கிளர்ச்சி வீரர்கள் தங்கியிருந்தனர் சம்பல் ஆறு. அவர்களின் தலைவர் ஐஹாங்கீர் கான் என்பவர் குவாலியர் மாநிலத்தின் வேலைக்காரன். அவர் ஆங்கிலேயர்களை விரும்பினார் குவாலியரிலிருந்து ஆக்ராவுக்குச் செல்பவர்கள் வழி காட்டப்பட வேண்டும். சம்பலின் அடர்ந்த காடுகள் அங்கு அழிக்கப்பட்டன. சிந்தியா ஏற்கனவே பாதுகாப்புக்கு வைத்திருந்தார். போதுமான ஏற்பாடுகளையும் செய்தார். எனவே, இந்த ஆங்கிலேயர் குழு அங்கு சென்றடைந்தது. பின்னர் பல ஆங்கிலேயர்கள் அனுப்பப்பட்டனர். ஆக்ரா கிளர்ச்சி வீரர்கள் மீண்டும் ஜெயஜி ராவ் சிந்தியாவிடம் கோரிக்கை விடுத்தனர் மீண்டும் அவர் ஆங்கிலேயர்களின் பக்கம் இருக்கக்கூடாது என்றும் அவர்களுக்கு உதவக்கூடாது என்றும் கூறினார். சிந்தியாஸ் அவர்களுக்கு மிகவும் விசுவாசமாக இருந்தார். எனவே, அவர்கள் எந்த ஒத்துழைப்பையும் வழங்கவில்லை. ஆக்ராவிலும் ஆங்கிலேயர்களின் நிலை முடியவில்லை மிகவும் வலிமையானவர் என்று அழைக்கப்படும். அத்தகைய சூழ்நிலையில் கிளர்ச்சியாளர்கள் தாக்கினால் அங்கு, ஆங்கிலேயர்கள் கொல்லப்படுவது உறுதியானது. இந்த சூழ்நிலையை கருத்தில் கொண்டு, மேக்பெர்சன் சிந்தியா தனது இராணுவத்தை அங்கு அனுப்புமாறு கேட்டுக் கொண்டார்.

மேலும் மேலும் கோரினார் கிளர்ச்சியாளர்களை குவாலியரில் தடுத்து நிறுத்த அவர் அனுமதிக்கவில்லை.

அவர்கள் குவாலியரிலிருந்து ஆக்ராவை அடைகின்றனர். சிந்தியா அமைதியானார் நல்ல ஆலோசனை மற்றும் பகுத்தறிவுக்குப் பிறகு குவாலியரில் கிளர்ச்சியாளர்கள், மற்றும் ஆக்ராவில் ஆங்கிலேயர்கள் பாதுகாப்பாக இருந்தனர். சிந்தியா அரசாங்கத்தின் ஆலோசனையின் பேரில் கிளர்ச்சியாளர்கள் உள்ளே நுழைந்தனர் குவாலியரில் இருந்த இராணுவம் அமைதியாக இருந்தது, ஆனால் பின்னர் அவர்கள் சிந்தியாவை தங்கள் பக்கம் கொண்டு வருவதற்கான முயற்சிகளை ஆரம்பித்தனர். அவர்களுடன் சேர்ந்து வந்து ஆக்ராவை தாக்குமாறு சிந்தியாவிடம் கூறினார் அல்லது அவர்களுக்கு நிதி உதவி செய்யுங்கள் என்றார். இந்த நேரத்தில் சிந்தியாவின் நிலைமை கவலைக்குரிய விஷயமாக மாறியிருந்தது. தினகர் ராவ் தவிர மற்ற இரண்டு சர்தார்களும், மற்ற அனைவரும் ஆதரவாளர்களாக மாறிவிட்டனர் சிந்தியாவை சுற்றி வளைக்க முயன்றனர்.

இந்த தருணத்தில் திவான் தினகர் ராவ் மிகவும் புத்திசாலித்தனமாக செயல்பட்டார் கிளர்ச்சியாளர்களுக்கு எதிராக செல்ல அவர் ஒருபோதும் அவரை அனுமதிக்கவில்லை. அவர்களை குழப்பி பேச வைத்தனர். மேலும் அதை கிளர்ச்சியாளர்களுக்குத் தெரியப்படுத்த அவர் அனுமதிக்கவில்லை சிந்தியா தர்பாரில் இருந்த சர்தார்களும் எதிர்த்தனர். அத்தகைய இரகசியம் அத்தகைய நேரங்களில் முற்றிலும் அவசியம். தர்பாரின் சரியான நிலையை அறிந்திருந்தால், சிந்தியா அரசுக்கு எதிராக கிளர்ச்சி செய்திருக்கலாம். கான்பூரில் நானா சாகேப் வெற்றி பெற்ற பிறகு, அரசவையினர் சிந்தியா சுதந்திரமாக இருக்க விரும்பினார். அவர்கள் எல்லா நேரத்திலும் அங்கு இருந்தனர். ஆங்கிலேயர்களைப் பற்றி தங்களுக்குள் விவாதித்தார்கள். அத்தகைய சூழ்நிலையில் அனுமதிக்காதது முழு வரவு தினகர் ராவிடம் செல்கிறது. ஏனெனில் அவர் தான் மாநிலத்தின் முழு மற்றும் ஒரே நிர்வாகி. ஜெயஜி ராவ் சிந்தியாவின் கையில் அது வெறும் பொம்மையாக தான் இருந்தது. என்றாலும் கிளர்ச்சிக் கொடி அந்த நேரத்தில் குவாலியரில் விரிக்கப்பட்டது. ஒருவேளை அங்கு ஆங்கிலேயர்கள் இந்தியாவை விட்டு வெளியேற வேண்டிய கட்டாயம் ஏற்பட்டிருக்கலாம். நிறைய ஆங்கில வரலாற்றாசிரியர்கள் இந்த உண்மையை ஒப்புக்கொண்டுள்ளனர். நூலாசிரியர் தி மெமோரியல் ஆ.்.ப் சர்வீஸ் இன் இந்தியா எழுதுகிறது.

"குவாலியர் ஒரு விதத்தில் திறவுகோலாகக் கருதப்பட வேண்டும் இந்தியா அல்லது நாம் என்று சொல்லலாம், அப்போது இந்தியாவின் சங்கிலி உடைந்தது. யாருடைய எந்த இணைப்பு (எங்கள்) நிச்சயமாக பேரழிவை கொண்டு வந்திருக்கும். என்றால் குவாலியர் ஆட்சியாளர் எங்களுடன் நம்பிக்கையை மீறினார் அல்லது கட்டுப்படுத்தப்பட்டார் என்பதாகும். கிளர்ச்சியாளர்களால், அந்த கிளர்ச்சி நிலைத்திருக்காது. உள்ளூர் அல்லது இராணுவ கிளர்ச்சி, அது ஒரு பிரபலமாக மாறியிருக்கும், பரவலான மற்றும் தேசிய கிளர்ச்சி. அப்படியானால் நாம் இல்லாமல் இருக்கலாம் கங்கையை எளிதில் கடக்கும் பகுதியில் போராட வேண்டும். மாறாக நாம் போராடும் நிலைக்கு தள்ளப்பட்டிருக்கலாம் அணுக முடியாத போர்க் கலையில் பழங்குடியினர் நிபுணருடன் வட இந்தியாவின்

மாகாணங்கள். சிந்தியா அவிழ்த்திருந்தால் அந்தக் காலத்திலும் அவர் தோற்கடிக்கப்பட்டாலும் எங்களுக்கு எதிரான கிளர்ச்சிக் கொடி தன் வசம் உள்ள முழு பலத்துடன் போராடினாலும், அப்போதும் கூட இந்தக் கிளர்ச்சி இவ்வளவு பயங்கரமான பரிமாணங்களை எடுத்திருக்கும். நம்மால் நினைத்துக்கூட பார்க்க முடியாது."

குவாலியரில் பதற்றம்

இருப்பினும் கிளர்ச்சி ஒருவிதத்தில் ஒத்திவைக்கப்பட்டது தினகர் ராவின் முயற்சிகள், இன்னும் உள்ளே பதற்றம். ஒருமுறை அருகில் அரச அரண்மனை கடுமையான பதற்றம் மற்றும் மோதல் சூழ்நிலை அதை உலுக்கி சிந்தியா மற்றும் எச்சரிக்கும் வகையில் வளர்ந்தது பிரிட்டிஷ் அரசும் ஒன்றுதான். கிளர்ச்சியின் நெருப்பு எங்கும் பரவியது முழு வட இந்தியா. மௌவிலிருந்து கிளர்ச்சி வீரர்கள் மற்றும் அவர்களின் விளம்பரப் பணிக்காக இந்தூர் குவாலியரை அடைந்தது. அவர்கள் தூண்டினார்கள் குவாலியரில் உள்ள படைகளும் கிளர்ச்சியில் ஈடுபடுகின்றன. அங்கு நானா சாஹேப்பின் ஆட்களும் அவர்களை வெல்ல முயன்றனர் இவை அனைத்தின் விளைவுதான் கிளர்ச்சிப் படையினர் குவாலியர் இராணுவத்தின் நேரடியாகப் பேசுவது சரியானது என்று நினைத்தனர். அவர்களின் தேர்ந்தெடுக்கப்பட்ட பிரதிநிதிகளில் 300 பேர் வந்தடைந்தனர். சிந்தியா அரண்மனையில் வைத்து நடந்தது. அவருக்கு முன் பின்வரும் முன்மொழிவு:

"ஆக்ராவைத் தாக்குவதன் மூலம் வெள்ளையர்களை முடிவுக்குக் கொண்டுவர விரும்புகிறோம். நீங்கள் இந்த பணியில் எங்களுக்கு உதவுங்கள் என்பதாகும்.

சரி, சிந்தியா இதை எப்படி ஏற்றுக்கொள்ள முடியும்? அவர்களின் வெளிப்படுத்துதல் இதில் தெளிவான கருத்து வேறுபாடு இல்லை, அவர்கள், "இந்த நடத்தை உங்களுடையது எங்கள் கொள்கைகளுக்கு முரணானது. நீங்கள் ஏதேனும் இடையூறுகளை உருவாக்கினால் மழை முடியும் வரை, உங்களுக்கு எந்த உதவியும் கிடைக்காது. அதாவது எங்கள் பக்கத்தில் இருந்து. மேலும், உங்களது ஊதியமும் நிறுத்தப்படும். சிந்தியாவின் பற்றும் இதில் அம்பலமானது. கிளர்ச்சியாளர்களுக்கு முன் அதன் நிர்வாண வடிவத்தில் சந்தித்தது. இது அவர்களுக்குத் தெரியும் சிந்தியா ஏன் வெளியே வரவில்லை என்பது, இதுவரை தெளிவான பதில். கிளர்ச்சியாளர்களின் பிரதிநிதிகள் அவர்களை வெளிப்படையாக எச்சரித்துவிட்டு திரும்பி வந்தார். அடுத்து என்ன? குவாலியர் சிந்தியா அரண்மனை மீது தாக்குதல் நடத்த ராணுவம் முடிவு செய்தது மற்றும் பீரங்கி துப்பாக்கிகள் கொண்ட நகரம். நிலைமை சிக்கலானதாக மாறியது சிந்தியாக்களுக்கு உணர்திறன் வந்தது. அவர்கள் செய்தி பெற்றவுடன் அவர்கள் மராத்தியர்கள் மற்றும் 5000 இராணுவத்தை உயர்த்த முடிவு செய்தனர் மராத்தியர்கள் பணியமர்த்தப்பட்டனர். சிந்தியா தனது இராணுவத்தை வழிநடத்தினார் பெரும் திறனுடன் தங்கள் நகரத்தை பாதுகாப்பதில் வென்றி பெற்றனர். கிளர்ச்சியாளர்கள் மோதலில் ஈடுபட வேண்டாம் என்று முடிவு செய்து பின்வாங்கினார். ஆங்கிலேயர்கள் ஆக்ராவில் அதன் மிகப்பெரிய பயனாளிகள். அவர்கள் மொத்த அழிவிலிருந்து காப்பாற்றப்பட்டனர். ஒத்துழையாமையால் ஏமாற்றம் ஜெய்ஜி

ராவ், குவாலியரின் கிளர்ச்சிக் குழு இராணுவம் தாந்யா தோப்புடன் கான்பூர் சென்றார்.

குவாலியர் மீது தாக்குதல்

வெளிப்படையாக நெருக்கடி தவிர்க்கப்பட்டாலும், இன்னும் தீ புகைந்து கொண்டே இருந்தது. சிந்தியாஸும் அதிர்ந்தனர் இந்த சம்பவத்தால். அனைவரின் மீதும் கிளர்ச்சி வேகத்துடன் பரவியது. ஒருபுறம், ஆங்கிலேயர்கள் மீது வெறுப்பு உணர்வு பிறந்தது குவாலியர் கூட, இந்தச் சம்பவம் நடந்த சில மாதங்களுக்குப் பிறகு செய்தி கல்பி மற்றும் ஜான்சியில் ஆங்கிலேயர்களின் வெற்றி கிட்டத்தட்ட பரவியது குவாலியரின் அனைத்து சர்தார்களும் ஆங்கிலேயர்களுக்கு எதிரானவர்களாக மாறினர்.

இந்த நேரத்தில் துணிச்சலான தாந்யா தோபே குவாலியரை அடைந்தார். அவர் சிந்தியா இராணுவத்தை கிளர்ச்சி செய்ய தூண்டுவதற்காகவும் வந்திருந்தார். அவர் கிராந்தி யக்ஞத்தில் (புரட்சி) சேருமாறு இராணுவத்தைக் கேட்டுக் கொண்டார் நாட்டின் சுதந்திரம். தாந்யா தோப்பிற்கு உதவ அனைவரும் ஒப்புக்கொண்டனர்.

இதையெல்லாம் சொன்னதன் நோக்கம் அந்தக் காலத்து குவாலியர் காத்திருக்கும் வெடிமருந்து தூள் குவியலாக மாறியிருந்தது. ஒரு தீப்பொறியை பற்றவைக்க திறமையான நபர் யார்? ஆங்கிலேயர்களும் கூட குவாலியர் கிளர்ச்சி செய்தால் அதன் விளைவுகள் தங்களுக்கு ஏற்படும் என்று அஞ்சினர். கற்பனை செய்ய முடியாத அளவுக்கு பயங்கரமானதாக இருக்கலாம். குவாலியரில் வசிப்பவர் சில இராணுவத்தை வைத்திருக்க விஷயங்களை பொருத்தமாக நினைத்தேன் அங்குள்ள வெள்ளையர்கள் அதைப் பற்றி கேனிங் பிரபுவுக்கு ஒரு கடிதம் எழுதினார்கள். இந்தச் சுழலில் இருந்து பிரிட்டிஷார் எவ்வளவு பயமுறுத்தினார்கள் என்பது புரியும். கவர்னர் ஜெனரல் என்பதில் இருந்து நிகழ்வுகளை கற்பனை செய்து கொள்ளலாம் சிந்தியா சேர்ந்தால் என்று இங்கிலாந்துக்கு தந்தி அனுப்பினார். கிளர்ச்சியின் பின்னர் அவர் தனது பை மற்றும் சாமான்களை சேகரிக்க வேண்டும் மற்றும் இந்தியாவை விட்டு வெளியேறுங்கள். கவர்னர் ஜெனரல் லார்ட் கேனிங்கின் அறிவுறுத்தலின் பேரில் குவாலியருக்கு வெள்ளைப் படையை அனுப்ப உத்தரவிட்டார். முன்பு இந்த இராணுவம் குவாலியரை அடையலாம் என்று குவாலியரில் செய்தி கிடைத்தது அது ராவ் சாகேப், லட்சுமிபாய் முதலியோரிடம் சென்றது. அதாவது கோபால்பூரை விட்டு குவாலியரின் எல்லைகள். பொதுமக்கள் மற்றும் அங்குள்ள சர்தார்கள் ஏற்கனவே தங்களை மாற்றிக்கொண்டனர் துணிச்சலான கிளர்ச்சியாளர்களின் ஆதரவாளர்கள், அதனால் ராவ் சாஹேப்பின் இராணுவம் அங்கு செல்வதில் எந்த எதிர்ப்பையும் சந்திக்க வேண்டியதில்லை. இது கைப்பற்ற வருகிறார்கள் என்பது உண்மை. ஆனால் அவர்கள் தங்கள் நோக்கத்தை வெளிப்படையாக அறிவிக்கவில்லை. அவர்களின் வருகையால் அவர்களது ஆதரவாளர்கள் மகிழ்ச்சி அடைந்தனர். அவரது திவான் தினகர் ராவ் மற்றும் பிற அரசவை உறுப்பினர்கள் ரகுநாத் ராவ் ராஜ்வாடே கவலைப்பட்டார். ராஜ் வேட் வெளிப்படையாக ராவ் சாஹேப்பின் வருகையில் மகிழ்ச்சியாகத் தோன்றினார், ஆனால் அவரது விசுவாசம் ஆங்கிலேயர்களுடன் இருந்தது. ராவ் சாகேப்பும் கடிதம் எழுதினார்.

ஜெயஜி ராவ் மற்றும் ராஜ்மாதா ஜெயஜிபாயிடம், "நாங்கள் உங்களிடம் வருகிறோம் பாச உணர்வுகளுடன் கூறினார். நமது பழைய உறவுகளை கருத்தில் கொண்டு நீங்கள், தயவுசெய்து இந்த நெருக்கடியில் எங்களுக்கு உதவுங்கள். இது நம்மை தெற்கு நோக்கி நகர்த்த உதவும். சிந்தியாவை தன் பக்கம் அழைத்துச் செல்ல விரும்பினார் என்பது தெளிவாகிறது. ராவ் சிந்தியாவின் வழித்தோன்றல் ஆவார். குடும்ப பேஷ்வாக்களிடமிருந்து குவாலியர் மாநிலத்தையும் பெற்றது. சிந்தியாவால் பாதிக்கப்படலாம் என்று எதிர்பார்க்கப்படுகிறது. அதாவது பேஷ்வாக்கள், தினகர் ராவ் மேற்கண்ட கடிதம் வராமல் பார்த்துக் கொண்டார் சிந்தியாவை அடையுங்கள். மாறாக, அவர் குடியிருப்பாளருக்கு எல்லாவற்றையும் தெரிவித்தார். மறுபக்கம் ராவ் சாஹேப் பதில் வரவில்லை. அதாவது, அவரது கடிதத்திற்கு அவர் அதற்காக காத்திருப்பதை சரியானதாக கருதவில்லை. 1858 ஆம் ஆண்டு மே 28 ஆம் தேதி அமான் கிராமத்தை அடைந்தார். அவர் சிந்தியாவின் உறவைக் கருத்தில் கொண்டு முழு நம்பிக்கையுடன் இருந்தார் ஜெயஜி ராவ் கண்டிப்பாக அவருக்கு உதவுவார். ஆனால் நடந்தது அதற்கு நேர்மாறானது. முன்னால் பார்த்தால் அவர்கள் 400 காலாட்படை வீரர்கள் மற்றும் நூற்றைம்பது குதிரை சவாரி அவர்களின் வழியைத் தடுக்கும் இராணுவ வீரர்கள் இருந்தார்கள். அது பேஷ்வா ராவ் சாஹேப்புக்கு கோபத்தை ஏற்படுத்தியது.

அவன் அந்தப் படையின் சர்தாரிடம் மிகவும் பலமான குரலில், "எங்களைத் தடுக்க நீங்கள் யார்? சிந்தியாவைப் பற்றி நாம் என்ன நினைக்கிறோம் மற்றும் தினகர் ராவ்? அவை என்ன என்று கேட்டனர். அதனால் அவர்கள் நம்மைத் தடுப்பார்களா? நாங்கள் ராவ் பந்த் பிரதான் பேஷ்வா, நமது மதத்திற்காக போராடுகிறார்கள் மற்றும் நமது சுதந்திர அரசு. சைண்டியாஸின் முதாதையர்கள் உள்ளனர். அவர் எங்களிடமிருந்து தனது முழு இராணுவத்தையும் பெற்றார். எங்களுக்கு கடிதங்கள் இராணுவ அதிகாரிகளிடமிருந்து வந்துள்ளன. தாந்யா தோப் ஏற்கனவே வருகை தந்திருந்தார். குவாலியர் மற்றும் அதைப் பற்றிய அனைத்து விவரங்களும் தெரியும். இப்போது அனைத்து ஏற்பாடுகளும் செய்யப்பட்டுள்ளன. எனவே, நாங்கள் எங்கள் படையுடன் வருகிறோம். நீங்கள் எங்களுடன் போரிட வேண்டுமா?" என்பதை நிர்ணயிங்கள் என்றார்.

சுபேதார் ராவ் சாகேப்பின் மின்னூட்டம் தரும் வார்த்தைகளைக் கேட்டு எதையும் சொல்ல முடியவில்லை. அவருக்கு முன்னால் பரந்த இராணுவம், அவர் மோதலின் முடிவுகளை எதிர்பார்த்தார். எனவே, அவர் ஒரு பக்கம் இழுக்க, ராவ் சாஹேப் அவரது படையுடன் முன்னோக்கி நகர்ந்தார். மே 30 அன்று பேஷ்வாவின் இராணுவம் பாசா காவ்னை அடைந்தது.

சிந்தியாவின் தோல்வி

மினார் கண்டோன்மெண்டில் அனைவருடனும் முகாமிட்டார். அவரது இராணுவம், மற்றும் சிந்தியாவை அவரது நலம் விரும்பியாகக் கருதுவதாகத் தெரிவித்தார் அதன்படி, பேஷ்வாவின் உதவிக்கு தன்னைத் தயார்படுத்திக் கொண்டார். பல துணிச்சலான வீரர்கள் அவருக்கு உதவ விரும்பினாலும், அவர்களால் தைரியத்தை வரவழைக்க முடியவில்லை. சில சர்தார்களும் அப்படி தினகர் ராவ் மற்றும் இருவர், அவர்களில் இருந்து,

அனைவரும் அங்கிருந்து திடீரென்று, அவர்களின் இராஜதந்திரம் மற்றும் புத்திசாலித்தனத்தின் அடிப்படையில், பேஷ்வா இராணுவத்தின் மீது பாய்ந்தனர். ஆனால் அவர்களால் நிற்க முடியவில்லை லட்சுமிபாயின் துணிச்சலுக்கு முன் முடியவில்லை. அதன் விளைவு அவர்கள் ஓட வேண்டியிருந்தது. போர்க்களத்தில் இருந்து விலகி மகாராணி லட்சுமிபாய் பிடிபட்டார். அவர்களின் பீரங்கி துப்பாக்கிகள் மற்றும் போர் பொருட்கள் அனைத்தும் எடுத்துக்கொண்டு சிந்தியா ஓடிவிடுகிறார்.

பேஷ்வாக்கள் அதைக் கட்டுப்படுத்துகிறார்கள் குவாலியர்

போர்க்களத்தில் முதுகைக் காட்டிய பிறகு, சிந்தியா குவாலியரில் தங்குவது பாதுகாப்பானது. எனவே, தினகர் ராவுடன் மேலும் சில நபர்கள், அவர் தோல்பூர் வழியாக ஆக்ராவை அடைந்தார். என்ன ஒரு முரண்! என்றால் ஒரு கட்டத்தில் சிந்தியா அவரை மகிழ்விக்க முயன்றார் கிளர்ச்சியாளர்களை அடக்குவதன் மூலம் எஜமானர்கள், பிரிட்டிஷ்காரர்கள்; மற்றொன்றின் நிலை (இப்போது) அவர் தனது உயிரைக் காப்பாற்ற ஓட வேண்டியிருந்தது மகாராணி லட்சுமிபாய். கைகளில் ஏற்பட்ட தோல்வி குறித்து மகாராணி, ஸ்ரீ பரஸ்னீஸ் எழுதுகிறார்:

"சிந்தியா அரசாங்கம், அந்த நேரத்தில், உண்மையில், ஒரு பிரித்தானியர்களுக்கு அதன் விசுவாசத்தை விளக்கிய ஒரு நல்ல விளக்கக்காட்சி மற்றும் தன் நட்பை காக்க அது தன் உயிரை பணயம் வைத்து போராடியது. அவர்கள் பழைய உறவினர்களுடன் போராடியது. இது பெருமைக்குரிய செயல் என்பதை நிருபித்தது சிந்தியா தரப்பில்; அதுபோலவே அந்த மகாராணியின் பெருமை லட்சுமிபாய் தனது வீரத்தின் மூலம் சம்பாதித்தார். அது என்றென்றும் வாழும். இது சாதாரண விஷயமல்ல மகாராணி, எங்கிருந்தும் எந்த ஒரு குறிப்பிட்ட உதவியும் இல்லாமல், அவளின் பலத்தில் தான் போர்க்களத்தை விட்டு விரட்டினாள். ஜெயஜி ராவ் சிந்தியா போன்ற ஒரு மனிதனை வாள்வெட்டு செய்தாள் என்றால் அவரது வீரம் ஐரோப்பாவின் பெரிய மனிதர்களால் மிகவும் பாராட்டப்பட்டது போர் ஏற்பாடுகள் வலிமையானவர்களுக்கு மிகவும் அச்சுறுத்தலாக இருந்தன. மேலும் சர்தார்களின் பார்வை உத்தரவாதமாக இருந்தது."

இப்போது பேஷ்வாக்களுக்கு நிலம் தெளிவாக இருந்தது. எனவே, அவர்கள் வெற்றியின் மகிழ்ச்சியுடன் நகருக்குள் நுழைந்தனர். அவர்கள் எதுவும் செய்ய வேண்டியதில்லை. எந்த வகையிலும் போராட வேண்டும். அவர்களின் ஆதரவாளர்கள் இருந்தனர். அவர்களுக்கு மிகவும் மகிழ்ச்சி தான் குவாலியரின் கிளர்ச்சியை ஆதரிக்கும் படைகள் பேஷ்வாவின் அதிகாரத்தை மகிழ்ச்சியுடன் ஏற்றுக்கொண்டு வணக்கம் செலுத்தினர். அவர் பீரங்கி துப்பாக்கிகளுடன் வந்தனர். ராவ் சாகேப் அரச மாளிகையை உருவாக்கினார் சிந்தியா அவரது வசிப்பிடமாக இருந்தது. மேலும் அவரது கொடி அதன் மேல் ஏற்றப்பட்டது. மகாராணி லக்ஷ்மிபாய், தன் வசிப்பிடத்தை தேர்ந்தெடுத்தார். அது நெளலாகா பாக் பக்கத்து அரண்மனை. அதேபோல், மற்ற தளபதிகளும் வெவ்வேறு அரண்மனைகளில் வாழத் தொடங்கினர். கட்டுப்பாட்டை எடுத்த பிறகு நகரம், துணிச்சலான தாந்யா தோப் தனது சில வீரர்களை அனுப்பினார் அவர்கள் இரு கரங்களுடன் வரவேற்கப்பட்ட கோட்டையை கைப்பற்றுங்கள்

அங்கிருந்த ஆட்களால் என்றார். கோட்டையின் கட்டுப்பாடு அவர்களிடம் ஒப்படைக்கப்பட்டது. கோட்டையில் ஒரு பெரிய போர்ப் பொருள் களஞ்சியம் இருந்தது. அங்கு வெற்றியாளர்கள் வழக்கத்திற்கு மாறாக அதன் மீது கட்டுப்பாட்டைப் பெறுவதில் மகிழ்ச்சி அடைந்தனர். வெற்றியைக் கொண்டாடிய பிறகு, ரெசிடென்சியைத் தாக்கும் நேரம் இது. அது சூறையாடப்பட்டு தீப்பிடித்து எரிந்தது. இதற்குப் பிறகு பழையது சிந்தியா மற்றும் ஹாலிஸ் அரண்மனை (பரந்த கட்டிடங்கள்) இன் ஆங்கிலேயர் ஆதரவு சர்தார்களை கொள்ளையடித்து தாக்கினர். அதன் பிறகு அந்த நகரத்தையும் கொள்ளையடிக்க வீரர்கள் திட்டமிட்டனர். ஆனால் அவர்கள் அதைச் செய்வதற்கு முன்பே, பேஷ்வாவுக்கு இது தெரிய வந்தது. இதில் யாரும் ஈடுபடக் கூடாது என்று கடுமையான உத்தரவு பிறப்பித்துள்ளார் தவறான செயல் மற்றும் எந்தவொரு குடிமகனும் எந்த வகையிலும் துன்புறுத்தப்படக்கூடாது என்றனர். அதனால் நகரம் கொள்ளையடிக்கப்பட்டது.

ராவ் சாகேப் முடிசூட்டு விழா

ஜெயஜி ராவ் சிந்தியா தனது நான்கு சர்தார்களை கைது செய்தார் சுதந்திரத்திற்கான கிளர்ச்சியை ஆதரித்தார். பேஷ்வா அவர்களை விடுவித்தார். அங்கு குவாலியரின் நிர்வாக அதிகாரம் இப்போது கைகளில் இருந்தது. பேஷ்வா ராவ் சாஹேப் அவர்களின் தலைவராக இருந்தார். அதனால் அவருடைய (பேஷ்வாவின்) முடிசூட்டு விழா அவசியம் என்று அவர் நினைத்தார் அதிகாரத்தின் உண்மையான எஜமானராக தொடர்வதற்காக விழா. பண்டைய பாரம்பரியத்தின் படி நடத்தப்பட்டது. அங்குள்ள, ஒரு நபர் இல்லாவிட்டால் முடிசூட்டப்பட்ட அவர் சரியான அரசராகக் கருதப்படவில்லை. இருந்தாலும் சத்ரபதி மகாராஜ் சிவாஜிக்கு அனைத்து நிர்வாக அதிகாரமும் இருந்தது. மக்கள் அவரை பீஜாப்பூரின் கிளர்ச்சி ஊழியராகக் கருதினர். அதாவது அவர் முடிசூட்டும் வரை நிர்வாகம் அவ்வாறு நினைத்தது. முடிசூட்டுக்கு முந்தையது அனைத்தும் என்னவென்றால், அவர் வழங்கிய பரிசு மற்றும் நன்கொடை உத்தரவுகள் போன்றவை செல்லாது என்றனர். அவரது முடிசூட்டு விழாவை நடத்துவது அவசியம். அவர் மரியாதைக்குரிய அனைத்து நபர்களுடனும் இந்த விஷயத்தை முதலில் விவாதித்தார். ஜாகிர்தார்களிடம் விவாதித்தார். குவாலியர் மாநிலத்தின் ஜமீன்தார்கள் சம்மதத்துடன், அவர் தனது முடிசூட்டு விழாவிற்கு ஒரு நாளை நிர்ணயித்தார். அவர் தனது நண்பர்கள் அனைவரையும் அதில் கலந்து கொள்ள அழைத்தார்.

ஜூன் 3, 1858 அன்று பூல் பாக்கில் ஒரு நீதிமன்றம் ஏற்பாடு செய்யப்பட்டது. அங்கு அனைத்து அரசவையினர், தளபதிகள் முதலியோர் தங்கள் அரசில் இணைந்தனர் ராவ் சாஹேப் தனது பாரம்பரிய பேஷ்வா உடையை அணிந்தார். பின்னர் அவர் முழு மத சடங்குகளுடன் அரியணை ஏறினார். இந்த நிகழ்வை விவரித்து, ஸ்ரீ பரஸ்நீஸ் எழுதுகிறார்:

"அனைத்து சர்தார்களும், அரசியல்வாதிகளும், ராணுவ வீரர்களும் அவருக்கு ஆதரவாக உள்ளனர் (பாஷ்வா) அவர்களின் இருக்கைகளை ஆக்கிரமித்தனர். தாந்யா தோப் மற்றும் பலர் அவருக்கு கீழ் இருந்த தளபதிகள் சட்டசபையில் இருந்தனர். அவர்களுக்கான சீருடைகளில் இருந்தனர். ராவ் சாகேப், பேஷ்வா உடையானது, அரச அங்கி, தலையில்

முகடு, முத்து போன்ற சதுர மோதிரங்கள் காதுகள் மற்றும் மார்பில் ஒரு நெக்லஸ் தர்பாரில் இருந்து வந்தது. முழு ஆடம்பரமும் மகிமையும், ஆசீர்வாத பாடல்களின் துணையுடன் சோப்தார்களில் இருந்து மற்றும் வண்டிகனாக்கள் என மகிழ்ச்சியாக சென்றது. பின்னர், முஜ்ராக்கள், தசீம்களின் மற்றும் தர்பாரிஸ் பேஷ்வா சிம்மாசனம்" ஏறினார். ஜாகிர்தார்களளான தாந்யாவுக்கு விலைமதிப்பற்ற பரிசுகள் வழங்கப்பட்டன. தோப் மற்றும் பலர். தாந்யா தோபே உச்ச தளபதியாக அறிவிக்கப்பட்டார். இராணுவத்தில் ஒரு நகை பதிக்கப்பட்ட வாள் வழங்கப்பட்டது. ராம் ராவ் கோவிந்த் பிரதமராக நியமிக்கப்பட்டார் (அமாத்யா). அவருக்கு விலை உயர்ந்த ஆடைகள் வழங்கப்பட்டன. சிவாஜி மகாராஜ் அஷ்டரை நியமித்தார் பிரதானிகள் (எட்டு தலைவர்கள்) ராணுவ வீரர்களுக்கு இருபது லட்சம் ரூபாய் பரிசாக வழங்கப்பட்டது. அதிகாரத்தின் போதை கண்களை மறைத்தது.

ராவ் சாஹேப், தாந்யா தோபே போன்றவர்கள், இதற்குப் பிறகுதான் என்று தோன்றியது. எளிதான வெற்றியால் தங்கள் கடமையை மறந்தனர். அதைக் கூட அவர் பொருட்படுத்தவில்லை இந்த வகையில் சிந்தியா தனது மாநிலத்தை இழந்தார் என்பதை நினைவில் கொள்ளுங்கள், சும்மா உட்கார மாட்டேன். செய்யாத பழைய அடியார்கள் சிலர் முடிசூட்டு விழாவின் போது எதையும் பெறுங்கள் என்று தங்களையே எண்ணிக் கொண்டிருந்தனர். மேலும் அவமானப்படுத்தினார். ஆனால் பேஷ்வாவும் அவனது கூட்டாளிகளும் எப்படி போதையில் இருக்க முடியும். அவரது பதவியின் சக்தியால் இன்பங்கள் மற்றும் ஆடம்பரங்களில் மூழ்கி, மகாராணி லட்சுமிபாய் அதன் மூலம் இருந்தார். மிகவும் மகிழ்ச்சியற்றவராக இருந்தார்.

அவர்களின் இந்த வகையான நடத்தை மீது. எனவே, அவள் பேஷ்வாவிடம் சென்றாள். அவனே, "வெற்றியின் போதையில் மூழ்கிவிட்டான். ஆயுதப் படைகள் மற்றும் சிந்தியாவின் கருவூலம் எல்லாம் இருந்தாலும் சரியாகப் பயன்படுத்தாவிட்டால், அது உங்கள் அபிலாஷைகள் அனைத்தையும் நீர்த்துப் போகச் செய்யும். மேலும் ஆங்கிலேயர்கள் மிகவும் புத்திசாலிகள் மற்றும் கடின உழைப்பாளிகள் ஆவர். அவர்கள் எங்களை தாக்கும் போது எதையும் சொல்லுங்கள். நீங்கள் இதை தொடர்ந்தால் இப்படி எச்சரிக்கையில்லாமல் இருந்தால், நமக்கு அழிவு நிச்சயம். எனவே, இன்பங்களையும் ஆடம்பரங்களையும் துறந்து, நீங்கள் இராணுவத்தில் கவனம் செலுத்த வேண்டும். வீரர்களை ஊக்கப்படுத்துங்கள் அவர்களின் சம்பளத்தை அதிகரிப்பதன் மூலம் அதை செய்யுங்கள். இந்த நேரம் விரயம் செய்வதற்காக அல்ல. இப்பொழுது சாதகமான வாய்ப்பு கிடைத்துள்ளது. நீங்கள் ஒழுக்கத்துடன் செயல்படுவதற்கு. எனவே, நீங்கள் கவனமாக இருங்கள். போர் ஏற்பாடுகளில் மும்முரமாக இருங்கள் என்ற தீவிரமான மற்றும் அர்த்தமுள்ள வார்த்தைகளை பேஷ்வா கேட்டார். ஆனால் மகாராணி கவலைப்படவில்லை. ஒருவேளை அவர் நம்பியிருக்கலாம்.

ஆங்கிலேயர்களால் இனியும் அவரைத் துன்புறுத்த முடியாது என்ற போதை சக்தி உண்மையில் விசித்திரமானது. அது மேகங்கள் போல உளவுத்துறை ஒரு மனிதனை மூடுகிறது. அதை சமாளிப்பது மிகவும் கடினம். குவாலியருக்கு ஹுங்ரோஸ் அணிவகுப்பு மகாராணியின் மேற்கண்ட கூற்று எவ்வளவு உண்மை. அது மிக விரைவில் காலத்தால்

நிரூபிக்கப்பட்டது என்று மேலே கூறப்பட்டுள்ளது கல்பியில் வெற்றி பெற்ற பிறகு, ஹக்ரோஸ் விடுப்பில் பம்பாய் செல்ல விரும்பினார். ஆனால், ஜூன் 1 ஆம் தேதியே அவருக்கு ராபர்ட்சன் மூலம் தகவல் தெரிவிக்கப்பட்டது. கிளர்ச்சியாளர்கள் குவாலியரை அடைந்தனர் என்று. எனவே, அவர் கேட்கப்பட்டார்

உடனடியாக திரும்பி வந்து, அவர் குவாலியர் சென்றது சரியானதாகக் கருதப்பட்டது. அவர் உடனடியாக கவர்னர் ஜெனரல் லார்ட் கேனிங்கிற்கு தகவல் தந்தி மூலம் தெரிவித்தார். "குவாலியரைக் கைப்பற்ற இராணுவத்தை வழிநடத்த நான் தயாராக இருக்கிறேன்" என்றார். கேனிங் தனது வைராக்கியத்தில் மிகவும் மகிழ்ச்சியடைந்தார். அவர் அவரை நியமித்தார். இந்த போருக்கு ராணுவ தளபதி, அவரது விடுப்பில், ஜெனரல் நேப்பியர் இந்தப் பதவிக்கு நியமிக்கப்பட்டார். இப்போது நேப்பியர் அவரது உயர் அதிகாரியாக நியமிக்கப்பட்டார். தளபதி பதவியை ஏற்ற பிறகு மீண்டும் மேஜர் ஸ்டேவர்ட் உதவிக்கு குவாலியருக்குச் செல்லும்படி ஹக்ரோஸ் உத்தரவிட்டார். ராபர்ட்சன், வெள்ளையர்கள் மற்றும் இந்தியர்களின் குதிரைப்படையுடன், இராணுவம் அனுப்புவதற்கு முன் அவர் குவாலியரை அடையலாம். ஜூன் 4 அன்று அவருக்கு செய்தி கிடைத்தது பேஷ்வா குவாலியரையும் ஜெயஜி ராவ் சிந்தியாவையும் கைப்பற்றினர். ஹக்ரோஸ் முற்றிலும் இழந்தார் இந்த செய்தி கிடைத்ததும். ஒரு கணம் எல்லாம் தன்னுடையது என்று உணர்ந்தான்.

சாதனைகள் பூஜ்ஜியமாகக் குறைக்கப்பட்டன. கொஞ்ச நாள் முன்பு தான் அவர் வெற்றியின் மகிழ்ச்சியில் நிரம்பி வழிந்தார், இப்போது ஒரு புதிய பிரச்சனை அவன் முகத்தை உற்று நோக்கியது. விடுப்பில் பம்பாய் செல்ல வேண்டும் என்று திட்டமிட்டான். ஆனால் இப்போது அவர் அங்கு செல்ல வேண்டிய கட்டாயமே ஏற்பட்டது. போர்க்களம் ஹக்ரோஸ் அடிப்படையில் ஒரு மெத்தனமான நபர் மற்றும் அவர் சிரமங்களை எதிர்கொண்டு வளைக்கக் கற்றுக் கொள்ளவில்லை. மழைக்காலம் இப்போது தொடங்கிவிட்டது, ஆனால் ஹக்ரோஸ் அதைப் பொருட்படுத்தவில்லை. அங்கு அவனது மனதில் குறிக்கோள்தான் அதிகமாக இருந்தது.

ஜூன் 5, 1858 இல், ஹக்ரோஸ் ஒரு புதிய போர் திட்டத்தை உருவாக்கினார். அது குவாலியரில் வெற்றிக்காக. அதற்கு படையை அனுப்புவதே சரியானது என்று நினைத்தான். மேலும், தனித்தனி குழுக்களாக வெவ்வேறு வழிகளில் இருந்து குவாலியருக்கு அனுப்ப நினைத்தார். 5 மைல் தொலைவில் உள்ள கோட்டே கி சராய்க்கு முன்னால் ரபுடானா ∴பீல்டின் புதிய இராணுவத்துடன் படை ஹைதராபாத் கன்டண்டிங் ராணுவத்தில் மேஜர் ஆரின் கட்டளையின் கீழ் வைக்கப்பட்டது. அவர் தெற்கே நியமிக்கப்பட்டார் குவாலியரின் ஒரு பகுதி. பீரங்கி படை கர்னலிடம் வைக்கப்பட்டது ஆக்ரா-குவாலியர் சாலையில் நிறுத்துமாறு கேட்டுக் கொள்ளப்பட்டார். முராரின் கண்டோன்மென்ட் அருகே நியமிக்கப்பட்டார். அடுத்த நாள், ஜூன் 6 ஆம் தேதி, அவரே குவாலியருக்குப் புறப்பட்டார் கல்பி தரப்பு, ராபர்ட் ஹாமில்டன், மத்திய இந்தியாவின் அரசியல் முகவர் மற்றும் மேக்பெர்சன், குவாலியரில் வசிப்பவர் இந்த இரண்டு நபர்களும் நன்கு அறிந்தவர்கள் குவாலியரின்

புவியியல் நிலை மற்றும் அதன் முக்கிய இடங்கள் பற்றி நன்கு அறிவர். அவரது வழியில், ஹக்ரோஸ் போதுமான தகவல்களை சேகரித்தார். அந்த பகுதி தொடர்பான செய்திகளை இந்த நபர்களிடமிருந்து அறிந்தார். அதனால்தான் அவர் அவர்களை தன்னுடன் அழைத்துச் சென்றார்.

பேஷ்வாவின் கவனக்குறைவு

ஹக்ரோஸ் ஜூன் 6 ஆம் தேதி குவாலியருக்குப் புறப்பட்டார். ஜூன் 11 அன்று செல்லும் வழியில் இந்துர்கி கிராமத்தில் தனது படையுடன் ஸ்டுவேர்ட்டை சந்தித்தார். பின்னர் இருவரும், பகுஜ் ஆற்றைக் கடந்து, கடந்து சென்றனர் கடினமான மலைப்பாதைகள், பகதூர்பூர் கிராமத்தை அடைந்தது. அது குவாலியர் அருகில் இருந்தது. ஜெயஜி ராவ் இருந்த இடம் இது. அவரது தோல்விக்குப் பிறகு, ஆக்ராவுக்கு ஓடிவிட்டார். அங்கு சென்றடைந்ததும் எதிர்காலத்தை கருத்தில் கொண்டு ஹக்ரோஸ் நிலத்தை உன்னிப்பாக ஆய்வு செய்தார் பேஸ்வாக்கள் முரார் கன்டோன்மென்டைக் கைப்பற்றினர். இந்த இடத்திற்கு எதிரே. அவர்கள் ஒரு அறிவார்ந்த பாதுகாப்பை வடிவமைத்திருந்தனர். மேலும் வலது மற்றும் இடதுபுறத்தில் நிலைநிறுத்துவதன் மூலம் உத்தி, குதிரை சவாரி இராணுவம், பீரங்கி பிரிவு மற்றும் காலாட்படை வீரர்கள் முறையே. அன்று இதையெல்லாம் பார்த்த ஹக்ரோஸூம் அதற்கு ஏற்றவாறு தனது சொந்த உத்தியை உருவாக்கினார். முரார் கன்டோன்மென்ட் கிளர்ச்சி இராணுவத்தால் நிர்வகிக்கப்பட்டது பேஷ்வாக்களின் கட்டுப்பாட்டில் இருந்த சிந்தியாக்கள்.

இப்போது பேஷ்வாக்களிடம் சிந்தியாவின் படையும் அவனது போர்ப் பொருள்களும் அவர்களின் கட்டுப்பாட்டில் இருந்தன. குவாலியர் போன்ற அனைத்துப் படைகளும் படையணி, ருஹெல்கண்டின் கிளர்ச்சியாளர் பதான்கள் போன்றவை குவாலியரில் அங்கும் இங்கும் சிதறிக் கிடக்கிறது. அது முரார் அருகே சென்றது. கன்டோன்மென்ட் செயல்பாடுகள் ஹக்ரோஸ் எல்லாவற்றையும் பார்த்துக் கொண்டிருந்தார். ஆனால் பேஷ்வாக்களுக்கு இது பற்றி எதுவும் தெரியாது. அங்கு பேஷ்வாவும் அவரது கூட்டாளிகளும் தங்களுக்குள் தொலைந்து போனார்கள். அதாவது அவர்களின் கவனக்குறை என்று ஸ்ரீ பரஸ்நீஸ் எழுதினார்:

"ராவ் சாகேப் பேஷ்வாவின் முன்னோர்கள் அவிழ்த்து விட்டார்கள் இந்தியாவின் மற்ற பகுதிகளில் உள்ள மகாராஷ்டிர மாநிலத்தின் கொடி பெரும்பாலும் அங்கு அவர்களின் துணிச்சலான வீரர்கள் மற்றும் அவர்களின் வாள்களின் வலிமையின் அடிப்படையாகும். ஆனால் ராவ் சாகேப் அதை அப்போது மனதில் தாங்கவில்லை. அவர் இந்த முறை தனது சுதந்திர அரசு அமையும் என்று நினைத்தார் தொண்டு மற்றும் நன்கொடைகள் மற்றும் உணவு ஆகியவற்றின் அடிப்படையில் பிராமணர்கள் இருந்தனர்.

பிரிட்டிஷ் ராணுவம் அனைத்து ஏற்பாடுகளையும் செய்து முடித்த பிறகு தான் பேஷ்வாவுக்கு இது தெரிய வந்தது. ஆங்கிலேயர்கள் முரார் கன்டோன்மென்டைக் கைப்பற்றினர் ஆங்கிலேயர்களின் வருகை பற்றிய தகவல் கிடைத்ததும், பேஷ்வா ராவ் சாஹேப் தனது தளபதி தாங்யா தோபேவை தயார்படுத்த உத்தரவிட்டார். தாங்யா தோபேயும் இந்த நேரத்தில் தொலைந்து போனார். ஆகவே, அவரது புதிய பதவியின் பெருமையில் தான் இருக்கிறார் என்று அவர் நினைத்தார். பேஷ்வா என்ற

பட்டம் மீண்டும் நிறுவப்பட்டது, எனவே, பண்டைய கடந்த காலத்தைப் போலவே, அனைவரும் அவரது உதவிக்கு விரைவார்கள், ஆனால் விரைவில் அவர் அவரைப் பார்க்க வேண்டும். அவரது மாயை உடைந்தது. அவருக்கு உதவ யாரும் முன்வரவில்லை. எனவே அவர் உடனே படையுடன் புறப்படத் தயாரானான். அவனுடைய படை நகர்ந்தது. அதாவது முரார் நோக்கி நகர்ந்தது. ஆங்கிலேயர்கள் அனைத்து ஏற்பாடுகளையும் செய்துவிட்டனர். எதிர் ராணுவம் வந்தவுடன் தாக்கினர்.

அது அவர்களின் பீரங்கித் தாக்குதல் நடத்தும் வண்ணம் ஆங்கிலேயர்கள் ஏற்கனவே அமைத்திருந்தனர். முன் மற்றும் முற்றுகைகள் மூலமாக (அவர்களின் திட்டங்களை வைக்கவும்). வீரர்கள் தங்களை நிலைநிறுத்திக் கொள்ள போதுமான நேரம் கிடைக்கவில்லை. அப்போது கூட அவரது வீரர்கள் சிறிது நேரம் தைரியமாகப் போரிட்டனர். பல துணிச்சலான வீரர்கள் சண்டையில் உண்மையான திறமையை வெளிப்படுத்தினர். இந்த அபோட் மீது ஹைதராபாத் படையுடன் முன்னேறியது. பின்பு தாந்யா தோப்பின் வீரர்கள் மீது பாய்ந்தது. மேலும் டாத்யா டோப் ஹைலேண்டரின் பல வெள்ளை வீரர்களைக் கொன்றார். ஒரு பிரிட்டிஷ் அதிகாரி லெப்டினன்ட் நீன்வே காயமடைந்தார். எதிர் தரப்பு கனமாகவும் வலுவாகவும் இருப்பதைப் பார்த்து, லெப்டினன்ட் பம்பாயின் 25வது பூர்வீக காலாட்படையின் ரோஸ் முன்னோக்கி வந்தது.

போர்க்களத்தில் நல்ல வீரத்தை வெளிப்படுத்தினார். போரின் இறுதியில், பேஷ்வா தரப்பு தோற்கடிக்கப்பட்டது மற்றும் ஒரு போராட்டத்திற்கு பிறகு இரண்டு மணி நேரத்தில், ஆங்கிலேயர்கள் முரார் கன்டோன்மென்டைக் கைப்பற்றினர். இதில் மகாராணி லட்சுமிபாய் பற்றி எதுவும் குறிப்பிடப்படவில்லை. அநேகமாக, அவள் அதில் பங்கேற்கவில்லை. பாஷ்வா ராவ் சாஹேப்பின் திறமைக்கு மேலும் ஒரு சான்று. உண்மையாக, உண்மைகளை உற்று நோக்கினால் அவருக்கு எந்த திறமையும் இல்லை என்று தெரிகிறது. அங்கு தலைமைப் பதவியைப் பெறுவதில் அவருக்கு இருந்த ஒரே ஒரு திறமை மட்டுமே இருந்தது. அது கிளர்ச்சியாளர்கள் உதவி. அவர் தீவிர போராளியின் சகோதரர் என்று நானா சாஹேப் 1857 சுதந்திரத்திற்காக போராடினார்.

ஆங்கிலேயர்களின் இராஜதந்திரம்

பேஷ்வாவின் படையில் பல துரோகிகளும் கோழைகளும் இருந்தனர் இந்த போரில் உள்ள நபர்கள் தான். இந்த இராணுவத்தில் பெரும்பாலான வீரர்கள் பேஷ்வாக்கள் ஜெயஜி ராவின் படையைச் சேர்ந்தவர்கள். என்று கூறப்படுகிறது இப்படிப்பட்ட கடவுள் பயமுள்ள வீரர்களை வெல்வதற்கு ஆங்கிலேயர்கள் தந்திரம் செய்தார்கள். ஜெயாஜிக்கு போன் செய்திருந்தார்கள். ஆக்ராவைச் சேர்ந்த ராவ் மற்றும் அவர்கள் (ஆங்கிலேயர்கள்) சண்டையிடுகிறார்கள் என்று ஒரு வார்த்தை அவரை சுற்றி வந்தது சிந்தியா சார்பாக அவர்களை அடித்து விரட்ட விரும்பினார். பல கடவுள் பயமுள்ள வீரர்கள் அதை பாவமாக கருதினர்.

தங்கள் எஜமானர்களுக்கு எதிராகப் போராடி, தங்களைத் தாங்களே விலக்கிக் கொண்டனர். இதன் விளைவாக பேஷ்வா வீரர்கள் எஞ்சியிருந்தனர். விரைவில் ஆங்கிலேயர்களால் தோற்கடிக்கப்பட்டனர். இந்த தோல்வி ராவ் சாஹேப்பைத் தொந்தரவு செய்தது, அதேசமயம் நவாப்

பண்டாவும் டாத்யா டோபேயும் எந்தப் பொறுமையையும் காட்டவில்லை. தாஞ்யா இராணுவத்தை மறுசீரமைப்பதில் மும்முரமாக ஈடுபட்டார். அவர் பீரங்கித் துப்பாக்கிகளை வெவ்வேறு புள்ளிகளில் நிலைநிறுத்தினார் மூலோபாயம் மற்றும் பொருத்தமான இடங்களில் இராணுவத்தை அனுப்பியது. மகாராணி தாஞ்யா தோப்பிற்கு தனது கடமையை நினைவூட்டுகிறாள். மகாராணி லட்சுமிபாய் போரில் கலந்து கொள்ளவில்லை. காரணம் அவளது கருத்து வேறுபாடாக இருக்கலாம். ஆம், பேஷ்வாவின் நிர்வாக அமைப்புடன். கொண்ட கருத்து வேறுபாடு தான். மேலே குறிப்பிட்டுள்ள இராணுவத் தயாரிப்புக்கு தாஞ்யா தோப் சென்றார். மகாராணி லட்சுமிபாயைப் பார்க்கவும் என்று பணிவான வார்த்தைகளில் கேட்டுக் கொண்டார். மகாராணி இராணுவ திசைகளில் பங்கேற்க வேண்டும் என்பதாகும். அதற்கு மகாராணி கூறினாள்:

"உழைப்பு என்பது அனைத்து அயராத முயற்சிகளுடன், எங்களிடம் உள்ளது. ஆனாலும், அதைப் போட்டால், பலன் தராது. நாங்கள் வழங்கிய ஆலோசனை என்ற தப்பெண்ணத்தால் உரிய நேரம் வீணாகிவிட்டது வெற்றி போதையில் பேஷ்வா தோற்றான். எதிரி இராணுவம் எங்களை நிர்வகிக்கவில்லை. அத்தகைய சூழ்நிலையில் அதை எதிர்கொண்ட பிறகு பெருமையை நம்புவது வெறும் கற்பனை. அப்படிப்பட்ட காலத்தில் கூட நாம் பொறுமையை இழக்க கூடாது. நீங்கள் உங்கள் இராணுவத்தை தயார் செய்யுங்கள். உங்கள் திறமையான சமணர்கள் மற்றும் சர்தார்களும் ஒத்துழைக்கவும். உங்கள் கடமையை நீங்கள் பார்க்கிறீர்கள், நான் என் கடமையை செய்ய நான் தயாராக இருக்கிறேன்.

லட்சுமிபாயின் இந்த வார்த்தைகளுடன் தாஞ்யா தோப் பாச உறக்கத்தில் இருந்து விழித்துக் கொண்டான். அவன் விழித்துவிட்டான் அவரது கடமைகளுக்கு, அடிப்படையில் தாஞ்யா தோப் ஒரு துணிச்சலான தளபதி. ஆனால் ஆடம்பரங்களை அனுபவிப்பதில் அவர் தனது கடமைகளை மறந்துவிட்டார் சில காலத்திற்கு அதிகாரத்தின் முதல் சுவையில் திளைத்து விட்டான். பின்பு அவர் மாநிலத்திற்குள் சென்றார். அவரது திறமையின்மையின் காரணமாக மகிழ்ச்சி மற்றும் மனநிறைவு மாஸ்டர், ராவ் சாஹேப். இதற்குப் பிறகு, அவர் வீரியத்துடன் உரிய இடங்களில் இராணுவம் வைக்கத் தொடங்கினார். மகாராணியை பாதுகாக்கும் பணியும் ஒப்படைக்கப்பட்டது. குவாலியரின் கிழக்குப் பகுதி.

குவாலியர் மீது தாக்குதல்

பிரிகேடியர் ஸ்மித் 14 ஆம் தேதி தனது படையுடன் அந்தாரியை அடைந்தார் ஜூன், 1858, அங்கு அவர் மேஜர் ஆருடன் இணைந்தார். பின்னர் இருவரும் தங்கள் படைகளை அழைத்துச் செல்ல ஹக்ரோஸிடமிருந்து உத்தரவுகளைப் பெற்றனர் கோட் கி சாராய் மற்றும் தாக்குதல் அங்கிருந்து குவாலியர். இந்த இரு அதிகாரிகளுடனும் நுணுக்கமாக ஆய்வு செய்தனர்.

குவாலியர் இராணுவத்தின் பலம் மற்றும் அதைப் பற்றி முன்பு நினைத்தேன். இந்தப் பக்கம், காக்கும் சுமை குவாலியர் மகாராணியின் தோள்களில் இருந்தது. இந்த பகுதி வழக்கத்திற்கு மாறாக சீற்றநதாக இருந்தது. பிரிட்டிஷ் படைகள் அதை சமாளிக்க ஒரு வியூகத்தை உருவாக்கியது தாஞயாவுக்குப் பிறகு மகாராணி ஒரு நொடி கூட வீணாக்கவில்லை. இந்த நேரத்தில் பேஷ்வா தனது திறமைகளை அறிந்திருந்தார். எனவே, இந்த போருக்கான இராணுவ நிர்வாகம் மகாராணியிடம் ஒப்படைக்கப்பட்டது. மகாராணி தனது இராணுவத்தின் சீருடையை அணிவித்தார். தன் புத்திசாலித்தனமான குதிரையில் ஏறி, அவளது வாளை உறையிலிருந்து எடுத்தாள் மற்றும் போர் ஒத்திகைக்கு தனது இராணுவத்தை அழைத்துச் சென்றாள். இந்த வடிவத்தில் மகாராணியின் செயல்களை வடிவமைத்து ஸ்ரீ பரஸ்னீஸ் கூறுகிறார்.

"அவளுடைய பிரமாண்டமான வடிவத்தையும், அவளது ஆழமான குரலையும், அவளது முரட்டுத்தனத்தையும் அவளது சுய மரியாதையையும் பார்த்த அவளுடைய வீரர்களின் இதயங்கள் வீரஸ்ரீயால் நிறைந்தன (உயர்ந்த வரிசையில் துணிச்சல்); மற்றும் ஒரு வெறி வந்தது. அவர்கள் உடனடியாக எதிரியைத் தாக்கி அழிக்க வேண்டும் என்பது போலிருந்தது. மகாராணி ஜொலிப்பதைக் கண்டு அனைவரின் உள்ளமும் கலங்கியது மற்றும் மகாராணி லட்சுமிபாயின் அற்புதமான வடிவம் மற்றும் மின்னல் போன்று ஒளிவீசும். அவளது வாளின் பளபளப்பானது ஒரு சூடான ஆற்றலைப் போல பாயும்." என்பதில் சந்தேகமேயில்லை. அவள் தன் படையின் முன் பகுதிக்கு சாபினா என்று பெயரிட்டாள். அவளுக்கு கிடைத்த சரியான முனைகளில் வைக்கப்பட்ட பீரங்கித் துப்பாக்கிகள் அவளை நிலைநிறுத்தியது. சிவப்பு-சீருடை அணிந்த குதிரை சவாரிகள் சில இடைவெளியுடன் வெவ்வேறு இடங்களில் நிறுத்தினாள். மேலும் காலாட்படையை முனைகளில் நிறுத்தினாள். ஜூன் 17, 1858 இல், உடன் பிரிகேடியர் ஸ்மித் ஒலி எழுப்ப போர் தொடங்கியது. அங்கு ஆங்கிலேயர்கள் முன்னேறினர். இது குறித்து மகாராணி உத்தரவிட்டார்

பீரங்கி துப்பாக்கிகள் நடவடிக்கைக்கு செல்ல வேண்டும். ஆரம்பத்திலேயே அங்கு ஆங்கிலேயர்களால் போர் செய்ய முடியாது என்று தோன்றியது எதிரியை எதிர்கொள்ளுங்கள். மகாராணியின் முஸ்லீம் வீரர்கள் தங்கள் சகாக்கள் மீது வலுவான மற்றும் கனமான நிரூபணம் இருந்தது. மற்றும் பிரிட்டிஷ் இராணுவம் பீரங்கி ஷெல் எல்லைக்குள் இருந்தது. இதைப் பார்த்து பிரிகேடியர் ஸ்மித் தனது முழு ஆற்றலையும் முன் பகுதியில் செலுத்தினார். மகாராணியின் படையைச் சேர்ந்தவர். இது அவருக்கு போதுமான இடத்தைக் கொடுத்தது, மேலும் அவர் தனது படைகளை முன்னோக்கி செல்லும்படி கட்டளையிட்டார். ஆங்கிலேயர் குதிரை சவாரி வீரர்கள் உள்ளே நுழைய முன்னோக்கி சென்றனர். அது

மகாராணியின் உத்தியாகும். இதில் மஹாராணியின் முன் பக்கம் ராணுவம் கடுமையான சண்டையில் ஈடுபட்டது. இருபுறமும் தைரியசாலிகள் தான். தங்கள் உயிரையும் பொருட்படுத்தாமல் போராடினார்கள். ஒரு விசித்திரமான காட்சி தோன்றியது

போர்க்களத்தில் வாள் வீச்சு, உரத்த அழுகை காயம், மற்றும் குளம்பு-தட்டுதல் மற்றும் நெய்யிங் குதிரைகள். பல வெள்ளைப் படைவீரர்கள் உயிர் இழந்ததைக் கண்டு, கர்னல் பெல்லி 95வது படைப்பிரிவையும் 10வது பூர்வீக காலாட்படையையும் கேட்டார் முன்னுக்கு வந்து எதிர் இராணுவத்தை ஒரு பக்கத்திலிருந்து தாக்க வேண்டும். 95 வது படைப்பிரிவின் வீரர்கள் ஏற்கனவே சோர்வாக இருந்தனர். அவர்கள் மகாராணியின் படைகள் தாக்கியதை அடுத்து பின்வாங்கினர்.

கர்னல் ரெக்ஸ் மற்றும் பிரிகேடியர் ஸ்மித் ஆகியோர் முன்னேற முயன்றனர். மகாராணியின் படையின் நடுப்பகுதியில் பிரிட்டிஷ் படைகள் இருந்தன. அது மகாராணியின் படையை விட பல மடங்கு பெரியது. அவளுடைய படை கடும் அழுத்தத்திற்கு உள்ளாகியது. இதைக் கண்ட மகாராணி, அவள் மின்னல் வேகத்தில் தன் படையின் முன் வந்தாள் அவளுடைய வாள் மற்றும் அவளது வீரர்களை ஊக்குவிக்கத் தொடங்கினாள். மகாராணியின் இந்த நடத்தையைக் கண்டு அவரது வீரர்கள் ஆர்வத்துடன் ஈர்க்கப்பட்டனர். பின்னர், தங்கள் வாழ்க்கையை மறந்து, அவர்கள் எதிரி மீது பாய்ந்தனர். பிரிட்டிஷ் இராணுவத்தின் மற்றொரு பகுதி முன்னேறத் தொடங்கியது கோட்டே கி சராய் இருந்து லஷ்கர் செல்லும் சாலை வரை தாக்குதல் நடந்தது. இதைப் பார்த்த மகாராணி, அவர்களை ஈடுபடுத்தும்படி தன் படைக்கு உத்தரவிட்டாள். உத்தரவு கிடைத்ததும், வீரர்கள் உடனடியாக அங்கு விரைந்தனர். அத்திசையில் அங்கும் கடுமையான போர் நடந்தது. இந்தப் போர் மேலும் தொடர்ந்தது. அதாவது நாள் முழுவதும். ஆங்கிலேயர்கள் பின்வாங்க வேண்டியதாயிற்று மகாராணியின் அபூர்வ வீரம் மற்றும் போர் வியூகத்தின் முகம். வீரர்கள் என்று இங்கு குறிப்பிடுவது பொருத்தமற்றதாக இருக்காது இதில் மகாராணியுடன் இங்கே இருந்த சிந்தியாவின் போர் எந்த தைரியத்தையும் காட்டவில்லை. வெளிப்படையாக அவர்களின் உற்சாகம் குறிப்பிடத்தக்கதாக இருந்தது, ஆனால் அவர்களின் நடவடிக்கைகள் மற்றும் மேலாண்மை என்பது என்னவெனில், போர்க்களத்தில் மிகக் குறைந்த அளவில் தான் இருந்தனர்.

மகாராணியின் கடைசிப் போர்

ஆங்கிலேயர்கள் போரை நிறுத்திவிட்டு பின்வாங்க வேண்டியதாயிற்று. அதனால் ஜூன் 18, 1858, அடுத்த நாள், அவர்கள் ஒரு உறுதியுடன் அடியெடுத்து வைத்தனர் ஒரு தீர்க்கமான போரை நடத்த வேண்டும். இன்று அவர்கள் விரும்பினர் பல திசைகளில் இருந்து எதிர்

இராணுவத்தை தாக்குங்கள் அதை செயல்படுத்துவதற்காக ஹர்ஜாஸின் குதிரை சவாரி படை வீரர்களைக் கொண்டிருந்தது. போர் தொடங்கும் முன் இரு தரப்பினரும் மறைந்தனர்

பீஹாதில் அவர்களின் படைகள் (சமமற்ற நிலத்தில் அடர்ந்த புதர்கள்). அங்கு எதிர் தரப்பை அனுமதிக்கக் கூடாது என்று ஆங்கிலேயர்கள் முடிவு செய்தனர் தன்னை தற்காத்துக் கொள்ள ஒரு வாய்ப்பு. கர்னல் ஹிக்ஸ் மற்றும் கேப்டன் ஹென்னேஜ் இந்தத் திட்டத்தைச் செயல்படுத்த போர்க்களத்தில் இறங்கினர். அதை அரங்கேற்றிய பிறகு ஒரு போர் ஒத்திகை மற்றும் அவர்களின் வீரர்களுக்கு அறிவுரைகளை வழங்குதல் என மூன்று பிரிட்டிஷ் ராணுவ அதிகாரிகள் முன்னோக்கிச் சென்றனர். ஆங்கிலேயர்கள் தங்கள் கடைசி ஆற்றலை பம்ப் செய்தார்கள். ஆனால் மகாராணி தான் மகாராணி. போராட்டம் இரு தரப்பிலிருந்தும் அதன் உச்சத்தில் இருந்தது. ஆனால் யாரும் வெற்றிபெறவில்லை. எதிர் பக்கத்தை துரத்துவதில் தான் இருந்தது. மறுபுறம், முராரின் திசையிலிருந்து ஹுக்ரோஸ் தாக்கினார். பேஷ்வா சமாதானம் செய்தார். பேஷ்வாவின் வீரர்கள் வலுவான முறையில் எதிர்ப்பு நிரூபிக்க எதுவும் செய்யவில்லை. மேலும் எதிரிகளின் முன்னேற்றத்தைக் கூறினர். இந்தச் செய்தியை கேட்ட பேஷ்வா, ராவ் சாஹேப் பிரமித்துப் போனார், ஆனால் மகாராணி தடுத்தார். இந்த நேரத்தில் அவரது வீரர்கள் பலர் இருந்தனர். ஆனாலும் காயமடைந்து கொல்லப்பட்டார். பீரங்கித் துப்பாக்கிகள் தீயினை கொட்டிக் கொண்டிருந்தன. ஆனாலும் மகாராணி கவலைப்படவில்லை

தனது சொந்த பீரங்கி துப்பாக்கிகளில் இருந்து நம்பிக்கையோடு போரிட்டாள். அவளிடம் வாளின் சக்தி மட்டுமே இருந்தது. அந்த சக்தியுடன் மற்ற உலகத்திற்கு அவளுடைய எதிரியை அனுப்பினாள். அக்கினி வீரம் சிறிதும் தளராததைக் கண்டு, பிரிகேடியர் ஸ்மித் அவரது காலாட்படை மற்றும் பீரங்கி துப்பாக்கிகளை குறிவைத்தார். அங்கு ஆங்கிலேயர்கள் ஓரளவு வெற்றி பெற்றனர். இருவரைப் பிடித்தனர். மேலும் பீரங்கி துப்பாக்கிகள் மற்றும் மகாராணியின் சில போர் பொருட்கள் கைப்பற்றினர். அன்று இதைப் பார்த்த மகாராணியின் கோபமும், வைராக்கியமும் பொங்கி வழிந்தது. சண்டையிட்டுக் கொல்வது இரட்டிப்பானது. அவளுக்கு ஒரே ஒரு குறிக்கோள் மட்டுமே இருந்தது. எதிரியைக் கொல்லுங்கள், ஒருவரின் உயிரையும் பற்றி கவலைப்பட வேண்டாம் என்று வீர வசனம் பேசினாள். அதன்படி பிரிட்டிஷ் முற்றுகையின் கீழ் வீரத்தை வெளிப்படுத்திக்கொண்டிருந்தாள். அவளுடைய பீரங்கி துப்பாக்கிகள் எதிரிகளால் கைப்பற்றப்பட்டன. பின்னர் ஹுக்ரோஸ் தனது ஒட்டகப் படையுடன் அங்கு வந்தார். இதனால் மகாராணியின் படை அங்கும் இங்குமாக சிதறியது. அவளுடைய வியூகம் பாழடைந்தது. ஆனால், ஆங்கிலேயர்களின் ராணுவம் இருந்தது. அவை எல்லா பக்கங்களிலிருந்தும

முன்னேறுகிறது. அப்போதும் துணிச்சலான வீரர்கள் இருந்தனர். மேலும் போராடி தங்கள் முன்மாதிரியான தைரியத்தை வெளிப்படுத்துகிறார்கள். மறுபுறம் பேஷ்வா ராவ் சாஹேப்பின் இராணுவ திசை முற்றிலும் பேரழிவு என நிரூபணமானது பிரிட்டிஷ் பீரங்கித் துப்பாக்கிகள் மழை பொழியத் தொடங்கின. பேஷ்வா பதற்றமடைந்ததால் அவனது படை தோற்றது. அவர் பின்பு போர்க்களத்தை விட்டு ஓட ஆரம்பித்தார். அதை ஸ்ரீ பரஸ்னீஸ் எழுதுகிறார்.

ராவ் சாகேப்: "அவரது இராணுவ நிர்வாகத்தால் எந்தப் பயனும் இல்லை: அவருக்கு போர் கலை தெரியும். ஆனால், போருக்கு முன்னால் அவனால் நிற்க முடியவில்லை. பிறகு எப்படி ஒரு நபர் தன்னுடையதை காட்ட முடியும் அத்தகைய இராணுவத்தின் அடிப்படையில் தைரியமா? இருந்தது. ஆங்கிலேயர்கள் போர் கலையின் வல்லுநர்கள்/நிபுணர்கள். அவர்கள் எப்போதும் வெற்றி பெற்றனர் ஏனெனில் அவர்களின் புத்திசாலித்தனம், கொள்கை மற்றும் கடமை உணர்வு தான் காரணம். மேலும், அங்கு வீரத்தால் அடையாத புகழை அவர்கள் அங்கு தந்திரோபாயங்கள் மூலம்" அடைந்தார்கள் எனலாம். எல்லா பக்கமும் ஆங்கிலேயர்களால் சூழப்பட்ட மகாராணி லட்சுமிபாய் தொடர்ந்து போராடினார். அன்றும் இந்தப் போர் தொடர்ந்தது இரண்டாம் நாள், ஜூன் 19, 1858. மகாராணி, மனிதனின் உடை மற்றும் குதிரை மீது சவாரி, சண்டை என அவள் உடல் மீது தூசி படிந்தது. எனவே, பிரிகேடியர் ஸ்மித், கேப்டன் ஹென்னாஜ் மற்றும் ஹர்ஜாஸ் படைப்பிரிவின் வீரர்கள் அவளைச் சூழ்ந்து கொண்டது, அவளை அடையாளம் காண முடியவில்லை. இரண்டு பணிப்பெண்கள் மகாராணியின், ஆணின் உடையில், எப்போதும் அவளுடன் இருந்தனர். அதனால் மகாராணியை யாராலும் அடையாளம் காண முடியவில்லை. எதிரி இராணுவம் அவளை தோற்கடித்து அரச அரண்மனையை கைப்பற்ற வேண்டும் என்ற முனைப்பில் இருந்தான். மகாராணி முற்றுகையை உடைத்துக்கொண்டு ஓடிவிடுகிறாள் லக்ஷ்மிபாய் தனது எதிரிகளுடன் கடுமையாகப் போரிட்டார்.

ஜூன் 19 அன்று எதிரிகளால் படைகள் முற்றிலும் சூழப்பட்டது. இறுதியாக அந்த நேரத்தில் அவளுடன் இரண்டு அல்லது மூன்று பணிப்பெண் வேலைக்காரர்கள், இரண்டு அதிக அர்ப்பணிப்புள்ள ஊழியர்கள் மற்றும் ஒரு சில குதிரை வீரர்கள் மட்டுமே இருந்தனர். அத்தகைய நேரத்தில் போராட்டம் என்பது ஒரு விஷயத்தை மட்டுமே குறிக்கிறது: பிரிட்டிஷ்காரர்களால் மரணம் அல்லது கைது, இதன் இறுதி விளைவு மரணம் தான் என்றானது. மஹாராணி அந்த நேரத்தில் சிதறி இருந்தாலும் சண்டையிட்டுக் கொண்டிருந்தாள். இந்நிலையில் மகாராணி எப்படியாவது இந்த முற்றுகையை உடைத்து தன் படையில் சேர விரும்பினாள். ஹுய்ஜாஸ் படைப்பிரிவு மகாராணியின் இந்த நோக்கத்தை

புரிந்து கொண்டது அதனால் அவளுடைய ஒவ்வொரு முயற்சியையும் அவர்கள் ஏமாற்றினார்கள். ஆகவே, மகாராணி அதிலிருந்து வெளிவருவது மிகவும் கடினமாகிவிட்டது தன் உயிரையும் பாதுகாப்பையும் மறந்து மீண்டும் சண்டை போட ஆரம்பித்தாள். ஆங்கிலேயர்களின் துப்பாக்கிகள் இடைவிடாது சுடுகின்றன. அங்கு மகாராணியின் வாள் கூட எடுக்க வேண்டாம் என்று முடிவு செய்திருந்தது. ஒவ்வொரு முறை குளிக்கும்போதும் புத்துணர்ச்சி பெற்றுக்கொண்டிருந்தது. அதாவது கொல்லப்பட்ட எதிரியின் இரத்தம் ஆகும். அப்போது தான் அவளுக்கு ஒரு நொடி வாய்ப்பு கிடைத்தது. அவள் குதிரையைத் தூண்டினாள்; ஆனாலும், விரைவில் அதை செய்ய முடியவில்லை.

மின்னல் வேகத்தைவிட குதிரை பாய்ந்து சென்றதாக குறிப்பு கிடைத்தது. மகாராணி ஆங்கிலேயர்களின் முற்றுகையை உடைத்து வெளியேறினாள். அங்கு அவள் ஓடுவதைப் பார்த்த ஸ்மித் சில வீரர்களுக்கு உத்தரவிட்டார் அவளைப் பின்தொடர ஹர்ஜாஸ் படைப்பிரிவு அனுப்பப்பட்டது. அதுவே லட்சுமிபாயின் கடைசிப் போர் என நிரூபிக்கப்பட்டது. இந்த போரில் அவளுடைய கடைசி இடி குரல் கேட்டது, மற்றும் போரில் அவளுடைய வாள் எதிரியின் தாகத்தைத் தணித்தது.

தியாகி - மகாராணி முற்றுகையை உடைத்துக்கொண்டு ஓடியபோது, பிறகு ஹர்ஜாஸ் படைப்பிரிவின் வெள்ளையர்கள் துப்பாக்கியால் சுட்டு அவளைத் துரத்தினர். தனது பாதுகாப்பை சூழ்ச்சி செய்து கொண்டு முன்னால் ஓடிக்கொண்டிருந்தாள். ஆனால் துரதிர்ஷ்டவசமாக ஒரு தோட்டா அவளைத் தாக்கியது. அது அவளை தளர்த்தியது. இதனால் அவளால் குதிரையை வேகமாக ஓட வைக்க முடியவில்லை. அவள் மீண்டும் துரத்தும் வீரர்களுடன் போரில் ஈடுபட்டாள். அங்கு, பிரிட்டிஷ் வீரர்கள் எண்ணிக்கையில் பலர் இருந்தனர், ஆனால் அப்போதும் கூட மகாராணி அவர்களைக் கொன்றுவிட்டு முன்னால் ஓடிக்கொண்டிருந்தாள்.

இரண்டு பணிப்பெண்கள், சுந்தர் மற்றும் காசி மற்றும் இரண்டு வேலைக்காரர்கள், ராம் சந்திர ராவ் தேஷ்முக் மற்றும் ரகுநாத் சிங் ஆகியோர் இருந்தனர் இங்கே மிகவும் விசுவாசமான மற்றும் நம்பகமான ஊழியர்கள் இருந்தனர். மகாராணி எப்போது வந்தாளோ, அப்போதே பிரிட்டிஷ் முற்றுகையை உடைத்து விட்டு அவர்களும் வெளியே வந்து அவளோடு இருந்தனர். குதிரையில் மகாராணியின் பின்னால் தான் வருகிறார்கள். மகாராணியின் வளர்ப்பு மகன், ஏழு அல்லது எட்டு வயது தாமோதர் ராவ் உடன் இருந்தார் குதிரையில் ராம் சந்திர ராவ். மகாராணி ஏற்கனவே வைத்திருந்தார். மேலும் ஏற்கெனவே வேலையாட்களிடம் கூறினாள். அவள் கொல்லப்பட்டால் அவள் இறந்த உடலை அவர்கள் சிதைக்க வேண்டும் என்று கூறியிருந்தாள். ∴பிராங்க்ஸ் அவளை தொட முடியவில்லை. அவர்கள் தங்களை கருத்தில் கொள்ள வேண்டும் இந்த

கடைசி ஆசையை நிறைவேற்றினால் மட்டுமே நேர்மையான விசுவாசம் என்றாள். மகாராணி. மகாராணி தன் குதிரையில் மேலே சென்று கொண்டிருந்தாள் இந்த நம்பகமான வேலைக்காரர்களுடன், அதே நேரத்தில் அவள் ஹர்ஜாஸ் படைப்பிரிவின் வீரர்களுடன் சண்டையிடுவது மற்றும் எதிரிகள் பின்னால் இருந்து தாக்கியது. என் இந்த மோதலில், அவள் வாளைச் சுழற்றி, குதிரையை வேகமாக ஓட்டிக்கொண்டிருந்தாள். அச்சமயம் அவள் சென்றது. ஒரு சீரற்ற பாதை திடீரென்று அவள் கேட்டாள். மற்ற பணிப்பெண்ணை தொட்டு உரத்த குரலில், அம்மா நான் கொல்லப்பட்டேன், கொல்லப்பட்டேன்" என்று கத்திக் கூறினாள்.

மகாராணி தன் தலையைத் திருப்பிக் கொண்டு அதைக் கச்சையாகப் போட்டாள் மகாராணியைத் துரத்திய வெள்ளைச் சிப்பாய் அவளைச் சுட்டுக் கொன்றான். தன் வேலைக்காரியின் இந்த துயரமான முடிவு, மகாராணி துள்ளிக்குதித்தது மின்னல் வேகத்தில் அந்த வெள்ளைக்காரன் மீது அவனது உருண்டது அவள் வாள் ஒரு அடி தரையில் தலை, பின்னர் உடனே தன் குதிரையை முன்னோக்கி ஓட்டினாள். ஏற்கனவே தோட்டாக்களால் காயமடைந்தாள். ஆனால் முன்னோக்கி ஓட முடிந்தது. பின்னர் அது ஒரு நுல்லாவின் அருகே வந்தது. நுல்லாவைப் பார்த்ததும் குதிரை நின்றது. உள்ளுணர்வாக, அது அது என்று மதிப்பிட்டு தற்போதைய பலத்தால் அதை கடக்க முடியாது என்று நினைக்க வைத்தது. குதிரை நிறுத்தம், மகாராணிக்கு எல்லாம் புரிந்தது. ஆனாலும் அப்போதும் அவள் அதைத் தூண்டி, அதை ஒரு பாய்ச்சலுக்கு ஊக்குவித்தாள். ஆனாலும் முடியவில்லை. குதிரை உதவியற்றது ஆகிவிட்டது. எதிரி வீரர்கள் பின்னால் இருந்து முன்னேறிக்கொண்டிருந்தனர். அவர்கள் அவளை உயிருடன் பிடிக்க இது ஒரு நல்ல சந்தர்ப்பம் என்று நினைத்தேன் என்றனர். மிக அருகில் வந்தனர். அவர்கள் அனைவரும் ஒன்றாக, மகாராணி மீது பாய்ந்தனர். மகாராணி தன் வாளைத் தொடர்ந்தாள். ஒரு காயமடைந்த பெண் சிங்கம், அவள் வாளால் கடுமையாகப் போரிட்டாள். எதிரிகள் அவள் வாளை நன்றாகப் பயன்படுத்துவதைக் கண்டார்கள் இந்த சூழ்நிலையில் அவர்கள் பின்வாங்கி எச்சரிக்கையாக இருந்தனர். இந்த நேரத்தில் எதிரியும் வாளுடன் அவளை எதிர்கொண்டான். இருவரிடமிருந்தும் அடிகளும் எதிர்வீச்சுகளும் பரிமாறத் தொடங்கின. எல்லா பக்கங்களிலும் வாள்கள் தாக்கின. அப்போது ஒரு சிப்பாயின் வாள் தாக்கியது. பிறகு தன் வாளின் ஒரு அடியால் வெட்டி உருட்டினாள். அந்த சிப்பாயின் தலை தரையில். ஆனால் அதே நேரத்தில் அவளும் கீழே விழுந்தாள். அந்த வீரனின் அடி அவள் தலையை வெட்டியது வலது பக்கம் அவள் கண்ணும் வெளியே வந்தது. அவள் மீது விழுந்த போது தரையில் மற்றொரு வெள்ளை சிப்பாய் அவளை பார்த்து முடிவு நெருங்கிவிட்டது, அப்போதும் அவள் முழு உணர்வுடன் இருந்தாள்.

அவள் தன் வேலைக்காரன் ராம் சந்திர ராவை அழைத்தாள் தேஷ்முக் அவளுக்கு நெருக்கமானவர். அருகில் வந்த ராம் சந்திரராவ் பார்த்தார் சுவாமினிக்கு நிபந்தனை (எஜமானி) அவர் சத்தமாக அழுதார். அவர் தூக்கினார் மகாராணி காயப்பட்ட நிலையில் அருகில் உள்ள ஒரு குடிசைக்குள் புனிதர், கங்கா தாஸ் இருந்தார். அங்கு மகாராணி தாகத்தால் இறந்து கொண்டிருந்தாள். அவள் குடிக்க தண்ணீர் கொடுக்கப்பட்டது. அவள் உடல் முழுவதும் ரத்தம் வழிந்தது. அவள் முக்கியமான வலியை அனுபவித்தாள். ஆனால் ஒரு இயற்கைக்கு அப்பாற்பட்டது அவள் முகத்தில் பிரகாசம். இதற்குப் பிறகு அவள் வளர்ப்பு மகனைப் பார்த்தாள். பின்னர் எப்போதும் போல கண்களை மூடிக்கொண்டார். அது இருந்தது சுக்ல பக்ஷத்தின் ஏழாவது நாள் ஜ்யேஷ்டாவின் மாதம், சம்வத் 1915. மகாராணி இரவு பன்னிரண்டு மணிக்குப் பிறகு இறந்துவிட்டாள். அதனால்தான் ஆங்கில நாட்காட்டியின்படி ஜீன் 19 என்று குறிப்பிடப்பட்டுள்ளது மற்ற இடங்களில் ஜூன் 20, 1858 என்று குறிப்பிடப்பட்டுள்ளது.

இதையடுத்து ராம் சந்திர ராவ், கடைசி ஆசையை நிறைவேற்றினார். அவரது இறந்த எஜமானி, அவளை அருகிலுள்ள இடத்தில் தகனம் செய்தார். அங்கு இந்த உண்மை ஆங்கிலேயர்களுக்கு தெரியாது. இந்த வழியில் ஒரு துணிச்சலான பெண், வரலாற்றின் எழுச்சியூட்டும் அத்தியாயமாக இருந்த வீராங்கனை மறைந்தார் அவள் ஒளியை ஒரு ∴ப்ளாஷ் காட்டிய பிறகு. மகாராணியின் மரணம் குறித்து பல்வேறு கருத்துக்கள் எழுந்தன.

மகாராணியின் மரணம் பற்றிய மேற்கண்ட விளக்கம் - லக்ஷ்மிபாய் 1857 நாட்டின் சுதந்திரத்தை அடிப்படையாகக் கொண்ட யுத்தம் என்பது தாமோதர் சாவர்க்கரின் அழியாப் பணி மற்றும் ஸ்ரீ தத்தாத்ரேய பல்வந்தின் ஜான்சியின் ராணி லக்ஷ்மி பாய் பரஸ்னீஸ். ஸ்ரீ பரஸ்னீஸ் மரணம் பற்றிய தனது கணக்கை அடிப்படையாகக் கொண்டார் ராம் சந்திர ராவ் தேஷ்முக்கின் விவரிப்பு பற்றிய மகாராணியின். வரலாற்றாசிரியர்களிடையே கருத்து வேறுபாடு உள்ளது அவளுடைய மரணம் குறித்து, சில கருத்துக்களை இங்கு விவாதிக்கிறோம். இது டல்ஹவுசியின் நிர்வாகத்தில் குறிப்பிடப்பட்டிருப்பதைக் காண்கிறோம்

பிரிட்டிஷ் இந்தியா என்று மகாராணி லட்சுமிபாய், உடைந்த பிறகு பிரிட்டிஷ் முற்றுகை இட்டது. பின்னர் பிரிட்டிஷ் குதிரை சவாரி செய்தது. மேலும் அங்கு வீரர்கள் அவளை துரத்தினர். அந்த வீரர்கள் ஒரு முத்து மாலையைக் கண்டார்கள் அவள் கழுத்தைச் சுற்றி, பேராசையால் அவளைக் கொன்றார்கள். மேக்பெர்சன் எழுதினார், "அவள் காயமடைந்து விழுந்தபோது இறந்துவிட்டாள். அவளுடைய குதிரை முகாமில் ஜான்சியின்

ராணி அவளுக்குள் சர்பத்தை குடித்துக் கொண்டிருந்தாள். அப்போது அவளுடன் நானூறு வீரர்களும் இருந்தனர்.

ஆங்கிலேயர்கள் வந்துவிட்டதை அறிந்ததும் அவள் தப்பி ஓட முயன்றார். மகாராணியின் குதிரையால் கடக்க முடியவில்லை. அவள் உடலில் ஒரு குண்டு மற்றும் காயம் ஏற்பட்டது அந்த நேரத்தில் அவள் தலையில் வாள். ஆனால் அவள் தொடர்ந்து ஓடினாள் அந்த நிலையிலும். இறுதியில் அவள் குதிரையிலிருந்து விழுந்தாள். பின்பு இறந்துவிட்டாள்."

அவள் இறப்பதை எந்த ஆங்கிலேயனும் பார்த்ததில்லை என்று மார்ட்டின் நம்புகிறார்; வேலையாட்கள் அவள் இறந்த உடலையும் அவளுடைய சகோதரியின் உடலையும் ஒப்படைத்தனர்.

அவளது சகோதரியும் ஆண் வேடத்தில் சண்டை போட்டுக் கொண்டிருந்தாள். அவளுடன் சேர்ந்து அவளுடன் ஒரு புல்லட்டில் இறந்தார். இங்கே, சில குழப்பங்கள் காரணமாக மார்ட்டின் அவளை முக்கியமாக எடுத்துக்கொண்டார். வேலைக்காரனுடைய சகோதரி. மகாராணிக்கு சகோதரி யாரும் இல்லை. பல்வேறு வகையான கட்டுக்கதைகள் தொடர்புடையவையாக உள்ளன.

வாழ்க்கையை சுற்றி பரவியது. அதேபோல் மகாராணியின் மரணமும் கட்டுக்கதைக்கு உட்பட்டது. யாரோ ஒருவர் முடிவு என்று மகாராணி குறிப்பிட்ட போது என்று எழுதினார் அவள் வரவில்லை, அவள் புல் குவியலில் குதித்து அதை எரித்தாள்.

ஒரு சிறிய ஆளி சரத்தை பற்றவைத்து, தன்னைத்தானே எரித்துக் கொண்டு இறந்தாள் என்றனர். பேஷ்வா ராவ் சாகேப் அவளுக்கு ஏற்பாடு செய்ததாகவும் கூறப்படுகிறது. அதாவது தகனம் செய்யப்பட்டது என்றனர். ஆனால் ராம் சந்திர ராவ் அதை நிராகரித்தார். மற்றொரு எழுத்தாளர், மகாராணியை ஜோனுடன் ஒப்பிடுகிறார் ஆர்க் ஆ.்.ப் பிரான்ஸ் எழுதினார்: "அவளுக்கு, ஒரு இந்திய ஜோன் ஆ.்.ப் ஆர்க் இருந்தது அவள் தலையில் ஒரு சிவப்பு ஜாக்கெட் மற்றும் வெள்ளை பட்டு தலைப்பாகை அணிந்திருந்தாள். கழுத்தில் புகழ்பெற்ற குவாலியர் நெக்லஸை வைத்திருந்தாள். குவாலியர் கருவூலத்திலிருந்து அவள் பெற்ற முத்துக்கள் இருந்தது. மேலும் அவள் மரணப் படுக்கையில் படுத்திருந்தபோது காயமடைந்து, அவள் கட்டளையிட்டு கூறினாள் என்றும், அவளுடைய ஆபரணங்கள் அனைத்தும் அவளுடைய கூட்டாளிக்கு விநியோகிக்கப்படும் என்றாள் என்றும் கூறுகிறார்கள்.

8. பிற தொடர்புடைய நிகழ்வுகள்

இந்த புத்தகத்தின் முக்கிய தலைப்பு மகாராணி லட்சுமிபாயின் மொத்த வாழ்க்கையின் கதை விளக்கமாகும். ஆனால் புத்தகம் முடிந்தால் அவரது மரணம் பற்றிய தகவல் அறிய சாதாரண வாசகர்கள் இன்னும் ஆர்வமாக இருப்பார்கள். அவளுடைய போரின் முடிவு மற்றும் அவளது வளர்ப்பு மகன் தாமோதர் ராவ் பற்றி அறிய விரும்புவார்கள். எனவே இந்த அத்தியாயத்தில் இது தொடர்பான ஒரு சிறிய வெளிச்சம்.

மகாராணியின் வாழ்க்கைக் கதையில் நடக்கும் நிகழ்வுகள்.

ஜெயஜி ராவ் சிந்தியாவின் மறு முடிசூட்டு விழா. அவள் மரணத்திற்குப் பிறகு ராவ் சாஹேப் முற்றிலும் ஏமாற்றமடைந்தார். அதாவது சிந்தியா வீரர்கள் அவரது அதிகாரம், ஆதரவாளர்களாக தங்களை மீண்டும் மாற்றிக்கொண்டது அவர்கள் அதிர்ஷ்டம் மாறுவதை பார்த்ததும் சிந்தியா. ராவ் சாஹேப், தாந்யா தோபே மற்றும் பண்டா நவாப் தோற்கடிக்கப்பட்டனர். ஆங்கிலேயர்கள் குவாலியரில் தங்கள் அதிகாரத்தை நிறுவினர். ஜெயஜி ராவ் ஆங்கிலேயர்களின் நெருக்கடியில் அவர்களைப் பாதுகாத்தார். பின்னர் அவர் தனது விசுவாசத்தை நல்ல அளவில் நிரூபித்தார். எனவே, கவர்னர் ஜெனரல் லார்ட் கேனிங் அவரை அனுமதித்தார் மீண்டும் முடிசூட்டு விழாவிற்கு.

1858 ஆம் ஆண்டு ஜூலை 16 ஆம் தேதி ஜெயஜி ராவ் சிந்தியா மீண்டும் அரியணை ஏறினார். அவரது சிம்மாசனம் அன்றைய தினம் சிறப்பு தர்பார் ஏற்பாடுடன் செய்யப்பட்டிருந்தது. அவர் ஆங்கிலேய அரசால் ராஜாதிராஜ் பட்டத்தால் அலங்கரிக்கப்பட்டார். தீபாவளி (ஒளியின் திருவிழா) கொண்டாட்டமாக ஏற்பாடு செய்யப்பட்டது. குவாலியர் முழுவதும், மேலும் குறிப்பாக லஷ்கர் கண்டோன்மென்ட் ஜெயஜி ராவ் தனது பிரிட்டிஷ் நண்பர்களை அழைத்தார் இரவு உணவில் சிந்தியா மீண்டும் ராஜாதிராஜ் ஆனார். அவரது சுதந்திரத்தை விரும்பும் துணிச்சலான வீரர்கள், அவரது விசுவாசத்தின் காரணமாக ஆங்கிலேயர்கள்.

ராவ் சாஹேப்

பேஷ்வா ராவ் சாஹேப், தாந்யா தோபே மற்றும் பண்டா நவாப் இன்னும் சில நாட்களுக்குப் பிறகு, ஆங்கிலேயர்களுடன் தொடர்ந்து ஈடுபட்டனர். மகாராணியின் மரணம். ஜாவ்ராவில் பெரும் தோல்விக்குப் பிறகு மற்றும் அலிபூர், மூவரும் வழிப்போக்கர்களாக இருக்க வேண்டிய கட்டாயம் ஏற்பட்டது நிச்சயமற்ற எதிர்காலம். சில நாட்களுக்குப் பிறகு பண்டா நவாப் அவர்களை விட்டு வெளியேறினார். ஆனால் மீதி இருவர் சுமந்து கொண்டு அங்கும் இங்கும் அலைந்தனர்

குவாலியர் மாநிலத்தின் ஆடம்பரங்களை அனுபவித்த பிறகு, அங்கு ராவ் சாகேப்பின் போராட்டத்தை நீண்ட நாள் நடத்த முடியவில்லை. அவர் அங்கு கைது செய்யப்பட்டார். பின்னர் தூக்கில் போடுவது

உறுதியானது, மேலும் அவர் போராட்டத்தை முன்னெடுப்பதற்கான ஆதாரங்கள் தேடினார். தாந்யா தோப் கைது செய்யப்பட்ட பிறகு, அவர் ஒரு வேடத்தில் சுற்றித் திரிந்தார். சன்யாசின் பஞ்சாப் காடுகளில் அவர் சிறிது காலம் இருந்தார். ஆனால் இந்த வாழ்க்கை முறை ஏற்றுக்கொள்ளப்படவில்லை. அவர் 1862 இல் மீண்டும் கைது செய்யப்பட்டு அழைத்துச் செல்லப்பட்டார். கான்பூரில் கைதாகி, பின்னர் 30 ஆகஸ்ட் 1862 அன்று அவர் பிதூரில் தூக்கிலிடப்பட்டார்.

தாந்யா தோப்

தாந்யா தோபே உண்மையான அர்த்தத்தில் ஒரு துணிச்சலான மனிதர். பண்டா நவாப் தங்குமிடம் தேடினார் ஆங்கிலேயர்களும், ராவ் சாகேப்பும் அலட்சியமாக வளர்ந்தனர்.

ஆனால் தாந்யா தோப்பே சரணடையவில்லை. ஆங்கிலேயர்களும் விக்டோரியா ராணி அறிவித்த போதும் கூட மன்னிப்பை அவர் பயன்படுத்திக் கொள்ளவில்லை. ஆனால் முடிந்தவரை, அவர் அனைத்திலும் தனியாக போராடினார். ஆங்கிலேயர்களுக்கு சவாலாக மாறினார். எப்படி ஆங்கிலேயர்கள் அவரைப் பற்றி பிரமிப்பு அடைந்தனர் என்பதை சரிபார்க்க முடியும் செய்தித்தாள்களில் வெளியான லண்டன் கட்டுரைகளில் இருந்து கொண்டு வரப்பட்டது. குவாலியரில் ஆங்கிலேயர்களால் தோற்கடிக்கப்பட்ட பிறகு, வீர் தத்யா தோபே நர்மதா நதியைக் கடந்து செல்ல விரும்பினார் மகாராஷ்டிராவில் துணிச்சலான நபர்களை ஒருங்கிணைத்த பிறகு அங்கு, அவர் மீண்டும் ஆங்கிலேயர்களுடன் போராட முடியும். எனவே அதன் பொருட்டு அவர்களை ஏமாற்றி, நேரான பாதையில் செல்வதற்குப் பதிலாக அவர் நகர்ந்தார். அதாவது பரத்பூர் திசையில் சென்றார். அது ஹுக்ரோஸுக்கு நன்றாகவே தெரியும் லக்ஷ்மிபாயின் மரணத்திற்குப் பிறகு ஒரு நபர் இருக்கலாம் என்றனர். அதாவது ஆங்கிலேயர்களுக்கு பிரச்சனைக்கு காரணம், அந்த நபர் தாந்யா தோப் மட்டும் தான். எனவே அவர் இரகசிய முகவர்களின் வலையை சந்தேகத்திற்கு இடமின்றி வைத்தார். தாந்யா தோப் அவ்வழியாக முன்னேறிக் கொண்டிருந்தபோது பரத்பூர் வழித்தடத்தின் அடிப்படை விசுவாசிகள் என்று அவர் சந்தேகித்தார். உடனே அவரது நடமாட்டத்தை ஆங்கிலேயர்கள் கவனித்து வந்தனர். எனவே அவர் உடனடியாக ஜெய்ப்பூர் சென்றார். அதையே அவன் சந்தேகப்பட்டபோது டோங்க் மாநிலத்தை நோக்கி சென்றார். ஆனால் டோங்கின் ராஜா அவர் வரவிருக்கும் தகவலை ஏற்கனவே பெற்றிருந்தார். அதனால் அவன் தன் படையை அனுப்பியிருந்தான்.

அதற்குள் சில படைகளையும் சேகரித்து வைத்திருந்தான். அங்கிருந்து அவர் கேப்டன் ராபர்ட்சன் பூண்டி மாநிலத்தை நோக்கி முன்னேறினார். ஏற்கனவே அவருக்காக காத்திருந்தார். எனவே தாந்யா

தோபே உதய்பூர் நோக்கி நகர்ந்தார். அங்கும் அவர் பிரிட்டிஷ் ராணுவத்தை எதிர்கொண்டார். அவர் அங்கு தனது பீரங்கி துப்பாக்கிகளை இழக்கச் செய்யப்பட்டது. பின்னர் அவர் சம்பலின் திசையின் உள்ளே சென்றார். ஆங்கிலேயர்கள் ஒரு கன்டோன்மென்ட் அமைத்தனர். அது சம்பல் ஆற்றின் குறுக்கே அமைந்தது. எனவே, கடப்பதற்கு பதிலாக அந்தப் பக்கமாக, அவர் ஜால்ரா படான் மாநிலத்தை நோக்கி முன்னேறினார். அதன் அரசன் அவனை எதிர்கொள்ள முன் வந்தான். ஆனால் அவரது இராணுவம் அவரை நாடியது. தாந்யா தோபே முன் விதைக்க வேண்டியிருந்தது. அது மட்டுமல்ல அவர் பதினைந்து லட்ச ரூபாயையும் பிரித்துக் கொடுக்க வேண்டியிருந்தது. மேலும், அவர் நகர்ந்தார். ஜால்ரா விருந்தாளியாக 5 நாட்கள் கடந்து இந்தூரை நோக்கி சென்றார்.

இப்படியே ஊர் ஊராக அலைந்தார். இருந்தாலும் பல பிரிட்டிஷ் தளபதிகள் அவரை கைது செய்ய முடிவு செய்தனர். அவர்களின் ஆசைகள் நிறைவேறவில்லை. சுமார் ஒன்றரை வருடங்கள் இந்த மறைவு மற்றும் தேடுதல் தொடர்ந்தது. தாந்யா தோப்பே அவரை அடைய ஆங்கிலேயர்கள் அனுமதிக்க மாட்டார்கள் என்று நம்பினார். அதனால் வட இந்தியா பக்கம் திரும்பினார். அப்பொழுதும் ஆங்கிலேயர்களுக்கு இந்தச் செய்தி கிடைத்தது. அவர்கள் தெற்கே கைவிட்டு, வடக்கிற்கான உத்திகள் கையாண்டனர். இந்த வாய்ப்பை பயன்படுத்தி, தாந்யா தோபே பெட்வா நதியைக் கடந்து தெற்கு நோக்கிச் சென்றார். அங்கு, கேப்டன் சதர்லேண்டை எதிர்கொண்ட பிறகு, அவர் உள்ளே குதித்தார். அதாவது பெட்வா நதிப்பகுதி. பின்னர் அவர் சோட்டா உதய்பூரை அடைந்தார். அங்கு இருந்து அவர் பரோடாவை நோக்கி முன்னேறினார், ஆனால் அவர் வழி தவறி அடைந்தார். அது பூங்கா உதய்பூர் இங்கே பண்டா நவாப் அவரை விட்டுச் சென்றார். எப்போது டாத்யா தோபே ராவ் சாஹேப்புடன் உதய்பூரை அடைந்தார், அவர் மீண்டும் பிரிட்டிஷ் இராணுவத்தை எதிர்கொண்டார். ஆங்கிலேயர்களை கவர்ந்து, அவர் பன்ஸ்வாரா காடுகளை அடைந்தார், அங்கு அவர் குவாலியரை சந்தித்தார் கிளர்ச்சியாளர் சர்தார் மான் சிங் மற்றும் ஷாஜதா பெரோஸ் ஷா மொகல் வம்சாவளி என இருந்தனர்.

இந்த துணிச்சலான மனிதருக்கு மான் சிங்கை சந்திப்பது அதிர்ஷ்டமாக அமையவில்லை. அவர் நம்பிக்கையை மீறியதால், அவர் கைது செய்யப்பட்டார் 1859 ஆம் ஆண்டு ஏப்ரல் 4 ஆம் தேதி இரவு அவர் தூங்கிக் கொண்டிருந்த போது ஆங்கிலேயர்கள். சிப்ரியில் தூக்கிலிடப்பட்டார். அவரது மரணம் இந்தியாவின் முதல் கடைசி தளபதியின் மரணம் ஆகும். சுதந்திரத்திற்காக போராடுங்கள்; அது வரலாற்றின் ஒரு பொன்னான அத்தியாயத்தின் முடிவாகும்.

பண்டா நவாப்

பண்டா நவாப் பேஷ்வாவின் வழித்தோன்றல் பாஜி ராவ் I. இது இரண்டாவது அத்தியாயத்தில் பேசப்பட்டுள்ளது இந்த புத்தகத்தின். அப்போதைய பண்டா நவாப், அருகில் நின்றார். பேஷ்வா நானா சாஹேப் 1857 இல் சுதந்திரத்திற்காக போராடினார் காரணம் அவர் அதே வம்சத்தின் வழித்தோன்றல் ஆவார். நானா சாஹே நேபாளத்திற்கு தப்பிச் சென்றபோது அவர் தனது இளையவருடன் இருந்தார். அதாவது சகோதரர் ராவ் சாகேப் ஆவார். ஆனால் அவர் யாரையும் குறிப்பிடவில்லை எந்தவொரு போரிலும் சிறப்பு சாதனைகள். குவாலியரில் ஏற்பட்ட தோல்விக்குப் பிறகு, அவர் தாந்யா தோபே மற்றும் ராவ் சாஹேப் ஆகியோருடன் சென்றார். ஆங்கிலேயர்களுக்குப் பிறகு சுதந்திரத்திற்கான முதல் போராட்டத்தில் தோல்வியுற்றார், ராணி நவம்பர் 1859 இல் விக்டோரியா அனைத்து கிளர்ச்சியாளர்களுக்கும் பொது மன்னிப்பை அறிவித்தார். இந்த நேரத்தில் பண்டா நவாப் தாந்யா தோப்புடன் இருந்தார். அவர் தொடர்ச்சியான மற்றும் நீடித்த போராட்டத்தால் ஏமாற்றமடைந்தார். ராணியின் பிரகடனத்தைக் கேள்விப்பட்ட அவர் அங்கிருந்து வெளியேறினார் டாத்யா தோப் மற்றும் தங்குமிடம் சென்றார். இதன் விளைவாக, அவருக்கு மன்னிப்பு வழங்கப்பட்டது, மேலும் அவர் ஆண்டு ஓய்வூதியமாக நான்காயிரம் ரூபாயை தொடர்ந்து எடுத்தார். அதாவது

தாமோதர் ராவ்க்கு கொடுத்தார்

மகாராணியின் மரணத்தின் போது, அவரது வளர்ப்பு மகன் தாமோதர் ராவ் ஏழு எட்டு வயது குழந்தை. இந்த வயதில், அவரது தாயார் இறந்த பிறகு, அவர் கிட்டத்தட்ட ஒரு மாதிரியாக இருந்தார். இப்பொழுது அனாதை. ராம் சந்திர ராவ் தேஷ்முக் மற்றும் காஷி பாய், தொடர்ந்து அவர்களின் எஜமானிக்கு அவர்கள் விசுவாசமாக, அவரது பாதுகாவலர் ஆனார். தாந்யா தோபே போன்றவர்களைக் கண்டுபிடிக்க முயன்றனர். குழந்தை தாமோதர் ராவ் அவர்களுடன் வெற்றிபெறவில்லை. பின்னர், தாமோதர ராவை மறைத்துக்கொண்டு அவர்கள் இங்கு சென்றனர் அங்கு. அவர்கள் குவாலியரை விட்டு வெளியேறியபோது அவர்களிடம் எழுபது இருந்ததாகக் கூறப்படுகிறது அவர்களிடம் ஐயாயிரம் ரூபாய். என்ற அடையாளத்தை வைத்துக் கொள்ள வெளியிடப்படாத குழந்தை, அவர்கள் மக்களின் பணத்தை வைத்து செலவு செய்தார்கள் என்றதும் வாய் மூடியது.

இந்த ஆபத்தான மற்றும் பரிதாபகரமான நிலையில், பிறகு பல இடங்களில் அலைந்து திரிந்து ஆக்ராவை அடைந்தனர் தாமோதர் ராவ் உடன் முடிவு. இங்கே, அவர்கள் தொடர்பு கொண்டனர் ப்ளீக் என்ற பிரிட்டிஷ் அதிகாரியுடன் மெல்ல மெல்ல அவர்கள் அவருடன் நெருக்கமாக பழகினார். மகாராணியின் துணிச்சலால் ப்ளீக் மிகவும் ஈர்க்கப்பட்டார் லட்சுமிபாய் மற்றும் அவரது அபிமானியாக இருந்தவர். அவரை

நம்பிக்கைக்குரியவராக நடத்துதல், காஷி பாய் மற்றும் ராம் சந்திர ராவ் அவருக்கு உறுதி கொடுத்தனர்.

குழந்தையின் அறிமுகம். அன்பான வேண்டுகோள் உண்மையாக மாறியது நண்பர். இந்தூரின் அரசியல் முகவரான ஷேக்ஸ்பியர் மூலம், ராம் சந்திர ராவ், காஷி பாய் மற்றும் தாமோதர் ராவ் ஆகியோருக்கு மன்னிப்பு கிடைத்தது மற்றும் இந்த இரண்டு மனிதர்களின் முயற்சியின் விளைவாக, கவர்னர் ஜெனரல் ஆண்டு ஓய்வூதியம் வழங்க ஒப்புக்கொண்டார் தாமோதர் ராவுக்கு ஆயிரத்து எண்ணூறு ரூபாய். ஷேக்ஸ்பியரும் மிகவும் அன்பானவராக மாறினார். அவன் அழைத்தான் தாமோதர் ராவ் தனது பாதுகாவலர்களுடன் அவரது இடத்திற்கு அழைத்தார். அவர் முன்ஷி தரம் நாராயணனை கற்பிக்க நியமித்தார்

தாமோதர் ராவ்வுக்கு ஹிந்தி, உருது கற்றுத் தந்தார். மராத்தி மற்றும் ஆங்கிலம். தாமோதர ராவ் ஆறு லட்சத்தை பெற முடியவில்லை அவர் பெயரில் கருவூலத்தில் டெபாசிட் செய்யப்பட்ட ரூபாய். தாமோதர் ராவின் அத்தை, அண்ணனின் மனைவி தாமோதர் ராவின் இயற்கை தந்தை ஆகியோர் அவருக்கு திருமணம் செய்து வைத்தனர். பிறகு அவரது முதல் மனைவி இறந்ததால், அவர் இரண்டாவது முறையாக ஷிவ்ரே குடும்பத்தில் திருமணம் செய்து கொண்டார். 1904இல் தாமோதர் ராவ் ஒரு குழந்தையின் தந்தையானார். அவரது மகனுக்கு லக்ஷ்மண் ராவ் என்று பெயர் வைத்தனர். அதன் பிறகு அவருடைய குடும்பம் சந்ததியினரோடு இந்தூரில் வாழ்ந்தனர்.

FICTION

BEST SELLER NOVELS

Niranjan Tasneesm
Shadows A Love Story

Soumyashri Debasish
Love, Pride Paradox & Prophecy

Dr. Alok Bhattacharya
Dreams are worth Chasing

Anshu Pathak
Rainbow in Dew Drops

Kunal Chaudhari
In fond memory of Myself

A. Verma
A Royal Fling Hardly Royal

Kunal Chaudhari
Running around in Circles

Kuldeep Singh Bedi
Her Flight to the Love Nest

Chandrapakash Mohata
Patyala down the throat

Seema Seth
Lucky Boy

M. Pothen
Where Monsoon Never Ends

Seema Seth
When Rahul Met Sunshine

Rajendra Awasthy
The Creeping Shadow

Arastu Prabhaker
Mysterious Whisper

Dr. Rajinder Singh
When A Jilted Woman Hits Back

Ruzbeh N. Bharucha
Rest in Pieces

SELF HELP

Walking with you in the shades of love
Deepak Yadav

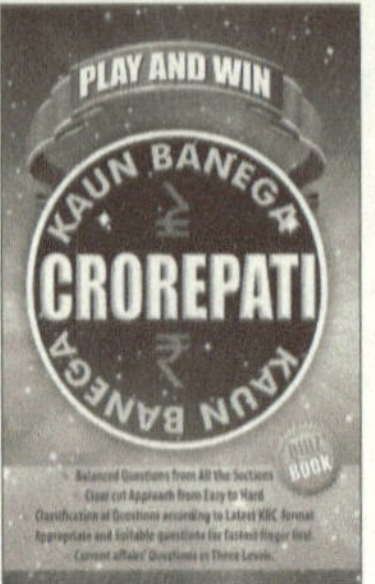

PLAY AND WIN
KAUN BANEGA CROREPATI

POWER THINKING
Move beyond Positive Thinking... adopt Power Thinking.
Dr. Ujjwal Patni

YOUR MONEY MY ADVICE
Practical Money Making Ideas for Complete Financial Freedom
Subhash Lakhotia

GOLDEN KEY TO BECOME SUPER RICH
Subhash Lakhotia

STOP LOSING START WINNING
ASHU DUTT

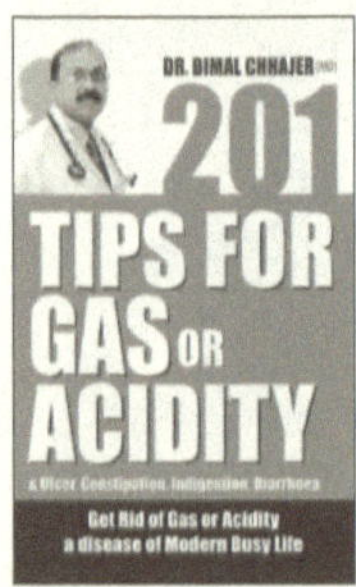

DR. BIMAL CHHAJER
201 TIPS FOR GAS OR ACIDITY
Get Rid of Gas or Acidity a disease of Modern Busy Life

gandhi and management

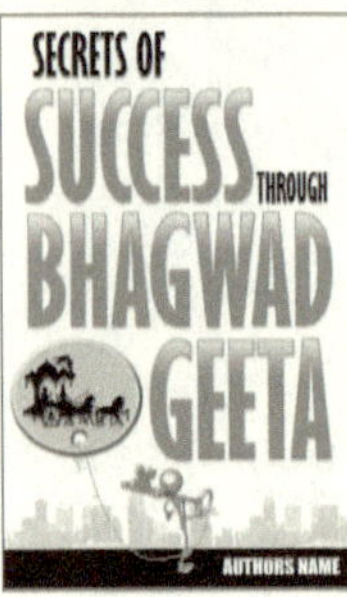

SECRETS OF SUCCESS THROUGH BHAGWAD GEETA
AUTHORS NAME

SECRETS OF SUCCESS
Tarun Engineer

No.1 Bestseller
Learn to Say NO if You don't Want to Say Yes

Subhash Lakhotia
Secrets of Super Success

Jolly Uncle
Stories that Enlighten You
JPS Jolly

TIPS OF SUCCESS
Dr. Sunil Jogi

PERFECT SUCCESS Mantras
Dr. Ramesh Pokhriyal 'Nishank'

Aim High For Bigger WIN
Tarun Engineer